चक्र ते चरखा

दिनकर जोषी

अनुवाद
सुषमा शाळिग्राम

मेहता पब्लिशिंग हाऊस

Please contact us at **Mehta Publishing House Pvt. Ltd.**
✆ +91 020-24476924 / 24460313 / Mob. No. 9545000513
Email : production@mehtapublishinghouse.com
Website : www.mehtapublishinghouse.com

- *या पुस्तकातील लेखकाची मते, घटना, वर्णने ही त्या लेखकाची असून त्याच्याशी प्रकाशक सहमत असतीलच असे नाही.*

CHAKRTHI CHARKHA SUDHI by DINKAR JOSHI

Originally Published in Gujrati
Translated into Marathi Language by Sushma Shaligram

चक्र ते चरखा / वैचारिक

अनुवाद : सुषमा शाळिग्राम
author@mehtapublishinghouse.com

मराठी अनुवादाचे व प्रकाशनाचे हक्क : मेहता पब्लिशिंग हाऊस प्रा. लि.

संस्थापक : अनिल मेहता आणि सुनील मेहता

प्रकाशक : मेहता पब्लिशिंग हाऊस प्रा. लि.
१९४१, सदाशिव पेठ, माडीवाले कॉलनी, पुणे – ४११०३०.

मुद्रक : ट्रिनिटी अ‍ॅकॅडमी फॉर कॉर्पोरेट ट्रेनिंग लिमिटेड, नऱ्हे, पुणे – ४१

मुखपृष्ठ : मेहता पब्लिशिंग हाऊस प्रा. लि.

प्रकाशनकाल : फेब्रुवारी, २०१० /
मेहता पब्लिशिंग हाऊस प्रा. लि.ची दुसरी आवृत्ती : जून, २०२२

किंमत : ₹ २७०

P Book ISBN 9789394258242
E Book ISBN 9789394258259
E Books available on : amazonkindle Apple Books Google Play Books

---

माझे पती
श्री. अशोक वसंत शाळिग्राम
ह्यांना.
चक्र आणि चरखा
ह्या प्रतीकांवर
आणि त्यांमागच्या विचारांवर
त्यांचा विश्वास आहे
हे मला माहीत आहे.

।। यमुना आज द्वारकेच्या ऋणातून मुक्त झाली ।।

मानवजातीने आपल्या विचारयात्रेचा आरंभ कधी केला त्याचा नेमका इतिहास किंवा निश्चित काळ आपल्याला माहीत नाही. माणसाने आरंभलेल्या अशा विचारयज्ञाचा पहिला पुरावा आपल्याला वेदांत सापडतो. वेद चार हजार वर्षांपूर्वीचे आहेत, की चार लाख वर्षे प्राचीन आहेत. ह्याबद्दल निश्चित असे प्रमाण नसले तरी वेद हे विचार मांडणारे प्राचीनतम पुस्तक आहे, ह्याबद्दल मतभेद नाहीत. ह्याचा अर्थ वेदांतील हे विचार म्हणजेच मनुष्यजातीने सर्वांत आधी केलेले विचार आहेत असेही नाही; कारण खुद्द वेदांतही 'प्राचीन काळी' आणि 'आमच्या पूर्वजांनी' असे उल्लेख आढळतात. म्हणजेच, वेदांच्या उद्‌गात्यांनी आपल्याला जे सांगितले आहे, त्याआधीही काही ना काही विचार मांडले गेले असणारच.

कर्म आणि ज्ञान ह्या दोहोंतील संतुलित विचारधारा म्हणजे वेदविचार! ज्ञानविहीन कर्म म्हणजे निव्वळ उरकून टाकण्याचे उपचार आणि कर्मविहीन ज्ञान म्हणजे केवळ पोकळ पांडित्य! वेदांतील ज्ञानपरंपरा ज्यातून साररूपाने पुढे नेली गेली, तो विचार आगळावेगळा, औपनिषदिक विचारप्रवाह ठरला. पुढे जाता त्यालाच वेदान्त म्हटले गेले. वेदाच्या ह्या दोन्ही परंपरांचे सर्वप्रथम,सुग्रथित आणि संतुलित स्वरूप श्रीकृष्णाच्या रूपात साकार झालेले आपल्याला दिसून येते. ज्ञान आणि कर्म ह्या दोहोंचा यथोचित प्रमाणातील समन्वय म्हणजे श्रीकृष्णाचे जीवनदर्शन!

ह्या सृष्टीचे भाग्य थोर म्हणून या सृष्टिपटावर ज्ञान आणि कर्म यांचा वेगवेगळा विचार करणारी किंवा त्यांचा यथाशक्ती, यथामती समन्वय साधणारी उत्तुंग व्यक्तिमत्त्वांची माणसे वेळोवेळी अवतरतच गेली. कुठे त्यांना अब्राहम किंवा मोझेस म्हटले गेले, तर कधी बुद्ध अथवा महावीर म्हटले गेले. कुठे ते येशू किंवा कन्फ्यूशियस नावाने ओळखले गेले तर कधी ते गोरखनाथ अथवा रामकृष्ण परमहंस नाव धारण करून आपल्यासमोर आले. कधी ते शंकराचार्यही झाले तर कधी ते

मोहनदास गांधी बनले. ह्या सर्वांचाच त्या त्या काळात त्यांच्या समकालीनांवर वेगवेगळा प्रभाव पडला होता. काळाच्या ओघात काही प्रभाव दृढ झाले तर काही क्षीण होत गेले.

या ग्रंथाच्या पुढील पृष्ठांत अशाच दोघा युगपुरुषांच्या विचार-दर्शनाचे अवलोकन करण्याचा आणि त्यांच्या काहीशा तुलनात्मक अध्ययनाचा प्रयास केला आहे. युगपुरुषांच्या ह्या नक्षत्रसमूहांतून त्यासाठी निवडलेले दोघे म्हणजे श्रीकृष्ण आणि गांधीजी! आजही आपल्या प्रतिभावंत प्रकाशाने अवकाश उजळून टाकणाऱ्या युगपुरुषांच्या त्या तारामंडलांतील ह्या दोघांमध्ये एक विशिष्ट साधर्म्य आहे, एक विलक्षण साम्य आहे असे वाटते. श्रीकृष्णाच्या आधीचे विचारवंत ज्ञानमार्गी होते; परंतु अद्यापि त्यांची गणना 'इतिहासा'त होत नाही. ज्ञान आणि कर्म ह्यांचा ऐतिहासिक स्तरावर झालेला पहिला समन्वय म्हणजे श्रीकृष्ण! इतिहासात थोड्याफार प्रमाणात कधी ना कधी, कुठे ना कुठे असे समन्वय झालेही आहेत; परंतु इतिहास म्हणण्याजोग्या काळाच्या आरंभी श्रीकृष्णाचे नाव आहे तर इतिहासाच्या थेट आजच्या,वर्तमान टप्प्यावर आपण मोहनदास करमचंद गांधी ह्या नावापाशी येऊन थबकतो. आपल्या पूर्वसूरींचे वैचारिक तत्त्वज्ञान संकलित करून श्रीकृष्णाने ते प्रत्यक्ष व्यवहारात उतरवले. कुठलेही तत्त्वज्ञान जेव्हा व्यवहाराच्या कसोटीवर पडताळून पाहिले जाते, तेव्हा शब्दांत मांडलेल्या त्याच्या मूल्याची खरी कसोटी लागते. अशा 'शाब्दिक' मूल्यांना वास्तव रूप देऊन ती मूल्ये प्रत्यक्ष आचरणात आणायला त्या मूळ ज्ञानापेक्षाही अधिक समर्थ सक्षमतेची गरज असते, ते अधिकच अवघड असते. असे हे कठीण काम कृष्णाने केले. हे अवघड कार्य त्याने एकट्यादुकट्याने पार पाडले नाही. 'बहुजन हिताय बहुजन सुखाय' असे सामाजिक स्तरावर केले. कृष्णाच्या काळातील भाषेत त्याला 'लोककल्याण' असे म्हणता येईल. गोकुळ सोडून मथुरेत आल्यापासून ते थेट कुरुक्षेत्रावरील महायुद्धापर्यंत आणि त्याहीपुढे जाऊन म्हटले तर हिरण आणि कपिला या नद्यांच्या संगमाकाठी प्राची येथे अश्वत्थ वृक्षापर्यंत* कृष्णाने ज्ञान आणि कर्म ह्यांचा जो व्यापक आणि संतुलित ओघ निर्माण केला त्याने तत्कालीन संपूर्ण आर्यावर्त अत्यंत प्रभावित झाला. राधा, अर्जुन, उद्धव किंवा द्रौपदी हे सगळे सदैव कृष्णांचा विचार करत होते इतकेच नव्हे, तर कृष्ण ज्यांना मुळीच आवडत नव्हता, त्याच्याबद्दल ज्यांना कमालीचा तिरस्कार वाटत होता, त्या कंस, जरासंध, शिशुपाल आणि भौमासुर ह्यांनाही सातत्याने कृष्णाचा विचार केल्यावाचून गत्यंतर नव्हते.

विसाव्या शतकात गांधींबद्दलही असेच म्हणता येईल. गांधींनी 'ब्रह्मा'पासून ते

---

* अश्वत्थ वृक्ष : हिरण आणि कपिला ह्या नद्यांच्या संगमाच्या काठी अश्वत्थ वृक्षाखाली श्रीकृष्णाने अखेरचा श्वास घेतला.

'ब्रह्मचर्या'पर्यंत अनेक गोष्टींचा विचार केला. आपल्या पूर्वसूरींनी जे सांगितले होते, जे करवून घेतले होते, त्याला अनुसरूनच हे सर्व चिंतन त्यांनी केले होते; परंतु असे एकही क्षेत्र नाही, की ज्यांचा गांधींनी फक्त विचारच केला! हरएक विचार त्यांनी सर्वप्रथम आपल्या जीवनात प्रत्यक्ष आचरणात आणला. ह्या प्रत्यक्षीकरणाला त्यांनी वेळोवेळी सामाजिक पातळीवरही व्यापक स्वरूप दिले. आपल्या आयुष्यातील सुमारे सहा दशकांचा काळ त्यांनी ह्या अविरत प्रयोगशीलतेत घालवला. परिणामी, कृष्णाप्रमाणेच त्यांच्या काळातील समग्र आर्यावर्तावर त्यांनी एक जबरदस्त प्रभाव निर्माण केला. कृष्ण आणि गांधी ह्या दोघांतील विशिष्ट साम्य असे, की त्यांनीं आपापल्या कर्मांद्वारे आणि त्या कर्मामागील वैचारिक भूमिकेद्वारे आपापल्या युगावर सारखाच ठसा उमटवला होता. गांधींच्याही विरोधकांची संख्या काही कमी नव्हती. वीरावाळा असोत की महमद अली जीना, जनरल स्मट्स असो की विन्स्टन चर्चिल, ह्या साऱ्यांनाच आपापल्या कामाची आखणी करताना गांधींकडे दुर्लक्ष करून चालण्यासारखे नव्हते. कृष्ण आणि गांधी दोघांचाही असा जबरदस्त युगप्रभाव होता.

भल्याभल्या युगपुरुषांच्या बाबतीत अशा युगप्रभावाचा अभाव चटकन जाणवणारा आहे. बुद्ध असो की महावीर, येशू असो की शंकराचार्य, सगळ्यांनीच प्रचंड चिंतन केले आहे, विचार केला आहे. नजरेत भरण्याजोगे त्यांचे योगदान आहे. शेकडो-हजारो वर्षांनंतरही आज त्यांची वैचारिक-सृष्टी तळपते आहे, झगमगते आहे आणि तरीही त्यांच्या हयातीत त्या सर्वांचा युगप्रभाव मर्यादित होता ही गोष्ट मान्य करावीच लागते. ह्या सगळ्या महापुरुषांना त्यांच्या पश्चातच, शेकडो वर्षे उलटून गेल्यानंतरच लोकमान्यता मिळाली आहे. 'कालोह्ययं निरवधि विपुला च पृथ्वी।' (काळ अनंत आहे आणि पृथ्वी विशाल आहे) हे भवभूतीचे भविष्यकथन ह्या सर्व लोकोत्तर पुरुषांच्या जीवनात यथार्थ ठरले आहे.

कृष्ण आणि गांधी हे दोघेच त्या सगळ्यांमध्ये सुखद अपवाद ठरले आहेत. त्यांच्या युगाने दोघांनाही त्यांच्या हयातीतच पूर्णतया स्वीकारले होते. तत्कालीन युगाला सामर्थ्य देण्यात, त्या युगाच्या परिबळाला आकार देण्यातही ह्या दोघांचा वाटा होता. त्यांचे शत्रूही त्यांचे योगदान नाकारू शकणार नाहीत. हे दोघे एकाच मार्गावरचे प्रवासी नाहीत तरीसुद्धा दोघांचे गंतव्यस्थान मात्र एकाच दिशेला आहे. कृष्ण केवळ युगपुरुष नाही, केवळ लोकोत्तर-पुरुष नाही, की महामानवही नाही. कोट्यवधी भाविकांच्या दृष्टीने कृष्ण हा साक्षात ईश्वराचा अवतार आहे. श्रीकृष्णाचे ईश्वरीय मूल्यमापन करण्याची प्रस्तुत लेखकाची क्षमता नाही. कृष्णाबद्दलचे जे काही उपलब्ध साहित्य आहे, त्यातूनच त्याच्या व्यक्तिमत्त्वाची वैशिष्ट्ये शोधण्याचा, निरखण्याचा, पारखण्याचा हा एक प्रयत्न आहे. गांधी काहीही म्हणोत, काहीही करोत, त्याबद्दल काही प्रश्न संभवतच नाहीत, असे भक्तिभावाने मानणाऱ्या

गांधीवाद्यांची संख्याही लहानसहान नाही आणि तरीही गांधींकडे, 'जन्माला आलेला एक माणूस' म्हणून पाहिले तर मग त्यांची विचार-सृष्टी सुद्धा पारखता, पडताळता, बघता येईल.

गांधीजींच्या निधनानंतर विश्वभरातून त्यांना श्रद्धांजली वाहिली गेली. त्यांपैकी काही, गांधीजींच्या स्मृतींशी सदैव जोडलेल्याच राहतील. विश्वविख्यात शास्त्रज्ञ अलबर्ट आइन्स्टाइन ह्यांनी म्हटले होते-"प्रत्यक्ष हाडामांसाचा असा कुणी मानव ह्या पृथ्वीतलावर कधी होऊन गेला ह्याची भावी पिढ्या कल्पनाही करू शकणार नाहीत." बर्नाड शॉ ह्या जगप्रसिद्ध इंग्रज साहित्यिकाने म्हटले होते- "त्यांचा मृत्यू म्हणजे आत्यंतिक चांगुलपणाचा परिणाम आहे." पर्ल बक ह्या समर्थ लेखिकेने त्यांच्याबद्दल म्हटले होते-"येशूनंतरचे हे सर्वांत महान हौतात्म्य आहे." गांधींच्या मृत्यूच्या दशकभरापूर्वीच, गुरुदेव टागोरांनी जणू श्रद्धांजली अर्पावी अशाप्रकारे भविष्यकथन केले होते- "बुद्ध आणि येशू ह्या दोघांप्रमाणेच, अखिल मानवजातीला अधिक चांगली करण्याचे गांधींचे प्रयत्नही सफल होणार नाहीत, निष्फळच ठरतील; परंतु अवघी मानवजात त्यांची आठवण तर सदैव ठेवेलच!"

ह्या सर्व मान्यवरांबरोबरच भारतीय राजकारणातील आगळेच व्यक्तिमत्त्व असलेल्या, समाजवादी नेता डॉ. राममोहन लोहियांनी गांधींच्या मृत्यूचे पुढील शब्दांत वर्णन केले आहे-"आज यमुना ने द्वारिका का ऋण चुकाया." (यमुना आज द्वारकेच्या ऋणातून मुक्त झाली.)

लोहियांचे हे निरीक्षण पहिल्यांदा वाचताक्षणी अगदी अवाक् व्हायला झाले. अद्भुतच होती ही श्रद्धांजली! आर्यावर्ताच्या इतिहासाच्या ह्या दोन दिशांच्या दोन टोकांना लोहियांनी परम सांस्कृतिक सौंदर्याने जोडून टाकले होते. गांधीहत्येच्या शोकांतिकेतही इतिहास, संस्कृती, अध्यात्म ह्या सर्वांना एकत्र आणून त्यांनी जे मूर्त स्वरूप दिले होते, ते नतमस्तक व्हायला लावणारे होते. रडायचे नाही म्हटले तरी रडू फुटेल, असे होते आणि गालावरून आसवे वाहू लागली तरी चित्त आनंदाने ओसंडून जाईल, असे होते. हजारो वर्षांपूर्वी यमुनेकाठी एक मोहन जन्मला होता. ह्या मोहनने आयुष्यभर मानवजातीच्या कल्याणासाठी अत्यंत कडवा संघर्ष केला आणि तरीही माणसाने त्याची हत्या केली. यमुनाकाठी जन्म पावलेल्या ह्या मोहनने थेट द्वारकेच्या सीमेलगत हिरण आणि कपिला ह्यांच्या संगमतटी चिरविश्रांती घेतली.

शेकडो वर्षांनंतर द्वारकेच्या दुसऱ्या सीमेलगत जन्मलेला दुसरा एक मोहन आपल्या पूर्वज मोहनची अपूर्ण कामगिरी पुढे घेऊन गेला. कित्येक वर्षे उलटून गेली होती; पण मानवजात सुधारली नव्हती. पहिल्या मोहनने सोडली तेथेच होती. दुसऱ्या मोहनने तिला सुधरवण्याचे अथक प्रयत्न केले. यथाशक्ती, यथामती... परंतु दुसऱ्या मोहनलाही यश आले नाही. माणूसजातीने त्याचीही हत्या केली. पहिल्या मोहनला

माणसाने बाण मारला होता, ह्या दुसऱ्याला गोळी घातली! यमुनेकाठी जन्मलेल्या पहिल्या मोहनला द्वारकेच्या वेशीलगत धरणीने आपल्या कुशीत घेतले होते.अनेक वर्षांनंतर द्वारकातटाकीच्या ह्या दुसऱ्या मोहनला यमुनेच्या किनाऱ्याने आपल्या कुशीत निजवून जणू ऋण फेडले. द्वारकेने एक अनिवार्य परंतु योग्य कामगिरी पार पाडली. यमुनेने कित्येक वर्षांनतर तिची परतफेड केली. दोघी ऋणमुक्त झाल्या.

पण आपले काय?

लोहियांची श्रद्धांजली वाचून मनात जे तरंग उठले त्या तरंगांना येथे शब्दरूप दिले आहे. चूकभूल द्यावी, घ्यावी.

– दिनकर जोषी

।। मनोगत ।।

सुप्रसिद्ध गुजराती लेखक श्री. दिनकर जोषींच्या 'महाभारतमां मातृवंदना' आणि 'महाभारतमां पितृवंदना' ह्या पुस्तकांपाठोपाठच त्यांच्या 'चक्रथी चरखा सुधी' ह्या पुस्तकाचा अनुवाद करण्याचा योग आला.

गांधीजींची हत्या झाल्यानंतर त्यांना श्रद्धांजली वाहतानाचे डॉ. राममोहन लोहियांचे उद्‍गार-'आज यमुना ने द्वारिका का ऋण चुकाया' जोषींच्या हृदयाला स्पर्शून गेले; नव्हे भिडलेच. त्यांच्याच शब्दांत सांगायचे तर, 'लोहियांच्या ह्या श्रद्धांजलीने मनात उठलेले तरंगच त्यांनी ह्या पुस्तकात शब्दबद्ध केले आहेत.

कृष्ण आणि गांधी-गुजराती समाजाच्या ह्या मर्मबंधातल्या ठेवींकडे श्री. जोषींनी विवेचकाच्या तटस्थतेने पाहिले. ह्या दोन्ही विभूतींच्या असामान्यत्वाच्या बरोबरीने त्यांच्यातील माणूसही त्यांनी निरखला, पारखला आणि अभ्यासला. दोघांच्या जीवनाच्या विविध पैलूंचे वस्तुनिष्ठ दृष्टिकोनातून तुलनात्मक अध्ययन करून त्यांनी आपला असा एक विचार मांडला. डोळे झाकून केलेल्या आंधळ्या व्यक्तिपूजेला त्यांचा विरोध असल्याचे दिसून येते तसेच, कृष्ण आणि गांधी दोघेही आपापल्या काळातील युगपुरुष असल्याचा त्यांना प्रत्यय आला आहे, असेही लक्षात येते. या दोघांच्या आयुष्यातील त्यांच्या जीवितध्येयातील, त्यांच्या कार्यातील आणि कार्यपद्धतीतील साम्य आणि भेद दोन्हींचे त्यांना घडलेले दर्शन त्यांनी वाचकांसाठी आलेखले आहे. त्याचा मराठी वाचकाला आस्वाद घेता आला तर अनुवादामागची संकल्पना साध्य झाली असे म्हणता येईल.

गुजरातीतून मांडलेला हा वैचारिक आलेख अनुवादित करून मराठी वाचकांच्या हाती देण्यासाठी त्यांनी माझी निवड करून माझ्यावर जो विश्वास दाखवला आहे, त्याबद्दल मी त्यांची आभारी आहे.

मागील दोन पुस्तकांप्रमाणेच ह्या पुस्तकाचा अनुवाद करताना, मूळ लेखकाच्या

विचारधारेला आणि शैलीलाही धक्का लागणार नाही, ह्याची शक्य तेवढी काळजी घेतली आहे. मला वाटते, विचारप्रधान पुस्तकाचा अनुवाद करताना हे पथ्य विशेषच पाळावे लागते. तेथे भावानुवादाला स्थान नसते. ‘‘येताजाता ‘जय श्रीकृष्ण’ आणि ‘महात्मा गांधी की जय’ असे घोष करणाऱ्या सगळ्यांनी, कृष्ण आणि गांधी ह्या दोघांना खरोखरच जाणून घेण्याचा प्रयत्न करावा’’ अशी श्री. जोषींची हार्दिक इच्छा आहे. ती मराठी वाचकांपर्यंत पोहोचवण्याचा हा एक प्रामाणिक प्रयत्न आहे.

– सुषमा शाळिग्राम

अनुक्रमणिका

||१||

भलेपणाच्या शोधात

मूळ महाभारतात किंवा त्यानंतरच्या कोणत्याही ग्रंथामध्ये कुठे शोधूनही सापडत नाही आणि तरीही कथेकरी-पुराणिकांनी सार्वत्रिकपणे स्वीकारलेला एक प्रसंग-खरे तर त्याला 'चुटका' म्हटले पाहिजे-एकजात सगळ्यांना माहीत आहे.

हस्तिनापूरच्या राजकुमारांना शिकवत असताना आचार्य द्रोणांनी एकदा युधिष्ठिराला विचारले, "युधिष्ठिरा, ह्या जगातला सर्वांत वाईट माणूस कोण आहे?"

"गुरुदेव, मला तर ह्या सगळ्या जगात कुणीच वाईट दिसत नाही," युधिष्ठिराने तत्काळ उत्तर दिले.

"दुर्योधना," आचार्यांनी राजकुमार दुर्योधनाला विचारले, "तुझ्या मते, ह्या जगातला सर्वांत चांगला माणूस कोणता?"

"आचार्य, मला तर संपूर्ण जगात एकही चांगला माणूस दिसत नाही," पळभराचा विलंब न करता दुर्योधनाने छातीठोकपणे उत्तर दिले.

हा छोटासा प्रसंग सांगून पुराणिक पुढे म्हणतात, जशी दृष्टी तशी सृष्टी. यथा पिण्डे तथा ब्रह्माण्डे. युधिष्ठिर सज्जन होता, भला होता, चांगला माणूस होता. त्यामुळे त्याला सर्वत्र चांगुलपणा, भलेपणाच दिसत होता. त्याला कुठेच, काहीच वाईट दिसत नव्हते. दुर्योधन दुर्जन असल्याने त्याच्या मते, सर्वत्र वाईटपणाच भरला होता. त्याच्या नजरेला काही चांगले दिसतच नव्हते."

असे सांगून पुराणिकबुवा भलेही त्यावर 'इति सिद्धम्' म्हणोत; पण खरेच तसे आहे का? पन्नास, साठ, सत्तर किंवा फारफार तर ऐंशी वर्षे ही आपली आयुर्मर्यादा! ह्या आयुष्यमानात थोड्याफार प्रमाणात आपण सगळे कितीतरी वेगवेगळ्या परिस्थितींना सामोरे जातो. त्या त्या वेळी आपल्याला अनेक प्रकारची माणसे भेटतात. अनेक घटना घडतात. त्या अनेकविध घटनांपैकी काहींत आपण यशस्वी होतो, कुठे अयशस्वी ठरतो, कधी खूश तर कधी नाखूश होतो. काहीशा तटस्थपणे या सगळ्यांचा एकत्रित विचार केला तर सहजच मनात प्रश्न उमटतो, 'खरोखरच आपल्याला आयुष्यभर सगळीकडे चांगली माणसेच भेटली? की जन्मभर वाईट

माणसेच आपल्या वाट्याला आली? की कुठे सुष्टही लाभले आणि दुष्टही भेटले?'

हेच जरा वेगळ्या प्रकारे म्हणता येईल. दहावीस किंवा पंचवीसपन्नास वर्षांपूर्वी ज्याला आपण 'भला माणूस' म्हणत होतो, त्या वेळी तो आपल्याला खरोखरच सज्जन वाटला होता. पुढे केव्हातरी 'ह्याला सज्जन मानण्यात आपलं चुकलंच बरं का,' असे कधीच वाटले नाही का? एके काळी ज्याला आपण वाईट माणूस म्हणत आलो, ज्याचा चेहरा आपल्याला सदैव 'वाईटपणा'ने लिंपलेला दिसत होता, असा माणूस नंतर आपल्या लेखी 'भला' ठरला, असे कधी झालेच नाही का? आज आपण ज्याला 'वाईट' म्हणत असतो त्यालाच त्याच वेळी 'चांगला' म्हणणारेही कित्येकजण असतातच की! दुर्योधनालाही त्या काळी भला, सच्चा मानून कुरुक्षेत्राच्या रणभूमीवर त्याच्यासाठी आपल्या जिवावर उदार झालेले, स्वतःचे प्राण अर्पण करायला तयार झालेले अकरा अक्षौहिणी लोक होते आणि ज्याला जगात कुणीच 'वाईट' दिसला नाही अशा नखशिखांत सज्जन असलेल्या युधिष्ठिराच्या पक्षात साक्षात कृष्ण असतानाही, आपले प्राण द्यायला सिद्ध झालेल्यांची संख्या केवळ सात अक्षौहिणी होती. हे जर मान्य केले, तर ज्याला आपण 'वाईट' म्हणतो ते बहुमतात जाते आणि 'चांगले' मानतो ते अल्पमतात जाते.

'धम्मपद' ह्या बौद्ध धर्मग्रंथात नागवग्गाच्या पहिल्या गाथेत स्वतः तथागत बुद्धांसारख्या परमपुरुषानेही मान्य केले आहे, की 'दुस्सीलो हि बहुश्जनो'-ह्या जगतात बहुसंख्येने दुर्जनच आहेत. मग भले आपण असे म्हणू, की अंतिम विजय तर युधिष्ठिरचाच झाला. वाईटपणा हरतो आणि भलेपणा जिंकतो. दुष्टता हरते आणि सुष्टतेचा जय होतो.

किंवा असेही म्हणता येईल, की जो जिंकतो तो भला ठरतो. त्या युगात त्या जेत्यालाच 'चांगला' म्हटले जाते आणि त्याच्या चांगुलपणाचे गोडवे गाईले जातात. जो हरतो तो 'वाईट' ठरतो, एवढेच नव्हे, तर त्याचा तथाकथित वाईटपणा वाढवला, फुगवला जातो आणि निंद्य ठरतो.

'चांगुलपणाचाच जय होतो आणि वाईटपणा हमखास हरतो,' ह्या सुभाषितावर आपल्यातल्या किती जणांचा विश्वास असेल?

गुजराती साहित्य जगतातील एक समर्थ लेखक चुनीलाल मडिया. जेमतेम पंचेचाळीस वर्षांच्या त्यांच्या अल्पायुष्यात त्यांनी खूप वाचले होते, पुष्कळ चिंतन केलें होते आणि खूपसे लिहिलेही होते. त्यांच्या एका विधानाचा प्रस्तुत लेखकाला आज चाळीस वर्षांनंतरही विसर पडला नाही. एका साहित्यिक मेळाव्यात ते सहज बोलताबोलता म्हणाले होते, की 'ह्या जगात फक्त दोनच प्रकारची माणसे आहेत. पहिल्या प्रकारची माणसे कमी वाईट आहेत आणि दुसऱ्या प्रकारची माणसे जास्त वाईट आहेत.'

मडियांचे हे निरीक्षण दाहक आहे; पण त्यातील तथ्यांश तपासल्यावाचून चालणार नाही. प्रत्येक विचारी माणसाला ह्या निरीक्षणाच्या मुळाशी जावेच लागेल. मडियांचे विधान पालटून असेही म्हणता येईल, की 'जगात दोन प्रकारची माणसे आहेत-काही कमी चांगली आहेत आणि काही जास्त चांगली आहेत.' असे म्हटले तर पुन्हा एकदा मूळ मुद्दा हस्तिनापूरच्या राजप्रासादापाशी जाऊन पोहोचतो आणि आपल्या नजरेपुढे दुर्योधन आणि युधिष्ठिर उभे राहतात.

माणूस विचार करू लागला तेव्हापासूनच भलेपणाच्या शोधात आहे. भलेपणाचा हा शोध घेत असताना एका गोष्टीचा त्याला बहुधा विसर पडलेला असतो, की त्याच्या अवतीभवतीची माणसेही त्याच्याप्रमाणेच चांगुलपणाच्या शोधात आहेत; त्याचा शोध पूर्ण करणे ह्या माणसांच्याच हाती आहे. प्रत्येकजण मुळात स्वतःला 'चांगला माणूस' समजत असतो आणि 'मला चांगली माणसे भेटत नाहीत,' अशी त्याची सतत तक्रार असते. आपला वाईटपणा, आपली वैगुण्ये झाकण्यासाठी तो आपल्यापेक्षा जास्त वैगुण्यांचा, अधिक वाईटपणांचा दाखला देतो आणि त्या 'मोठ्या' वाईटाच्या मानाने आपली स्वतःची वैगुण्ये, आपले दोष किती क्षुल्लक, किती नगण्य आहेत हे स्वतःच ठरवून टाकतो आणि दुसऱ्यांनीही तसेच ठरवावे ह्यासाठी प्रयत्न करतो. आपण सर्वच थोड्याबहुत प्रमाणात कुठे ना कुठे, कधी ना कधी असे करतच असतो. 'आपण असे करतो,' हे माहीत असूनही 'करत नाही,' असे मानून चालतो.

माणसे चांगुलपणाचा शोध घ्यायला लागली तेव्हापासून वेळोवेळी जो विचार झाला, जे काही चिंतन झाले, जे जे अनुभव घेतले गेले त्या सगळ्यांच्या आधाराने अनेक श्रेष्ठ द्रष्ट्यांनी माणूसजातीसाठी काही लक्ष्ये ठरवून दिली. चांगले कशाला म्हणायचे आणि वाईट कशाला म्हणायचे त्याच्या निश्चित मार्गरेषा आपल्या अनुभवांच्या आणि चिंतनाच्या आधारे आखून घेतल्या. उदाहरणार्थ, 'खरे बोलणे' ह्या गोष्टीला माणसाने चांगुलपणाचे सर्वांत मूलभूत लक्षण मानले आहे. जगभरातल्या एकूण एक धर्मोपदेशकांनी आणि विचारवंतांनी एकमुखाने हे सत्य स्वीकारले आहे. पण केवळ खरे बोलले म्हणजे भलेपणा सिद्ध होतो का? बायबलच्या नव्या करारात संत पॉलने म्हटले आहे, की माझ्या असत्य बोलण्याने जर प्रभूचा महिमा वाढत असेल तर मी अवश्य खोटे बोलेन. 'महाभारता'त ययातिच्या 'उपाख्याना'त शर्मिष्ठेच्या तोंडून महर्षी व्यासांनी पाच प्रकारची असत्यवचने पापरहित ठरवली आहेत :

'न नर्मयुक्तं वचनं हिनस्ति
न स्त्रीषु राजन्नविवाहकाले।
प्राणात्यये सर्वधनापहारे

पञ्चांनृतान्याहुरपातकानि।।

(आदिपर्व : ८२/१६)

थट्टेत, पत्नीशी, लग्नाच्या वेळी, प्राण वाचवण्यासाठी, तसेच सर्वस्व लुटले जात असेल, अशा वेळी जर कुणी असत्य भाषण केले तर त्याला पाप म्हणता येणार नाही, असे मानले गेले आहे. हीच गोष्ट कर्णपर्वाच्या ६९/६२व्या श्लोकातही कृष्णाच्या तोंडून पुन्हा म्हटली गेली आहे. म्हणजे 'खरे बोलणे' ही गोष्टही 'अबाधित सत्य म्हणून स्वीकारली गेलेली नाही. सत्यालाही आपली अशी एक मर्यादा असते, असेच ह्यातून प्रतिपादित झाले आहे.

'कुणाची हत्या न करणे' हा असाच एक सद्गुण ठरवला गेला आहे. जगातल्या कुठल्याच धर्माने हिसेला अर्थातच कधीच पाठिंबा दिलेला नाही; परंतु कोणकोणत्या प्रसंगी हत्या सुद्धा धर्मसंमत म्हणता येईल त्याचीही यादी दिलेली आहे.सहा प्रकारच्या महापापींना मारण्यात कुठल्याही प्रकारचे पाप नाही. याज्ञवल्क्य-स्मृती तसेच वसिष्ठ स्मृतीमध्ये खालील श्लोक दिला आहे :

अग्निदो गरदश्चैव शस्त्रपाणिर्धनापहः।
क्षेत्रदारहरश्चैव षडेते आततायिनः।।

म्हणजेच आग लावणारा, विषप्रयोग करणारा, अकारणच हाती शस्त्र घेऊन निरपराधांचा वध करायला येणारा, एखाद्याची संपत्ती बळजबरीने बळकावणारा, दुसऱ्याची जमीन हडपणारा आणि परस्त्रीचे अपहरण करणारा अशा सहा प्रकारच्या अपराध्यांना आततायी म्हटले गेले आहे. अशांची हत्या करण्यात पाप नाही, असे म्हटले आहे.

'व्यभिचार' हा शब्द निंद्य मानला गेला आहे. व्यभिचारी माणसाला आपण 'वाईट' समजतो. सामान्यत: व्यभिचार म्हणजे ज्यात स्त्री परपुरुषाशी किंवा पुरुष परस्त्रीशी शरीरसंबंध ठेवतो असा आचार! 'आडमार्गाने केलेले गमन' असा त्याचा शब्दार्थ होतो. परंतु त्याचा ध्वन्यर्थ लक्षात घेतला तर,जवळजवळ प्रत्येकच धर्मात, प्रमुख म्हणता येतील अशा कितीतरी पात्रांनी व्यभिचार केला आहे, असे म्हणावे लागेल. सूर्य, यमधर्म, वायू, इंद्र आणि अश्विनीकुमार ह्या देवांचे कुंती आणि माद्री यांद्वारे जन्माला आलेले पांडव तसेच स्वत: महर्षी व्यासांपासून झालेले, अंबिका आणि अंबालिका ह्यांचे पुत्र धृतराष्ट्र आणि पांडू ही जवळचीच उदाहरणे आहेत. खुद्द येशू कुमारी मातेचे अपत्य तर इस्लाम धर्माचे संस्थापक महम्मद पैगंबर ह्यांनी आपल्या सुनेशी लग्न केले होते. म्हणजे पाप समजला गेलेला व्यभिचार सुद्धा 'अबाधित' म्हणजेच निव्वळ, निखळ पाप असत नाही. काही विशिष्ट प्रसंगी धर्मानेही

त्याला संमती दिली आहे.

येथे एक गोष्ट लक्षात घेतली पाहिजे, की जगातला एकही सद्‌गुण किंवा एकही दुर्गुण, कुठलाही चांगुलपणा वा कुठलाही वाईटपणा हा अबाधित म्हणजे सपशेल चांगला किंवा सपशेल वाईट नाही. प्रत्येक गुण त्या त्या स्थळ-काळ-परिस्थितीच्या अधीन असतो आणि म्हणूनच त्या त्या युगाचे आपापले वेगळेवेगळे युगधर्म असतात असे म्हटले जाते. 'सत्ययुगात' ज्याला धर्म म्हणू तो 'द्वापारा'त कदाचित धर्म ठरणारही नाही. त्याचप्रमाणे 'द्वापारा'तला 'धर्म' 'त्रेतायुगात' किंवा 'कलियुगात' जसाच्या तसा अनुसरता येण्याजोगा नसेलही!... कारण, महाकाळ हा सर्वापेक्षा महान आहे, त्याचे उल्लंघन कुणीच करू शकणार नाही. बलात्कार ही एकच घटना अशी आहे, जिला स्थलकालाच्या बंधनापलीकडे जाऊन अवघ्या मानवजातीने सदैव निंद्यच ठरवले आहे. बलात्काराला मात्र कोणत्याही प्रसंगी, कोणत्याही धर्माने, कधीही उचित किंवा स्वाभाविक म्हटलेले नाही.

ही यादी खूप लांबवता येईल. चांगुलपणाच्या आणि वाईटपणाच्या लक्षणांबद्दलही पुष्कळ काही म्हणता येईल; परंतु भलेपणा आणि वाईटपणा दोन्हींबद्दल माणसाने अगदी आरंभकाळापासून खूप चिंतन-मनन केले आहे एवढे मात्र निश्चित! ह्या चिंतनात वेळोवेळी पुष्कळ भर पडली आहे आणि तरी सुद्धा हा शोध अद्यापि सुरूच आहे.

काही गोष्टी तत्कालीन असतात, तर काही शाश्वत असतात. काही गोष्टी युगधर्मामुळे निर्माण होतात आणि तो युगधर्म समाप्त झाला, की लगेच त्या गोष्टीही अदृश्य होतात. काही दशकांपूर्वी 'खादी वापरणे' हे 'चांगल्या माणसाचे' एक लक्षण समजले जात होते. एकमेकांना अभिवादन करताना 'हेल हिटलर' असे म्हणणे हे सुद्धा जर्मनांमध्ये त्या काळी चांगले समजले जात होते. आज दोन्हीपैकी काहीच उरले नाही. पहिल्या महायुद्धाच्या वेळी किंवा फार तर दुसऱ्या महायुद्धाच्या वेळीसुद्धा रंगूनवर अथवा कराचीवर हल्ला झाला तर त्यांचे रक्षण ह्याला आपण देशप्रेम किंवा राष्ट्रीय कर्तव्य म्हणत होतो. परिस्थिती बदलली आणि म्हणूनच काळधर्मही बदलला. १९६५ आणि १९७१ च्या युद्धात आपण स्वतःच कराचीवर हल्ला केला होता. त्या वेळी कराची वाचवणे नव्हे, तर कराची पेटवणे हा आपला धर्म बनला होता.

अशा तऱ्हेने, सद्‌गुण अथवा दुर्गुण, सत्प्रवृत्ती अथवा कुप्रवृत्ती ह्यांतील काहीच निखालस नसते. महाकाळाच्या प्रचंड विस्तारापलीकडे काही नसते आणि असे असूनही अवघी मानवजात एका गोष्टीचा सतत वेध घेत आली आहे-चांगुलपणाचा आणि सदैव एक गोष्ट त्याज्य मानत आली आहे-वाईटपणा!

||२||

सुश्रुत आणि चरक - शेवटी धन्वंतरीचेच वंशज

भलेपणाच्या ह्या शोधात अखिल मानवजातीच्या कल्याणासाठी सर्वप्रथम तात्त्विक विचार करणारा आणि तो विचार आचरणात कसा आणता येईल, ह्याबद्दल क्रमबद्ध विवेचन करणारा इतिहासपुरुष म्हणून आपण श्रीकृष्णाचे नाव घेऊ शकू. श्रीकृष्णाआधी अशा तऱ्हेचा विचार कुणी केलाच नाही, असे येथे अजिबात म्हणायचे नाही. श्रीकृष्णाने जे म्हटले, जे केले ते सर्व त्याच्या पूर्वसूरींच्या खांद्यावर उभे राहून केले ह्यात शंका नाही; परंतु त्याचे पूर्वसूरी आजमितीला 'इतिहास-पुरुष' ठरलेले नाहीत. श्रीकृष्णाचे चिंतन हे उपनिषदांचे सार, उपनिषदांचे दोहन मानले जाते आणि उपनिषदांचे हे द्रष्टे त्यांच्याही पूर्वीचे, वेदकालीन आहेत. तथापि, हे द्रष्टे अजून आपल्यालेखी ऐतिहासिक वास्तवात जमा नाहीत. मानवजातीच्या उन्नयनाचा विचार कृष्णाच्याही आधी, जगात इतरत्र, विचारवंतांनी केला आहे. ह्यांमध्ये यहुदी समाज अब्राहम किंवा मोझेस अशी उदाहरणे देऊ शकेल; परंतु 'ऐतिहासिक वास्तव' अजून ह्या दोघांपर्यंत जाऊन पोचलेले नाही.

तसे म्हटले तर श्रीकृष्णालाही अजून विशुद्धपणे 'ऐतिहासिक' म्हटले जात नाही हे खरे! अजूनही कृष्ण निम्मा ऐतिहासिक आणि निम्मा पौराणिकच आहे. तरी पण कृष्णाला इतिहासातून वगळता येणार नाही. विसाव्या शतकातल्या पुष्कळशा संशोधनांमध्ये श्रीकृष्णाला इतिहासाच्या घटनाक्रमांमध्ये निःसंदेह स्थान आहे. ह्या ठिकाणी श्रीकृष्णाला विष्णूच्या दशावतारांपैकी एक म्हणजेच स्वयं ईश्वर अथवा पूर्ण पुरुषोत्तम ह्या नात्याने पाहण्याचा दृष्टिकोन नाही. कृष्ण हा अखिल मानवजातीच्या कल्याणासाठी झटणारा महामानव होता. आदिकाळापासून माणूस 'चांगल्या'चा शोध घेत होता. त्या शोधाला कृष्णाने एक फार मोठे, बळकट वळण दिले.

कल्याणपर चिंतन करणाऱ्या अशा महान व्यक्ती अधूनमधून मानवजातीला प्राप्त होतच राहिल्या आहेत. अशा महापुरुषांच्या पंक्तीतील, निर्भेळपणे ऐतिहासिक म्हणता येईल, अशी पहिली विभूती म्हणजे तथागत बुद्ध! इसवी सनापूर्वीचे पाचवे

शतक हा बुद्धाचा कालखंड मानला जातो. कन्फ्यूशिअस हा चिनी तत्त्ववेत्ताही जवळपास त्याच काळातला. वर्धमान महावीरालाही बुद्धाचा समकालीन म्हणतात. ह्या सगळ्यांनीच, माणूस अधिकाधिक 'चांगला' कसा होईल, ह्याचा यथामती विचार केला आणि त्या चिंतनाचा परिपाक म्हणून जे दर्शन त्यांना झाले ते दर्शन त्यांनी आपल्या समकालीनांपुढे सादर केले.

अशा तत्त्वचिंतकांच्या मार्गावरून जाणाऱ्या अलौकिक पुरुषांची लांबलचक यादी सांगता येईल अगदी थेट विसाव्या शतकातल्या रामकृष्ण परमहंस वा गांधीजी ह्यांच्यापर्यंत ही यादी लांबवता येईल.

ह्या तत्त्ववेत्त्यांकडे बारकाईने नजर टाकली तर एक गोष्ट चटकन नजरेत भरते, की बहुतेक विचारवंतांनी माणसाला म्हणजेच व्यक्तीला डोळ्यांपुढे ठेवून त्याच्या हितार्थ, त्याच्या कल्याणार्थ त्यांना जे काही सर्वोत्तम वाटले त्याकडे लक्ष वेधले आहे.

भगवान बुद्ध जेव्हा 'हे जग दुःखमय आहे,' असे म्हणतात तेव्हा त्यांच्या ह्या प्रथम आर्य सत्यातच निषेधात्मक सूर आहे. नंतर दुसऱ्या, तिसऱ्या आणि चौथ्या आर्य सत्यात, या दुःखमय जगापासून एखादी व्यक्ती कशाप्रकारे मुक्ती प्राप्त करू शकेल, त्याचा विचार केला आहे. त्याचप्रमाणे वर्धमान महावीरही त्यांच्या 'गणिपिटकां'त जो उपदेश करतात त्यात इतर विचारांबरोबरच व्यक्ती 'वीतराग' होऊन कोणत्या प्रकारे मोक्ष प्राप्त करू शकेल हेही सांगतात. येशूचा सगळा उपदेश सुरुवातीला तर प्रत्यक्षात त्याच्या बारा शिष्यांसाठीच होता. महम्मद पैगंबराने जे सांगितले ते सगळे त्या काळी इतस्ततः विखुरलेल्या अरबी टोळ्यांपुरतेच मर्यादित होते. अशी असंख्य उदाहरणे मिळवता येतील.

आणि तरी सुद्धा, अनेक महापुरुषांनी आपापल्या चिंतनाचा परिपाक म्हणून जे जे काही सांगितले तेवढ्यावर मानवजातीने संतोष मानला नाही. ती यात्रा सुरूच राहिली, पुढे जात राहिली. त्या तारामंडलात कधी कुणी शंकराचार्य म्हणवले गेले, कुणाला नानक तर कुणाला कबीर म्हटले गेले. अन्यत्र कुठे त्यांना प्लेटो वा सॉक्रेटिस म्हटले गेले. असा हा 'कारवाँ' पुढेपुढे जातच राहिला आहे.

हा काफिला असाच पुढे जात राहण्याचे मुख्य कारण एकच! पूर्वसूरींनी कितीही मार्ग दाखवला, कितीही उपदेश केला असला तरी मानवजात अजून विशेष पुढे गेली नाही. तिची खरी प्रगती झाली नाही. प्रत्यक्ष कृष्णाच्या जीवनकाळातच, कृष्णाच्या नजरेसमोर किती अधर्माचे, अन्यायाचे, अनीतीचे आचरण झाले, त्याला पारावारच नाही. कृष्णानंतरच्या काळातही कशातच फारसा फरक पडलेला नाही.

आवरण फक्त बदलले आहे. बाह्य शरीरांनी भिन्नभिन्न आकार धारण केले असतील; परंतु मुळात मानवजात अजूनही चांगुलपणाच्या आपल्या या शोधात

शाब्दिक जंजाळापलीकडे विशेष पुढे गेली आहे, असे वाटत नाही. हरेक माणूस आपल्या हरेक अपकृत्याला न्याय, धर्म आणि नीती यांची झूल चढवत आला आहे. प्रत्येक वेळी तो दोषी असतोच असा निराशावाद येथे अभिप्रेत नाही; परंतु ज्या ज्या वेळी त्याची बाजू खरी आहे असे वाटते, त्या त्या वेळी बहुतांशी, स्थल-काल-परिस्थितीची त्याला मदत झालेली असते. स्थल-काल प्रतिकूल असते त्या वेळी मात्र तो आपले म्हणणे अगदीच पालटवून मांडत असतो.

ह्यानंतर ज्या दोन असामान्य व्यक्तींचा विचार करायचा आहे, त्या म्हणजे मानवकल्याणाची काळजी वाहणारा पहिला पुरुष श्रीकृष्ण आणि इतिहासाच्या अगदी दुसऱ्या टोकाला उभा असलेला अद्यतन पुरुष गांधी. तौलनिक अभ्यासाच्या निमित्ताने ह्या दोघांना एकत्र आणलेले पाहून कुणाला कदाचित दचकायला होईल तर कुणी चकितही होतील. 'ह्या दोघांमध्ये असे काय मोठे साम्य आहे, किंवा असे काय विशेष फरक आहेत, की दोघांचा एकत्रितपणे विचार करावा?' असा प्रश्न पुष्कळ जणांच्या मनात उद्‌भवेल. जगाच्या 'भल्या'च्या शोधार्थ निघालेल्यांपैकी, त्यासाठी आपले योगदान देणाऱ्या असंख्य विचारवंतांपैकी ह्या दोघांनाच वेगळे काढावे, त्यांचेच मूल्यमापन करावे असे त्यांच्यात आहे तरी काय?

प्रश्न स्वाभाविक आहे. त्याचे उत्तर मिळवण्याचा प्रयत्न करूया.

सॉक्रेटिसपासून किंवा बुद्धापासून रामकृष्ण परमहंसांपर्यंत ज्यांनी ज्यांनी असे चिंतन केले आहे, त्या सगळ्यांचा दृष्टिकोन व्यक्तिलक्षी आहे. सगळ्यांच्या डोळ्यांपुढे माणूस आहे; फक्त माणूस! एक व्यक्ती ह्या नात्याने माणूस अधिक चांगला, अधिक भला कसा होईल, त्याला अधिकाधिक सुख कसे लाभेल, ह्याचे मार्गदर्शन त्या सगळ्यांनी आपापल्या परीने केले आहे. सुख किंवा आनंद मिळवणे, हा प्रत्येक माणसाचा स्वभाव आहे, त्याची सहजप्रवृत्ती आहे, त्याचा मूलभूत अधिकार आहे आणि तरीसुद्धा माणूस तो मिळवू शकलेला नाही. माणसाची सुखप्राप्तीची ही काळजी केवळ इहलोकापुरतीच मर्यादित नाही. मृत्यूपलीकडील जीवनाचा सुद्धा तो विचार करतो. त्या तथाकथित परलोकीही आपल्याला सुख लाभावे, ह्यासाठी जो सुचेल तो प्रत्येक मार्ग तो अवलंबून पाहतो. एवढेच काय, इहलोक आणि परलोकच नव्हे, तर पुनर्जन्मही सतत त्याच्या नजरेसमोर असतो. इहलोकीच्या दुःखांची सांगड तो पूर्वजन्माशी घालतो आणि इहलोकी निष्फळ ठरलेल्या सत्कार्यांचा भार पुनर्जन्मावर टाकून मोकळा होतो. ही एकप्रकारची आत्मवंचनाच म्हणायची!

ह्या आत्मवंचनेतून मुक्त होऊन खरोखरच सुखी कसे होता येईल, ह्या व्यक्तिगत प्रश्नावर अनेक विचारवंतांनी भर दिला आहे.

येथेच कृष्ण आणि गांधी अन्य सगळ्यांपेक्षा वेगळे असे उठून दिसतात. त्यांचा विचार व्यक्तीच्या पलीकडे जाऊन समष्टीपर्यंत विस्तार पावतो. नुसत्या चिंतनाच्या

वा तत्त्वज्ञानाच्याही पुढे जाऊन हे दोघे युगपुरुष स्वतःचे बोलणे स्वतःच प्रत्यक्ष आचरणात आणून दाखवतात आणि आपल्या सिद्धांताला व्यवहारात म्हणजेच 'कर्मा'च्या क्षेत्रात घेऊन जातात. व्यक्तिसापेक्ष विचाराऐवजी समाजसापेक्ष विचार दोघांच्या डोळ्यांपुढे आहे. समाज आणि व्यक्ती यांपैकी एकाचीच निवड करायची वेळ आली तर समाजच निःसंशय श्रेष्ठ आहे. व्यक्ती म्हणजे त्या समाजाचा केवळ अंशमात्र आहे. एकटेदुकटेपणे थोड्याबहुत व्यक्तींचे कल्याण साधले जावो, काही थोड्यांना आध्यात्मिक मुक्ती मिळो अथवा मोक्षमार्गाने सिद्धीही प्राप्त होवो; पण तेवढ्याने समाज तर जिथल्या तिथेच राहतो. 'समग्र-समाजहित' जोपर्यंत व्यक्तीच्या मनाची 'सहज-प्रकृती' बनत नाही, तोपर्यंत संपूर्ण कल्याणाचा आदर्श सिद्धीस नेता येत नाही. अशा तऱ्हेने, कर्मयज्ञाविना विचारयात्रा अपूर्ण आहे.

विचारयात्रा असो, की मग कर्मयज्ञ असो, त्याची सफलतेशी नेहमीच सांगड घालता येते असे नाही. जे आणि जेवढे यश पदरात पडले असेल, ती सिद्धी खरीच; परंतु त्यात आनंद मिळत असला तरी केवळ 'यश' हे ह्या यात्रेमागचे, ह्या यज्ञामागचे प्रेरक-बळ कधीच असू शकत नाही, ही गोष्ट त्या दोघा चिंतकांनी आपल्या स्वतःच्या जीवनकर्माद्वारे स्वच्छपणे दाखवून दिली आहे. एक जन्मभर प्रासादात राहिला आणि दुसरा अधिकतर तुरुंगात! ह्या जगात जी म्हणून समृद्धी असेल ती सगळीच्या सगळी एकाने उपभोगली आणि दुसऱ्याने आपल्या वाट्याचे सगळेच्या सगळे सोडून देऊन त्याग म्हणजेच जीवन असे मानले.

...पण मुळात अशी तुलना हा उद्देश नाहीच. दोघांत भरपूर भिन्नता आहे. मुख्य मुद्दा आहे तो दोघांच्या अंतरात वसत असलेल्या समाजलक्षी भावनेचा! ह्या दोघांचा एकत्र विचार करत असताना आणखी एक मुद्दा विसरता कामा नये, की अन्य तमाम विचारवंतांपेक्षा, चिंतकांपेक्षा ह्या दोघांनी आपापल्या समकालीनांवर जबरदस्त प्रभाव पाडला होता. येशू असो की बुद्ध, महंमद असो की सॉक्रेटिस, ह्यांच्यापैकी कुणीच कृष्ण आणि गांधी ह्यांच्याइतक्या मोठ्या प्रमाणात प्रभावी ठरू शकले नाहीत. गोकुळ सोडून मथुरेला गेल्यानंतर कृष्णाने आपल्या विचारांनी, कृतींनी समग्र आर्यावर्तावर असा काही विलक्षण प्रभाव टाकला होता, की कृष्ण हयात असतानाच्या काळात घडलेल्या कोणत्याही घटनेचा कृष्णाच्या संदर्भाविना विचारही करता येणार नाही ...आणि असे असूनही कुत्र्यामांजरांसारखे एकमेकांशी लढून मरणाऱ्या यादवांना तोच कृष्ण रोखू शकला नाही, हेही तितकेच खरे!

गांधींबद्दलही असेच म्हणता येईल. दक्षिण आफ्रिकेतल्या पीटर मारीट्सबर्ग स्टेशनाच्या फलाटावर ढकलून फेकून दिल्या गेलेल्या, तेवीस वर्षांच्या एका युवकाने नंतर जी भरारी घेतली ती संपूर्ण दुनियेला थक्क करून सोडणारी आहे. आधी बावीस वर्षे दक्षिण आफ्रिकेत आणि त्यानंतरची हिंदुस्थानातील बत्तीस वर्षे ह्यांदरम्यान त्यांनी

जी गरुडझेप घेतली, ती भल्याभल्यांना हबकवून टाकील अशीच आहे. स्वराज्याचे आंदोलन हे केवळ एक निमित्त! खरे तर, ब्रह्मचर्यापासून ते ब्रह्मापर्यंतच्या चिंतनाचा, केवळ हिंदूंसाठीच नव्हे तर अखिल मानवजातीच्या सुखासाठीचा तो एक यज्ञ होता. कृष्णाप्रमाणेच गांधीजी सुद्धा अयशस्वीच ठरले आहेत. कृष्णाने जशी आपल्या डोळ्यांदेखत यादवी घडताना पाहिली तशीच स्वजनांची संहारलीला गांधींनी आपल्या उघड्या डोळ्यांनी पाहिली. गांधी ती थांबवू शकले नाहीत. मानवजातीच्या सुखाची काळजी वाहण्याचे दोघांचेही प्रयत्न निष्फळ ठरले.

दोघे अयशस्वी ठरले असले तरी त्यांच्या प्रयत्नांना आलेल्या अपयशानंतरही त्यांचे अनुसरण केल्यावाचून मात्र कुणालाच चालण्यासारखे नाही. ह्या दोघांपैकी एकाचेही, व्यवहारी जगातील एकही व्यक्ती, पूर्णतया अनुसरण कधीच करू शकणार नाही, आणि पूर्णपणे त्यांच्यासारखे वागणे कुणालाही शक्य होणार नाही हे कळल्यानंतर सुद्धा, त्यांना अनुसरल्यावाचून गत्यंतर नाही हे वास्तवही स्वीकारावेच लागते, हा मोठाच 'वदतोव्याघात' आहे.

माणूस म्हणजे देह अधिक आत्मा. देह आणि आत्मा मिळूनच माणूस बनतो. देह दृश्य आहे, आत्मा अदृश्य आहे; तरी पण जे अदृश्य आहे ते नाहीच असे तर कुणी म्हणून शकत नाही. त्यामुळे, देहापाशी जसे दैहिक बळ असते तसेच आत्म्यापाशी त्याचे आत्मिक बळ असते. माणसाचा देह आणि त्याचा आत्मा दोन्ही जेव्हा एकसमान शुद्ध आणि पवित्र होतात तेव्हाच तो माणूस 'चांगला' म्हटला जातो. पण प्रत्यक्षात असे घडत नाही. हा केवळ एक 'आदर्श' आहे. हे कृष्णाला माहीत आहे आणि गांधींनाही माहीत आहे. कृष्ण म्हणतो - 'एखादा माणूस जर भलाचांगला होण्याची शक्यताच उरली नसेल तर त्याच्यातल्या 'वाईटा'ची वाढ रोखण्यासाठी, त्याचा वाईटपणा आणखी फैलावू नये, ह्यासाठी, पर्यायाने संपूर्ण समाजाला त्याच्यापासून वाचवण्यासाठी अशा माणसाचा वध केला पाहिजे.' एकप्रकारे ही कृष्णाची 'शस्त्रक्रिया'च आहे. ह्या ठिकाणी कृष्णाचा मार्ग सुश्रुताचा ('सर्जरी'चा) मार्ग आहे. ह्याउलट दुसऱ्या टोकाला गांधी म्हणतात, की देह अधिक आत्मा असलेला असा 'समोरचा' माणूस जर 'चांगला' होत नसेल, त्याच्यात सुधारणा घडून येत नसेल तरी त्याचे हृदयपरिवर्तनच केले पाहिजे. मग त्यासाठी प्रतिपक्षाला, म्हणजे मला, आत्मबलिदान करावे लागले तरी हरकत नाही. समजा अशा आत्मबलिदानानंतरही त्याचे हृदयपरिवर्तन झाले नाही, तरी माझ्या बलिदानाने विश्व अधिक चांगले होऊ शकेल. अशा रितीने गांधींची शुश्रूषा म्हणजे चरकाचा मार्ग आहे.

मार्ग सुश्रुताचा असो की चरकाचा, शेवटी दोघेही आहेत धन्वंतरीचेच अनुज! समुद्रमंथनातून प्रगट झालेल्या धन्वंतरीच्या हातांतल्या जीवनकुंभातल्या पवित्र जलाचा अखिल मानवजातीवर शिडकावा करण्यासाठी दोघेही झटले होते.

॥३॥

भिन्न मार्गावरील अभिन्न प्रवासी

कृष्ण आणि गांधी, दोघेही आपापल्या जीवनकालातच तत्कालीन समाजाशी एकरूप झाले होते हे आपण पाहिलेच आहे. त्या दोघांना तत्कालीन समाजात जेवढे आणि जसे स्थान मिळाले होते तेवढे स्थान अन्य कोणतेही धर्मसंस्थापक, धर्मोपदेशक,समाजसुधारक किंवा विचारक मिळवू शकले नव्हते. ह्या दोघांचा समाजावरील प्रभावही एकांगी नव्हता. बुद्ध किंवा येशू ह्यांच्या ठराविक प्रतिमेचीच आपण कल्पना करू शकतो. बासरी वाजवणारा बुद्ध किंवा नृत्य करणारा येशू हे कल्पनेतही कधीच संभवत नाही. महावीर शौचालय स्वच्छ करत आहे किंवा सॉक्रिटिस उष्टी काढत आहे, अशीही कुणी कधीच कल्पना करू शकणार नाही. सॉक्रिटिस म्हटले, की एक विशिष्ट बौद्धिक दृष्टिकोन (approach) हेच ठरलेले. बुद्ध अथवा महावीर म्हणजे दुःखमुक्तीसाठी किंवा निर्वाणासाठी उपदेशच करणार. बाकी सगळ्यांच्या अशा विशिष्ट चौकटी ठरलेल्याच आहेत. कृष्ण आणि गांधी मात्र कुठल्याच एका चौकटीत बंदिस्त नाहीत. नृत्य करणाऱ्या गांधींची कल्पना भले करता येणार नाही; परंतु ज्यांच्या माथ्यावरचा सूर्य कधीच मावळत नव्हता अशा ब्रिटिश सत्तेला 'चले जाव,' असे बजावण्यापासून ते नौखालीच्या पदयात्रेच्या काळात एकोणीस वर्षांच्या मनूसह विवस्त्र अवस्थेत निजून आपल्या ब्रह्मचर्याची परीक्षा पाहण्यापर्यंत बहुविध क्षेत्रांत विहार करणारे, अशी त्यांची कल्पना करणे शक्य आहे. तीच गोष्ट कृष्णाची! यमुनाजळी स्नान करणाऱ्या गोपींची वस्त्रे पळवून कदंब वृक्षावर जाऊन बसणारा कृष्णच हस्तिनापूरच्या द्यूतसभेत वस्त्रहीन होऊ घातलेल्या द्रौपदीला वस्त्रे पुरवील. एवढेच काय, भौमासुराचा वध करून, सोळा सहस्र स्त्रियांना आपल्या अंतःपुरात सन्मानित अवस्था प्राप्त करून देणारा कृष्ण, कुरुक्षेत्रावरच्या अठरा अक्षौहिणी सैन्याच्या धुमश्चक्रीत टिटवीच्या एखाद्या निरपराध पिल्लाचेही रक्षणच करेल.

कृष्ण आणि गांधी-दोघांचे जीवन अपार गूढांनी भरलेले आहे. जिथे म्हणून मानवजीवनातील कोडी, गूढ रहस्ये आढळतील ती ती सारी उलगडण्याची, उकलण्याचा प्रयत्न करण्याची जगभरातल्या लेखकांना, कलाकारांना ओढ असते. बहुतेक सर्व

कलाकृती स्त्री-पुरुष संबंधांबद्दलच का असतात, त्याचे स्पष्टीकरण करताना गुरुदेव टागोरांनी म्हटले होते, की सतरा, अठरा, वीस वर्षांची एखादी युवती आणि वीस, बावीस, पंचवीस वर्षांचा एक युवक, ज्यांची आयुष्यात ह्यापूर्वी कधी गाठभेटही झालेली नाही, त्यांची एके दिवशी अचानक गाठ पडते आणि परस्परांखेरीज तिसऱ्या कुणाचे जणू अस्तित्वच नाही, अशी अनुभूती त्यांना होते ह्यामागे एक रहस्य दडलेले आहे. हे असे का घडते त्याचा अजून कुणाला थांग लागलेला नाही. प्रत्येक सृजनकार, प्रत्येक कलाकार आपापल्या कलाकृतीत, आपापल्या रचनेत स्त्री-पुरुषांचे निमित्त करून हे रहस्य उलगडण्याचा प्रत्येक वेळी नव्याने प्रयत्न करत असतो.

कृष्ण आणि गांधी ह्या दोघांच्या जीवनाबद्दलही अगदी असेच म्हणता येईल. धर्माचे पाठबळ असणाऱ्या आणि जगभर पसरलेले अब्जावधी अनुयायी असणाऱ्या 'बायबल' ह्या ख्रिस्तींच्या धर्मग्रंथाच्या किंवा 'कुराण' ह्या मुसलमानांच्या धर्मग्रंथाच्या प्रती सर्वांत जास्त छापल्या जात असतील, सर्वांत अधिक वाचल्या जात असतील; परंतु एकाच व्यक्तीवर जगभरातल्या वेगवेगळ्या लेखकांनी लिहिलेल्या रचनांची संख्या लक्षात घेतली तर सर्वोच्च स्थान 'कृष्ण' आणि 'गांधी' या दोघांना देता येईल. तसे पाहता, कृष्णाबद्दल माहिती मिळवायला आणि 'कृष्ण' जाणून घ्यायला फक्त चार मुख्य ग्रंथांचाच आधार आहे. 'महाभारत', 'श्रीमद्‌भागवत', 'हरिवंश पुराण' आणि 'विष्णुपुराण!' कृष्णाबद्दल ह्या चार ग्रंथांखेरीज इतर कुठेही जे जे काही लिहिले गेले आहे, त्या सगळ्याचा उगम ह्या चारांपैकी कोणत्या ना कोणत्या एका ग्रंथात आहे. वेगवेगळ्या दृष्टिकोनातून कृष्णाला निरखता, पारखता येईल, त्याचे मूल्यमापन करता येईल. हे सर्व भक्तिभावाने होऊ शकेल अथवा द्वेषभावनेतूनही घडेल.कृष्णाबद्दल जे आणि जेवढे लिहिले गेले आहे, ते सर्वच काही भक्तिभावाने आलेखले गेले आहे, असे नाही. ज्याच्या जीवनात गूढ रहस्ये सामावलेली असतात त्याच्या प्रत्येक कृतीचे वेगवेगळे अर्थ लावले जाणारच. त्यामुळेच, कृष्णाला खोडून काढणाऱ्या, त्याच्यावर टीका करणाऱ्या, त्याला कमीपणा आणणाऱ्या आणि त्याला तिरस्कृत समजणाऱ्या लिखाणांची संख्याही लहानसहान नाही. असे असूनही कृष्णाचे जीवनरहस्य असे काही मोहक आहे, की भक्तिभावाने असो की द्वेषभावाने, कुणाही लेखक-कलाकाराला त्याच्याबद्दल काहीतरी म्हटल्यावाचून राहवतच नाही!

गांधींचेही अगदी असेच आहे. कृष्णाच्या जीवनकहाणीत पुराण-कल्पनांची भरपूर सरमिसळ झाली आहे; पण गांधींचे जीवन तर अगदी कालपरवाचीच गोष्ट आहे आणि तरीही गांधींच्या आयुष्यातही उघडउघड विरोधाभास आहेत. फिनिक्स वसाहतीत किंवा 'टॉलस्टॉय फार्म'मध्ये पाऊलही ठेवता येऊ नये, अशी पडीक जमीन होती. तेथे सापही खूप होते. तिथल्या कोणत्याही सापाला मारायचे नाही,

असे गांधींनी स्पष्टपणे बजावले होते. १९२६ साली अहमदाबादमध्ये जेव्हा अंबालाल साराभाईंनी आपल्या मिलच्या आवारात सुमारे साठएक भटक्या कुत्र्यांना पकडून मारून टाकायला लावले आणि 'जीवदया समिती'ने त्याविरुद्ध गांधीजींकडे तक्रार केली तेव्हा ह्याच गांधींनी भटकी कुत्री मारून टाकणाऱ्या अंबालाल साराभाईंचे कृत्य वाजवी ठरवले. फार काय, 'हिंसक मार्गाने जर स्वराज्य मिळत असेल तर ते स्वराज्य मला चालणार नाही,' असे म्हणणाऱ्या गांधीजींनी 'यंग इंडिया'च्या अंकामध्ये कुत्री मारण्याचे कृत्य उचित ठरवणारे लेखही लिहिले. त्या लेखांत आणखी असेही लिहिले, की एखादा माणूस हाती तलवार घेऊन वाटेल त्याला वाटेल तसे मारत असेल, वेडा झाला असेल, पकडला जात नसेल तर त्याला गोळी घालून मारणे म्हणजे हिंसा नव्हे.

राष्ट्रीय ऐक्य साधण्यासाठी आंतरजातीय विवाहांना प्रोत्साहन देणारे गांधीजी देवदास किंवा मणिलाल ह्या आपल्या पुत्रांनी अशा विवाहाचा प्रस्ताव मांडला तर त्याला चटकन संमती देत नाहीत. एका आश्रमात राहणारे सगळे आश्रमवासी एकमेकांचे भाऊ-बहीण असतात, ही समजूत लोकांच्या गळी उतरवायला धडपडणारे गांधी, लक्ष्मी नावाच्या आश्रमवासी हरिजन कन्येचे एका आश्रमवासियाशी लग्न लावून देतात! एखाद्या लहानग्या पोराने साधी भजी खाल्ल्यावर गांधीजींकडे त्या गोष्टीची कबुली दिली नाही, आणि नंतर ती गोष्ट उघडकीला आली तर गांधीजी लगेच उपोषणाला बसतात; पण तेच गांधी आश्रमवासी मुसलमानांच्या, ख्रिश्चनांच्या जेवणाखाण्याच्या आवडीनिवडी लक्षात घेऊन त्यांना गोमांस वाढायला तयार होतात. गांधीजींच्या अशा कोड्यात टाकणाऱ्या वागणुकीतील कोडी उकलण्याचा प्रयत्न करण्याचे आकर्षण कुणालाही वाटणारच!

गांधींनी वारंवार म्हटले आहे, की मी कोणत्याही शत्रूवर, अनेकदा फसवला गेल्यावरही पुन्हापुन्हा विश्वास ठेवायला तयार आहे. त्यामागचे कारण एकच, की गांधींनी कधीच कुणाला आपला शत्रू मानले नाही. अशा विश्वासापायी त्यांची अनेकदा फसवणूकही झाली आहे. राजकोटचा शाळासोबती शेख महेताब ते दक्षिण आफ्रिकेचा जनरल स्मट्स किंवा हिंदुस्थानात महमद अली जीना ह्या सगळ्यांनी वारंवार त्यांचा वचनभंग केला आहे, फसवणूक केली आहे, विश्वासघात केला आहे. कृष्णाच्या आयुष्यात मात्र, फसवणूक करायला येणाऱ्याला कृष्ण स्वतःच फसवून जातो, ह्याबद्दल कुणाला नवल वाटत नाही.

महाभारत-युद्धाच्या वेळी अर्जुनाने जयद्रथाचा वध करण्याची प्रतिज्ञा केली, त्या वेळी दिवस मावळल्याचे मायाजाल रचून कृष्णाने सर्वांना चकवले होते आणि आता आपल्याला काही भय नाही, असे मानून बाहेर आलेल्या जयद्रथाचा अर्जुनाच्या हातून वध करवला होता. कृष्ण आणि गांधी ह्या दोन विभूतींमध्ये असा जमीन-अस्मानाचा

फरकही आहे.

१९५४ साली दिल्लीहून प्रकाशित झालेल्या एका ग्रंथात अशी माहिती देण्यात आली आहे, की गांधींबद्दल आत्तापर्यंत (म्हणजे-१९५२-१९५३ पर्यंत) जगातल्या वेगवेगळ्या भाषांमध्ये मिळून ३६५४ पुस्तके लिहिली गेली आहेत. १९७६ पर्यंत एकट्या अमेरिकेतल्या विद्यापिठांमध्ये गांधी किंवा गांधी-विचार ह्याबद्दल शोधनिबंध लिहून डॉक्टरेट पदवी प्राप्त करणारे तीस जण होते. आता इतक्या वर्षांनंतर ह्या संख्येत किती वाढ झाली असेल त्याची कल्पना करता येईल.

...आणि तरीही, ज्याप्रमाणे कृष्ण आणि कृष्णाचे आयुष्य समजून घेण्यासाठी, आधी म्हटल्याप्रमाणे चारच मूळ ग्रंथ आहेत, त्याचप्रमाणे गांधी किंवा गांधी-विचार समजून घेण्यासाठी फक्त पाचएक मूळ ग्रंथ आहेत. ते असे - १) सत्याचे प्रयोग अथवा आत्मकथा, २) दक्षिण आफ्रिकेच्या सत्याग्रहाचा इतिहास, ३) प्यारेलाल लिखित पूर्णाहुती भाग १ ते ४ आणि ४ महादेवभाईंच्या सर्व डायऱ्या. ह्यांत अलीकडेच ज्या ग्रंथाची महत्त्वपूर्ण भर पडली आहे, तो म्हणजे श्री. नारायण देसाई लिखित गांधीजींचे जीवनचरित्र 'मारु जीवन एज मारी वाणी' (माझे जीवन हाच माझा संदेश). ह्यानंतर कृष्णाबद्दल किंवा गांधींबद्दल जे काही लिहिले गेले, लिहिले जात आहे, त्यात लिहिणाऱ्यांनी आपापल्या दृष्टिकोनाची भर घातली आहेच; परंतु कुठे अपुरी समज, निरखून पारखून घेण्यातली उणीव, कधी निश्चित पूर्वग्रह तर कधी अपार भक्ती अशांसारख्या कारणांनी सत्याचा, वास्तवाचा बळी घेतला आहे. सत्याचा असा बळी घेतल्याची असंख्य उदाहरणे देता येण्यासारखी आहेत.

दोघांच्या आयुष्याच्या अखेरीच्या काळात चटकन नजरेत भरण्याइतके साम्य आहे. महायुद्धानंतरचा, अखेरच्या छत्तीस वर्षांचा काळ कृष्णाने जवळजवळ एकाकी आणि उपेक्षित, दुर्लक्षित अवस्थेत कंठला आहे. विवेकाचे भान विसरून यादव आप्तजन सुरा आणि सुंदरी यांमध्ये बुडले होते, आसपासचा कलह वाढतच होता. हे सर्व नजरेसमोर घडत असताना कृष्ण ते रोखू शकला नाही, कृष्णासारख्या युगपुरुषाच्या मुलांनी पोटाला तसराळे बांधून देवर्षी नारद इत्यादींची थट्टा केली आणि परिणामी शाप भोगले. कृष्णाने द्वारकेत मद्यपानाला मनाई लागू केली; परंतु तो ती अमलात आणू शकला नाही. कृष्णाच्या ह्या सगळ्या स्वजनांनी त्याची नजर चुकवून मद्यपान, द्यूत इत्यादी दुर्गुणांना रान मोकळे करून दिले आणि सगळे कळत असून कृष्णाचा नाइलाज झाला. शेवटी कृष्णाच्या ह्या सगळ्या स्वजनांनीच परस्परांशी लढून, भांडून, पूर्णतया बेभान होऊन, मारून-ओरबाडून एकमेकांचा नाश केला. उघड्या डोळ्याने हे पाहणाऱ्या कृष्णाचा, एक प्राणी समजून कुण्या पारध्याने आपल्या बाणाने वेध घेतला.

गांधींच्या आयुष्याची शेवटची वर्षेही अशीच दुःखमय आहेत. ज्या गांधींनी

स्वराज्याची नौका किनाऱ्याला लावली, त्या गांधींना त्यांच्या आप्तगणांप्रमाणे असणाऱ्या जवाहरलाल, सरदार वल्लभभाई वा मौलाना आझाद ह्या सगळ्यांनी या ना त्या प्रकारे फसवलेच आहे. गांधी देशाची फाळणी करण्याच्या विरुद्ध होते म्हणून त्यांना जवळजवळ अंधारातच ठेवून ह्या सर्वोच्च नेत्यांनी व्हाइसरॉय लॉर्ड माऊंटबॅटनशी हातमिळवणी केली. जे गांधी कोट्यवधी देशवासीयांना आपल्या समवेत घेऊन जाऊ शकत होते, प्रसंगी प्रवाहाच्या उलट पोहूनही प्रवाहाचा ओघ वळवू शकत होते, ते गांधी अगतिक ठरले. बहुसंख्य हिंदूनी म्हटले, ''गांधी मुसलमानांना धार्जिणे आहेत.'' देशातल्या बहुसंख्य मुसलमानांनी म्हटले, ''पाकिस्तानला गांधींचाच विरोध आहे.'' एवढे कमीच होते म्हणून की काय, गांधी अत्यंत हताश झालेले असताना, कृष्णाप्रमाणेच, समोर घडणारे सर्व उघड्या डोळ्यांनी बघत राहिले. कलकत्ता असो की नौखाली, अमृतसर असो की लाहोर, सर्वत्र एकमेकांची कत्तल करणाऱ्या स्वजनांकडे पाहत राहिले ...आणि समोर दिसणारे हे भयाण दृश्य संपायच्या आतच कुण्या एका मारेकऱ्याच्या गोळीने त्यांचा वेध घेतला!

काहीही करून युद्ध टाळायची कृष्णाची इच्छा होती. उपप्लव्याहून निघून हस्तिनापुरात दूत म्हणून जाण्यासाठी निघताना त्याने द्रौपदीचे सांत्वन करण्यापुरते म्हटले होते, ''तू जे दुःख सहन केलेस, तेच दुःख आता शत्रूच्या स्त्रियांना भोगावे लागेल. परंतु हे दुःखाने व्याकूळ झालेल्या एका स्त्रीचे सांत्वन करणारे शब्द होते. हस्तिनापुरात तर त्याने पाच गावांवरही समेट करायची तयारी दर्शवली होती. पांडवपक्षाला येऊन मिळाल्यास सम्राट करण्याची लालूचही कर्णाला दाखवली होती. युद्ध टाळण्यासाठी ज्येष्ठ कुरूंनी दुर्योधनाचा त्याग करून कुळाला वाचवावे, ह्यासाठी प्रयत्न केला. शेवटी साक्षात कृष्णालाच दुर्योधन कैद करेल, अशी परिस्थिती निर्माण झाली त्या वेळी उग्र रूप धारण करून क्रोधही दर्शवला. एवढे सगळे करूनही कृष्णाचे प्रयत्न निष्फळ ठरले. युद्ध झालेच.

कृष्ण त्याच्या युगातील परमपुरुष होता. त्याच्या निर्वाणानंतर हजारो वर्षे उलटली तरी हे परमतत्त्व मंदावलेले नाही. अवघ्या प्राणिमात्रांबद्दलची करुणा ह्या तत्त्वाच्या मुळाशी होती. कृष्णाने जेव्हा केव्हा एखाद्याला विरोध केला, प्रसंगी त्याचा वधही केला तेव्हा तो रोषापोटी, द्वेषापोटी, वैरापोटी कधीच नव्हता. त्यात होती केवळ करुणा! ज्या करुणेत पीडित, व्यथित हृदयाची अगतिकता उमटत होती अशी करुणा. असह्य दुःखाने पिडलेल्या स्वजनाला पीडामुक्त करू शकेल, असा अन्य कुठला पर्यायच उरला नसेल अशा वेळी त्याला शांतवण्यासाठी, त्याची सुटका करण्यासाठी, नाइलाजाने, त्याच्या दुःखाचा अंत करण्यासाठी अपरिहार्यपणे जो उपाय करावा लागतो त्या उपचाराची करुणा, कृष्णाच्या अशा तथाकथित वधकर्मांच्या वेळी दिसून येते. गांधींच्या बाबतीतही असेच झाले आहे. गांधींनी

कुणाचा वध केला नाही. त्यांनी तर स्वतःच पीडा भोगली आहे. ह्या स्व-पीडेला - एका अर्थी आत्महत्येला-त्यांनी वाट चुकलेल्या स्वजनांच्या मुक्तीचा मार्ग मानले आहे. कृष्णाच्या जीवनात करुणेला जे स्थान आहे, तेच गांधींच्या जीवनात प्रेमाला आहे.

||४||

हे कृष्णभक्त आणि हे गांधीवादी

कृष्ण ज्याप्रमाणे त्याच्या युगात 'परमपुरुष' म्हणून मान्यता पावला होता, त्याचप्रमाणे गांधीही त्यांच्या समकालीन लोकांमध्ये एक 'लोकोत्तर पुरुष' ठरले होते. अशा लोकोत्तर पुरुषांचे एक वैशिष्ट्य असत-बहुतेक वेळी स्वतःला वाहत्या प्रवाहात झोकून देऊन, पोहतपोहत सर्वांच्या पुढे निघून जाऊन ते आपले 'वेगळेपण' उघड करत नाहीत. ते स्वतःला झोकून देतात; वाहत्या प्रवाहात नव्हे तर उलट प्रवाहात! ते केवळ प्रवाहाच्या विरुद्ध दिशेने पोहत राहत नाहीत, तर वेळोवेळी प्रवाहाची दिशाच बदलून टाकतात. असहकाराचे आंदोलन असो, की अस्पृश्यतानिवारण असो, गांधी प्रवाहाच्या विरुद्धच पोहले आहेत आणि कोट्यवधी देशबांधवांना आपल्या समवेत घेऊन गेले आहेत. १९४७ साली फाळणीच्या अवघड क्षणी मात्र गांधी प्रवाहाच्या विरुद्धही पोहले नाहीत, की प्रवाहाच्या बरोबरही वाहत गेले नाहीत. खरे तर विभाजनाच्या क्षणी कुठलाही प्रवाह नव्हताच. होते ते केवळ भोवरे! ह्या भोवऱ्यांत जे ओढले गेले, जे अगदी निर्दोष होते, त्यांना वाचवण्याची कामगिरी त्या क्षणी गांधींनी आपल्या शिरावर घेतली. लोकोत्तर ठरावी अशीच ही कामगिरी होती. लोकोत्तर पुरुषांच्या कार्यामागे केवळ जनसामान्यांच्या इच्छा-अपेक्षांची पूर्ती करणे एवढाच मर्यादित हेतू नसतो. तत्कालीन प्रजेची आत्यंतिक निकडीची कामे मोठ्यात मोठा धोका पत्करूनही ते आपल्या शिरावर घेत असतात. गांधींनी तेच केले. स्वातंत्र्य-सूर्य उगवत होता, स्वतंत्रतेची पहाट होत होती अशा वेळी कलकत्ता, नौखाली, बिहार आणि दिल्ली येथील रणांगणांत गांधी आपली शेवटची लढाई लढत होते. त्यांना अधिक समय लाभता तर ते आपल्या आयुष्याच्या ह्या अखेरच्या लढाईसाठी पाकिस्तानात जायलाही कचरले नसते.

राजसूय यज्ञाच्या वेळी अतिथींची उष्टी काढण्याचे आणि खरकटी भांडी धुण्याचे काम कृष्णाने स्वेच्छेने स्वीकारले होते. परमोच्च स्थानी विराजमान होण्याने महापुरुषांची महत्ता संपन्न होत नसते. परमोच्च शिखरावर पोहोचल्यावरही एखाद्या लहानात लहान, किरकोळ, वरकरणी अतिशय हीन वाटणाऱ्या कामाला ते ज्या पद्धतीने

गौरव प्राप्त करून देतात त्यावर ते मोठेपण अवलंबून असते. राजसूय यज्ञासाठी जमलेल्या असंख्य समकालीन महाभागांपैकी सर्वश्रेष्ठ पुरुषाला देण्याच्या प्रथम अर्घ्याचा सन्मान कृष्णाला मिळाला होता. त्याच कृष्णाने अतिथींच्या भोजनानंतर त्यांची उष्टी काढली. त्यात कसला अट्टाहास नव्हता की कसला संकोच, कमीपणा नव्हता. उलट त्याला त्यात गौरवच वाटला होता. थेट विसाव्या शतकात गांधीजींनी ज्याला अंत्योदय म्हटले, तसेच हे काम आहे. मार्क्ससारखा समाजवादी विचारसरणीचा पुरस्कर्ता आपल्या 'कॅपिटल'सारख्या महाग्रंथात श्रमप्रतिष्ठेचा (Dignity of Labour) उल्लेख करतो. कृष्णाने असा एखादा महानिबंध लिहिला नाही; पण श्रमांचे महत्त्व आपल्या जीवनात साक्षात आचरले आहे. मणभर उपदेशापेक्षा कणभर आचरण अधिक श्रेष्ठ ठरते, ह्याचे हे उत्तम उदाहरण आहे.

अशीच आणखी एक नेत्रदीपक कामगिरी कृष्णाने कुरुक्षेत्रावरील युद्धातही केली आहे. रोज संध्याकाळी युद्धविरामानंतर सगळे सैनिक आणि सेनापती आपापल्या पक्षातल्या जखमींच्या सेवाशुश्रूषेत मग्न असत. सेनानायक दुसऱ्या दिवसाच्या युद्धाच्या व्यूहरचनेत दंग असत. त्या वेळी स्वतःचा काहीच दोष नसताना केवळ युद्धखोर माणसांमुळे जखमी झालेल्या घोड्यांची काळजी घेण्यात, त्यांची देखभाल करण्यात कृष्ण गुंतलेला असे. 'आपल्या शेजाऱ्यावर प्रेम करा,' असे कृष्णविलयानंतर कित्येक वर्षांनी येशूने म्हटले. येशूच्या ह्या शिकवणुकीवर टिप्पणी करताना गांधींनी एकदा म्हटले होते, की 'शेजारी' म्हणजे केवळ माणसेच नव्हेत, पशूही आपले 'शेजारी'च असतात. आपल्या आजूबाजूच्या प्राणिसृष्टीचाही सांभाळ करण्याची गांधींची कळकळ ह्यात दिसून येते. येशू आणि गांधी दोघांच्या हजारो वर्षे आधीच कृष्णाने ही गोष्ट प्रत्यक्ष साकार करून दाखवली होती.

येशूच्या उपदेशाचा गांधींनी विस्तार केला; परंतु तेवढ्यावर ते थांबले नाहीत. गांधीजी केवळ 'वाचावीर' नव्हते; ते 'कर्मयोगी' होते. दक्षिण आफ्रिकेत गांधीजींच्या सोबत त्यांच्या घरात कितीतरी ख्रिस्ती, मुसलमान आणि अन्य भारतीय सुद्धा राहत होते. त्यांत काही परदेशी माणसेही असत. त्या काळी झोपायच्या खोलीच्या आसपास रात्रीच्या वेळी लघुशंकेला जाण्यासाठी काही विशेष सोय नसे. त्यासाठी खोलीत एक भांडे ठेवलेले असे. सगळ्यांच्या मूत्राने भरलेले हे भांडे गांधी स्वतः साफ करत. फार काय, कस्तुरबांकडून-आपल्या पत्नीकडूनही-साफ करवून घेत. कस्तुरबांना हे काम मुळीच आवडत नसे. त्या वेळी गांधी अजून 'महात्मा' झाले नव्हते. दोघांमध्ये ह्या कामावरून भांडणदेखील होई; पण गांधी स्वत: ते करत आणि पत्नीलाही करायला लावत.

दक्षिण आफ्रिकेतल्या तीन वर्षांच्या वास्तव्यानंतर १८९६ मध्ये गांधी सहा महिन्यांसाठी राजकोटला आले. त्या वेळी राजकोटमध्ये साथीचे रोग फैलावण्याची

भीती होती. सहा महिन्यांसाठी आलेल्या गांधींनी विश्रांती घ्यायचे सोडून, राजकोटच्या आरोग्यखात्याला कळवून शहराची स्वच्छता करायचे काम आपल्याकडे घेतले. साथीच्या रोगांच्या मुळाशी शौचालयाची घाण असते. त्या काळात आजच्यासारखी फ्लश पद्धतीच्या शौचालयांची सोय नव्हती. घरोघर जाऊन शौचकूप तपासून स्वच्छ करण्यासाठी गरज पडेल ते सर्व करण्याचे काम गांधींनी आपल्या माथ्यावर घेतले. १९०१ साली पुन्हा एकदा गांधी आफ्रिकेतून हिंदुस्थानात आले होते आणि कलकत्ता काँग्रेसच्या अधिवेशनाला हजर राहिले होते. काँग्रेस प्रतिनिधींना राहायला दिलेल्या जागी इतकी असह्य घाण होती, की दुसरे काही करण्याऐवजी गांधींनी कुठूनतरी एक खराटा मिळवला आणि दुर्गंधीने भरलेले संडास साफ करायला सुरुवात केली. अधिवेशनाच्या यजमानांनी ते पाहिले. स्वयंसेवक शरमले. सगळ्यांनी गांधींना साथ दिली आणि सफाईसाठी आवश्यक कामगारही बोलावले.

कृष्णाच्या रासलीलेचा अर्थ वेगवेगळ्या विद्वानांनी वेगवेगळ्या पद्धतीने लावला आहे. रासलीलेचे मर्म उलगडण्याचा प्रयत्न बहुतांशी, आपल्या पूर्वनिर्धारित मतांचे समर्थन करण्यासाठीच होत आला आहे. जिथे धर्माचा संबंध येतो, त्या क्षेत्राला ह्यात काही नवीन नाही. कडवे अनुयायी आणि धर्मोपदेशक असेच करत आले आहेत; परंतु कृष्णाच्या रासलीलेतील लक्षवेधी गोष्ट अशी, की कृष्णाने तत्कालीन समाजातील स्त्रियांना निर्भय बनवले. आपापल्या घराच्या चार भिंतींबाहेर येऊन सामाजिकरीत्या सक्रिय होण्यास उद्युक्त केले. समाजाचा अर्धाअधिक भाग स्त्रीशक्ती हा आहे. समाजजीवनात घडणाऱ्या घटनांबद्दल समाजाचे हे अर्धे अंग जर निष्क्रिय असेल किंवा पूर्णपणे उपेक्षित असेल तर सामाजिक प्रगती तेवढ्या प्रमाणात खुंटेल अथवा तिला विलंब तरी लागेल. गांधीजींच्या आगमनापूर्वी भारतीय राजकारणात आणि समाजकारणातही स्त्रिया विशेष कार्यप्रवृत्त नव्हत्या. गांधीजींनी ह्या स्त्रीशक्तीला आपल्या यात्रेत सामील करून घेतले. पुढील काळात कित्येक स्त्रियांच्या लक्षात आले, की स्त्रियांच्या कोणत्याही प्रश्नांची, किंबहुना स्त्रीजीवनातील कोणत्याच गोष्टीची गांधीजींशी चर्चा करताना त्यांना कधीच कसलाच संकोच वाटला नाही; इतके गांधीजी स्त्रीजीवनाशी एकरूप झाले होते.

सार्वजनिक चळवळीत स्त्रियांना सामील करून घेतले असले तरी दांडीयात्रेच्या वेळी गांधीजींबरोबरच्या इतर ७९ सत्याग्रहींमध्ये मात्र एकही स्त्री नव्हती. 'आम्हांला ह्या यात्रेत सहभागी करून घ्या,' म्हणणाऱ्या स्त्रियांनाही गांधींनी तशी परवानगी दिली नाही. त्यामागचे कारण सांगताना ते म्हणाले होते, की मध्ययुगात ज्या वेळी राजपूत आणि मुसलमान ह्यांच्यात युद्धे होत, त्या वेळी मुसलमान सैन्याच्या आघाडीला खूपशा गायी ठेवल्या जात. राजपूत सैनिक त्या गायींवर शस्त्रे चालवत नसत आणि गायींच्या आडून मुसलमान सैनिक मनसोक्त प्रहार करीत तेव्हा त्यांना प्रतिकार होत

नसे. दांडीयात्रेतील सहभागी ७९ सत्याग्रहींना कारावासालाच नव्हे तर लाठीमार-गोळीबारालाही तोंड द्यावे लागण्याची शक्यता होती. दांडीयात्रेत स्त्रिया असत्या तर, आपल्या स्त्रीदाक्षिण्याबद्दल विश्वविख्यात असणाऱ्या इंग्रज सार्जंटांनी कदाचित प्रहार केले नसते. तसे झाले असते तर ते वाजवी ठरले नसते. सत्याग्रही उघडउघड कायदेभंगासाठी निघाले होते आणि तो कायदेभंग होऊ न देणे, हे सरकारचे कर्तव्य होते. सरकारला आपले कर्तव्य पार पाडण्यात अडचण येईल, असे काहीही करणे हे सत्याग्रहाच्या मूलभूत सिद्धांताच्या विरुद्ध होते.

कृष्णाला धर्मवेत्ता म्हटले गेले आहे. भीष्म, युधिष्ठिर, विदुर हे सुद्धा कमी-अधिक प्रमाणात धर्मज्ञ ठरले आहेत. ह्या सगळ्यांमध्ये कृष्णाचे एक विशिष्ट स्थान आहे. धर्माची सूक्ष्मातिसूक्ष्म रहस्ये उकलता आली नाहीत, तर ती उलगडून घेण्यासाठी भीष्म, युधिष्ठिर, अगदी विदुरसुद्धा शेवटी कृष्णाकडेच येतात...असे असले तरीही, कृष्णाच्या आयुष्यातल्या कितीतरी घटना अगदी स्पष्टपणे धर्मविरोधी वाटाव्यात अशा आहेत. कृष्णाने स्वतःच केलेल्या धर्माच्या व्याख्येच्या विपरीत असे त्याचे वर्तन वरवर पाहणाऱ्याला गोंधळून टाकते. गांधींचेही अगदी तसेच आहे. गांधी सत्यालाच ईश्वर म्हणतात; परंतु त्यांचे ते सत्य एखाद्या परिस्थितीत जसे दिसते त्यापेक्षा दुसऱ्या ठिकाणी अगदीच वेगळ्या रूपात दिसून येते. कृष्ण आणि गांधी, दोघांच्या आयुष्यातल्या 'तथाकथित' विसंवादांबद्दल सोदाहरण तपशीलवार चर्चा पुढील प्रकरणांत करूच. सांगण्याचा मुख्य मुद्दा एवढाच, की कृष्ण आणि गांधी दोघेही एका दृष्टिक्षेपात समजण्यासारखे नाहीत. त्यामुळे झाले काय की कृष्णभक्त असोत वा गांधी-अनुयायी असोत, आपल्या अर्धवट आकलनात आपला भक्तिभाव मिसळून, आपल्याला अनुकूल असे परस्परभिन्न अर्थही त्यांनी काढले आहेत. कृष्णाच्या आणि गांधींच्या अजाण विरोधकांना ह्या दोघांबद्दल उदारमत दाखवणे तर अवघड झालेच; पण तटस्थ राहणेही जमले नाही. दोन्ही विभूतींच्या जीवनातील विसंवादांवर टीकाटिप्पणी करताना त्यांचे विरोधक प्रसंगी आपली बौद्धिक क्षमताही हरवून बसले आहेत.

'कृष्णाचे काही कळत नाही', 'गांधी आपल्याला कळत नाहीत,' असे म्हटले तरी त्यांच्या भक्तांना, त्यांच्या अनुयायांना 'जय श्रीकृष्ण' किंवा 'महात्मा गांधी की जय' असले घोष केल्यावाचून चालत नाही. कृष्णभक्तांनी त्याच्या नावाचे मोठे जयजयकार केले आणि त्या जयघोषांच्या आडून महाअनर्थही केले. कृष्णाच्या भक्तांनी-म्हणजे स्वतःला कृष्णभक्त म्हणवणाऱ्या पाखंडींनी-आपापली कुकर्मे योग्य ठरवण्यासाठी कृष्णाच्या तथाकथित विसंवादी कर्मांची निमित्ते पुढे केली आहेत. कृष्णाच्या रासलीलांसारख्या अनेक प्रसंगांचे अर्थ मुळात समजून न घेताच किंवा समजल्यावरही त्यांचा आधार घेऊन आपले हित, आपली पाखंडे जपली आहेत.

गांधींच्या बाबतीतही ठीक असेच घडले आहे. गांधींबद्दल भले काही माहीत असो-नसो, असेल तर ते काहीतरी अर्धवट असो, मुळात गांधींबद्दल आदरभावही नसो, तरी पण गांधींच्या म्हणण्याचे, त्यांच्या शब्दांचे दाखले देऊन साध्याभोळ्या माणसांची घोर फसवणूक केली जाते. गांधींच्या विरोधकांनी असे केले तर एकवेळ क्षम्य म्हणता येईल; परंतु गांधींचे अनुयायी सुद्धा एकीकडे 'गांधी की जय' म्हणतात आणि नंतर गांधींचे विचार, त्यांची वाणी, त्यांची कामे सगळ्यांना अशी कलाटणी देतात, की वाटते, एकवेळ गांधींचे विरोधक परवडले. त्यांचे हे तथाकथित अनुयायी त्यांच्या विरोधकांपेक्षाही जास्त अपराधी आहेत!

एखादा माणूस जेव्हा 'जय श्रीकृष्ण' म्हणतो, तेव्हा त्याचा अर्थ असा, की तो कृष्णाच्या सैन्याचा एक सैनिक आहे आणि सेनापती कृष्णाचा जय व्हावा, अशी त्याची इच्छा आहे. 'महात्मा गांधी की जय' म्हणणाऱ्यालाही हेच 'लागू आहे. सैनिकाच्या नुसत्या म्हणण्याने सेनापतीचा विजय होत नसतो. जयकार म्हणजे नुसता शब्दोच्चार नव्हे; ती एक कामगिरी आहे, आत्मसात केलेले कर्म आहे. सेनापतीची आज्ञा त्याच्या सैनिकांनी अत्यंत शिस्तपूर्वक आचरणात आणली नाही, तर सेनापतीचा विजय व्हावा कसा? कृष्ण आणि गांधी, दोघांना त्यांच्या अनुयायांनी एखाद्या चलनी नाण्यासारखे वापरले आहे. त्यांना साध्य मानण्याऐवजी साधन मानून त्यांचा वेळोवेळी 'वापर' केला आहे.

स्वतःला कृष्णभक्त किंवा गांधीवादी म्हणवणारी असंख्य माणसे आज आपण पाहतो. कृष्णाच्या अथवा गांधींच्या विचारांचे मूळ मर्म जराही न जाणता, त्यांची कर्मे यत्किंचितही न अनुसरता ही माणसे स्वतःला कृष्णभक्त , गांधीवादी म्हणवून घेतात; किंबहुना त्यांच्याशी आपले नाते जोडण्याच्या भरात किती विकृती निर्माण करतात, त्याच्या एका स्वानुभवाचा येथे उल्लेख करण्याचा मोह आवरत नाही.

गांधीजींसंबंधी एका परिसंवादात प्रस्तुत लेखकालाही भाग घेण्याची संधी मिळाली होती. आपल्या भाषणात त्याने म्हटले होते, की स्वतःला गांधीवादी म्हणवणाऱ्यांपैकी बहुतेकजण गांधीजींच्या कार्याबद्दल अनभिज्ञ असतात, त्यांनी गांधीजींची कोणतीही कर्मे अनुसरलेली नसतात आणि वेळोवेळी फक्त आपल्या फायद्याकडे डोळा ठेवून गांधीवादाचा ते एखाद्या चलनी नाण्यासारखा उपयोग करतात. कवी उमाशंकर जोशी म्हणत असत त्याप्रमाणे असल्या नावापुरत्या गांधीवाद्यांपैकी काही तर असे 'सवाई गांधीवादी' असतात, की आज गांधी जिवंत असते तर अशांचा हात धरून त्यांनी म्हटले असते, 'बाबा रे, हा गांधी मी नव्हे!'

परिसंवाद संपल्यावर एक मित्र माझ्याकडे येऊन म्हणाले, ''इतरांचं काही माहीत नाही; पण मी मात्र खऱ्या अर्थानं गांधींचे 'कर्म' डोळ्यांसमोर ठेवणारा गांधीवादी आहे.'' माझ्या चटकन् काही लक्षात येईना. त्यांनी एक जाडजूड पुस्तक

माझ्या हातात ठेवले. पुस्तक होते -'मारुं जीवन एज मारी वाणी' (माझे जीवन हाच माझा संदेश). तिसऱ्या भागाच्या २२७व्या पानावरच्या दोन-तीन वाक्यांवर खूण करून ठेवली होती तिकडे त्यांनी माझे लक्ष वेधले. वाक्ये अशी - शौचाच्या वेळी काहीतरी वाचायची गांधीजींची फार जुनी सवय होती. ही सवय फार मोठी अनुकरणीय आहे असे त्यांना वाटत नव्हते; पण अगदी घालवूनच टाकली पाहिजे, असेही शेवटपर्यंत त्यांना वाटले नाही.

"पाहा, गांधीजींप्रमाणेच मी सुद्धा रोज सकाळी शौचाला जाताना वाचायला काही ना काही घेऊनच जातो." एवढे बोलून ते पुढे म्हणाले, "सांगा बरं, मला आता गांधीवादी म्हणाल की नाही?"

गांधीजींच्या कृतींच्या अशा अनुकरणाला जर गांधीवादाशी जोडायचे म्हटले तर मोठाच अनर्थ होईल, हे माझ्या ध्यानात आले.

जे गांधीवाद्यांचे तेच कृष्णभक्तांचे!

कृष्ण हजारो वर्षांपूर्वी होऊन गेला. त्याची आता मंदिरेही आहेत. वेगळ्यावेगळ्या रूपांतील कृष्णाला मानणाऱ्या त्याच्या भक्तांचेही वेगवेगळे समूह निर्माण झाले आहेत. बुद्धीला न मानवणाऱ्या अनेक रंगिल्या कहाण्या कृष्णाच्या नावावर प्रचलित झाल्या आहेत. गांधींच्या बाबतीत अजून तरी तसे घडले नाही ह्याचे एक कारण असे, की गांधी म्हणजे अजून अगदी नजरेसमोरचा, कालपरवाचा इतिहास आहेत. ह्या देशात संधिसाधू माणसांकडून ज्या पद्धतीने गांधींच्या नावाचा फायदा घेतला जात आहे, ते असेच होत राहिले तर शंभर-दोनशे वर्षांनी ह्या स्वार्थसाधूंनी गांधीजींचीही मंदिरे उभारली तर आश्चर्य वाटायला नको.

॥८॥

प्रेम आणि करुणा

आपण ज्यांना महापुरुष किंवा युगपुरुष म्हणतो, अशा व्यक्तींचे जरा बारकाईने निरीक्षण केले तर लक्षात येते, की त्यांच्यात काही वृत्ती-प्रवृत्ती किंवा काही भावभावना विशेष अधिक प्रमाणात असतात. ह्या भावना, ह्या वृत्ती सर्वसामान्य माणसांत नसतातच असे नाही; पण त्या 'खास' पुरुषांमध्ये त्यांचे प्रमाण अधिकतर असल्याने ह्या भावना म्हणजे त्यांच्या कामाचे प्रेरक-बळच बनतात. सेवावृत्ती, त्यागभावना, दयाभाव ह्या अशा भावना आहेत. उदाहरणार्थ, येशूमध्ये सेवावृत्तीचे प्राधान्य होते, बुद्धामध्ये करुणाभाव विशेष होता, असे निःशंकपणे म्हणता येईल. आपल्या सगळ्यांमध्येही हे भाव असतातच; पण त्यांचे प्रमाण इतके अल्प असते, की जेव्हा ते भाव कार्यान्वित करण्याचा क्षण येतो, तेव्हा दुसऱ्या भावना त्यांच्यावर कुरघोडी करतात. ह्याउलट, एखाद्याला ह्या वृत्ती जितक्या अधिक प्रमाणात आत्मसात करणे शक्य होते, तितक्या प्रमाणात तो कालांतराने मानवतेच्या शिखरावर आरूढ होऊ शकतो.

कृष्ण म्हणजे मूर्तिमंत करुणा आणि गांधी म्हणजे साक्षात साकारलेले अद्‌भुत प्रेम!

सर्वप्रथम, करुणा आणि प्रेम हे दोन्ही शब्द जरा समजून घेऊ या.

तसे पाहता ह्या दोन्ही शब्दांमध्ये स्थूलमानाने, ढोबळ सीमारेषा आखणे जरा कठीणच आहे. ती बघण्यासाठी आणि बघितल्यावर समजण्यासाठी डोळे अधिक सतेज, नजर अधिक तीक्ष्ण करावी लागेल. करुणेपेक्षा प्रेम आपल्या सगळ्यांच्या अधिक परिचयाचे आहे. बऱ्याच वेळा, आपल्याला जे आवडते, जे पसंत असते त्याला आपण खुशाल 'प्रेम' म्हणून टाकतो. हे आवडणे म्हणजे प्रेम नव्हे. आवडण्याच्या पल्याड जाऊन, जिच्याशी एकरूपता साधलेली असते त्या भावनेचे अप्रकट स्वरूप म्हणजे प्रेम. नारदांनी भक्तिसूत्रात प्रेमाची नऊ लक्षणे सांगितली आहेत; पण येथे त्यांची चर्चा करायची नाही. प्रेम करणाऱ्याने प्रथम ईश्वराशी एकरूप झाले पाहिजे. ईश्वर आणि मी ह्यांच्यात अभेद आहे, दोघे एकच आहोत एवढे लक्षात

आल्यानंतरचे दुसरे पाऊल, 'ईशावास्यं इदं सर्वम्' हे आहे. ईश्वर सर्वत्र आहे, सर्व जग ईश्वराने व्यापले आहे ही गोष्ट ध्यानात आली, की मग आपोआप वाटू लागते, की जे दिसते आहे, जे दृश्य आहे त्या सगळ्यांत केवळ ईश्वर आहे असे नव्हे तर त्यांच्यात मी सुद्धा आहे. माणसाची सर्वाधिक माया ह्या 'मी'वर असते. आता हा 'मी' जर सर्वत्रच असेल तर ह्या सगळ्याबद्दल माझी ममता, माझा प्रेमभाव सारखाच असणार. वरवर पाहता हे प्रेम म्हणजे 'ममता' आहे असे वाटते; पण ही ममता नाही. ममतेमध्ये आसक्तिभाव आहे. ममतेमध्ये ढोबळपणा आहे. प्रेम त्याच्यापलीकडचे आहे. मायेला, ममतेला आकार आहे, प्रेम निराकार आहे.

प्रेम हेच नेहमी गांधीजींच्या जीवनाचे प्रेरक-बळ होते. कुटुंबीयांबद्दलचे प्रेम, अन्य आप्तांचे प्रेम, समाजप्रेम, देशप्रेम किंवा विश्वप्रेम एवढ्यापुरते हे प्रेम मर्यादित नाही. ही एक अविच्छिन्न भावना आहे. केवळ 'इच्छिणे', 'चाहणे', 'पसंत करणे' एवढाच तिचा अर्थ नाही. 'चाहण्या'तही स्थूलता प्रतीत होते. प्रेम अशा सर्व संवेदनांच्या पार जाते. गांधींनी आपल्या आयुष्यभरात कुणाबद्दलही वैरभावना बाळगली नव्हती. पीटर मारीट्सबर्ग स्टेशनवर त्यांना फलाटावर ढकलून देणाऱ्या गोऱ्या प्रवाशाविरुद्ध, गाडीच्या गार्डविरुद्ध कायदेशीर कारवाई करण्याचा त्यांना सल्ला मिळाला होता. त्यावर त्यांनी म्हटले होते, "दोष त्या दोन-चार गोऱ्यांचा नाही. दोष अशा प्रकारच्या विचारसरणीचा आहे; अशा प्रथेचा आहे. लढायचे असेल तर त्या सदोष प्रथेशी लढले पाहिजे."

आफ्रिकेतील वास्तव्यादरम्यान आलमगीर पठाण नावाच्या माणसाने त्यांच्यावर केलेल्या प्राणघातक हल्ल्यात गांधी बेशुद्ध झाले होते. ते शुद्धीवर आल्यावर पोलिसांनी त्यांची जबानी नोंदवून घेतली. त्या वेळी ते म्हणाले, "माझी कुणाविरुद्धच तक्रार नाही. आलमगीरने माझ्यावर हल्ला केला असला, तरी त्याला मी अपराधी मानत नाही. त्याला चुकीच्या मार्गावर जायला उद्युक्त करणाऱ्या विचारसरणीला मी दोषी मानतो." रेव्हरंड जोसेफ डॉक नावाचे एक ख्रिस्ती पाद्री त्या वेळी तेथे हजर होते. गांधींचे बोलणे त्यांच्या हृदयाला स्पर्शून गेले. पाश्चिमात्य देशांना ज्याचा परिचय करून द्यायलाच हवा असा, येशूनंतरचा हा पहिलाच माणूस आहे, असे त्यांना वाटले. अडतीस वर्षांच्या गांधीजींचे जीवनचरित्र त्यांनी लिहिले. पोलिसांनी आलमगीरला पकडले. गांधींनी निदान न्यायालयात येऊन आपल्यावर हल्ला झाल्याचे सांगावे असा पोलिसांनी आग्रह धरला; पण गांधींनी तसे केले नाही आणि हाच आलमगीर नंतर गांधीजींचा अंगरक्षक झाला. गांधींवर हल्ला होण्याची जेव्हा जेव्हा वेळ आली तेव्हा तेव्हा त्यांना पाठीशी घालून गांधींची ढाल बनून ह्याच आलमगीरने हल्लेखोरांना तोंड दिले.

गांधी आपल्या विरोधकाच्या हृदयपरिवर्तनाबद्दल बोलतात त्यामागे प्रेमाचीच

प्रेरणा आहे. ते विरोधकांना धिक्कारत नाहीत. त्यांनी कधीच कुणाबद्दल धिक्काराची भावना मनात आणली नाही. जीवनात प्रेमाचे प्राबल्य असले, की धिक्काराचा भाव मनात येणे शक्यच नाही. हृदयपरिवर्तन घडवून आणण्यासाठी गांधी स्व-पीडनाचा मार्ग अवलंबतात. स्व-पीडेबद्दल कसा कोण जाणे, गांधींच्या मनात सुरुवातीपासूनच एक विशिष्ट गंड होता. १९२० साली 'यंग इंडिया'त त्यांनी लिहिले आहे, की पीडा सहन करणे हे मानवजातीचे लक्षण आहे. स्वत: किती त्रास सहन करायला तयार आहे, ह्यावर माणूसजातीची प्रगती अवलंबून आहे. तो जितका अधिक त्रास सहन करेल तितकी जास्त प्रगती होईल. गांधींच्या या मतावर वाद घालता येईल; शिवाय, स्व-पीडन करून घेऊन विरोधकाचे हृदयपरिवर्तन करण्यात गांधी हमखास यशस्वी झालेच, असे नाही हे सुद्धा मान्य करावे लागेल. परंतु, जेव्हा ते अयशस्वी ठरले तेव्हा त्यांनी कधी ह्या प्रेम-सिद्धांताला दोष दिला नाही. हा सिद्धांत प्रत्यक्ष अमलात आणण्यात आपण स्वतःच कुठेतरी कमी पडलो असेच त्यांनी नेहमी मानले आहे. शुद्ध प्रेमाच्या ह्या सरलतेमुळेच, १९३२ साली गोलमेज परिषदेसाठी लंडन येथे आयोजित केलेल्या एका समारंभात लॉरेन्स हाऊसमन ह्या इंग्रज लेखकाने म्हटले होते, "आम्हांला तुमचे काही कळतच नाही. तुमच्या ह्या पराकोटीच्या निष्ठेवर आमचा विश्वासच बसत नाही. तुमच्या विलक्षण साधेपणामुळे आम्हांला डिवचल्यासारखे वाटते."

कृष्ण-मात्र आपल्या विरोधकांच्या हृदयपरिवर्तनाची गोष्टही काढत नाही; पण त्याचा उद्देश तोच आहे. गांधींचे प्रेम इहलोकीच्या संसारी भावनांशी निगडित आहे. कृष्ण संसारी भावनांपेक्षा वीतभर वरच्या स्तरावर जाऊन पोहोचला आहे. ज्या स्तरावर कृष्णाचा विहार होतो तो स्तर करुणेचा आहे. करुणेच्या पातळीवर स्वपीडेला स्थानच नाही. करुणेच्या स्तरावरून जो जगाकडे पाहू शकतो त्याच्या ठायी सर्वांप्रती आत्मभाव जागृत झालेला असतो; एवढेच नव्हे तर सर्वांना त्याने आत्मसात केलेले असते. त्यांच्याशी तो एकरूप झालेला असतो. एकदा का ही एकरूपता प्राप्त झाली, की मग जे काय परिवर्तन करायचे ते आपण स्वतःच आणि आपले स्वतःचेच करायचे! एवढेच, की त्या विरोधकाला ह्या परिवर्तनाचा साक्षात्कार तेवढा व्हायला हवा! गांधींप्रमाणे कृष्ण उपोषण करत आहे, अशी कल्पनाही करता येणार नाही. एकदा आश्रमातल्या कुणा एका तरुणाने आश्रमवासी मुलीच्या सुंदर केशकलापाकडे विकारी दृष्टीने पाहिले म्हणून गांधींनी त्या मुलीचे केसच कापून टाकले. ज्या गोष्टीच्या अस्तित्वाने दुसऱ्याची नजर कलंकित होत असेल, अशी गोष्ट आपल्याकडे असणेच व्यर्थ आहे, असे गांधीजींनी मानले. नैतिक अध:पाताचा असाच दुसरा एक प्रसंग घडला तेव्हा गांधींनी स्वत: उपास करून स्वपीडेचा मार्ग चोखाळला. ह्या सर्व प्रसंगांत सर्वांबद्दल प्रेमभाव तर होताच; पण ज्या तरुणाने त्या मुलीच्या केसांकडे

वाकडी दृष्टी टाकली त्याला शिक्षा करण्याऐवजी त्या वाकड्या नजरेच्या मुळातले कारण असणारे केसच गांधींनी नष्ट करून टाकले. अर्थात, तरी प्रश्न शिल्लकच राहतो,की केस नष्ट केले म्हणजे ती 'वाकडी नजर' कायमची नष्ट होते का?

प्राग्ज्योतिषपूरच्या भौमासुर नावाच्या राजाने आपल्या अंतःपुरात सोळा सहस्त्र युवतींना कोंडून ठेवले तेव्हा कृष्णाने ना भौमासुराच्या हृदयपरिवर्तनासाठी उपास केला,ना त्या स्त्रियांना त्यांच्या यौवन-सौंदर्याबद्दल शिक्षा केली. त्याने भौमासुराचा सरळ वध केला.भौमासुराचा वध करुणेने प्रेरित आहे. तो असाच अनिर्बंधपणे आणखी जगला असता तर सोळा सहस्त्र ही संख्या दुप्पट झाली असती.एखादी स्त्री जेव्हा तिचा काहीच दोष नसताना अकारणच अपवित्र होते,समाजाच्या दृष्टीने कलंकिनी ठरते तेव्हा समग्र समाजाचाच तोल ढळतो. भागवतात एका कथेचा उल्लेख आहे. राजा उग्रसेनाच्या पत्नीची म्हणजे कंसाच्या मातेची एका परपुरुषाने फसवणूक केली होती. त्यात तिचा काही एक दोष नव्हता. फसवणूक करणारा राजा दुर्मिल मायावी होता. उग्रसेन राजाचे रूप धारण करून त्याने राणीला फसवले होते. त्यानंतर कंसाचा जन्म झाला. उग्रसेन राजाने आणि सगळ्या यादव परिवाराने राणीची आणि तिच्या पुत्राची घोर उपेक्षा केली. ह्या उपेक्षेच्या भावनेतूनच कंस आपल्या आप्तजनांपासून दुरावला. वैर मनात ठेवून त्याने भीषण अत्याचार केले. शेवटी कृष्णाने त्याचा वध केला. एका निर्दोष स्त्रीचा समाजाकडून इतका अपमान होतो तर अशा हजारो स्त्रिया भौमासुराने कलंकित केल्या तर समग्र समाजावर त्याचा भयंकर तीव्र परिणाम होणारच! हे भय समूळ नष्ट करण्याचा एकच उपाय होता- भौमासुराचा वध आणि सोळा सहस्त्र स्त्रियांची मुक्तता. या स्त्रिया मुक्त झाल्या असल्या तरी तत्कालीन समाज ह्या सगळ्या स्त्रियांचा पूर्ववत स्वीकार करेल, ही शक्यता नव्हतीच. त्यामुळे कृष्णाने आपले कौटुंबिक जीवन, आपली सामाजिक प्रतिष्ठा, आपले निष्कलंक चारित्र्य सारे काही धोक्यात घालून ह्या स्त्रियांना आपल्या राजप्रासादात स्थान दिले. ह्यामागे होती निव्वळ, शुद्ध करुणा! ही करुणा साऱ्या समाजासाठी, येणाऱ्या अनेक पिढ्यांसाठी होती!

कृष्णाकडे अतिथी म्हणून राहत असताना एकदा अश्वत्थाम्याने कृष्णाचे सुदर्शनचक्र मागितले. काय मागावे आणि काय मागू नये, ह्याच्या विवेकाचे भान त्याला राहिले नाही; पण तो होता अतिथी! आतिथ्यधर्म पाळायचा तर अतिथीच्या इच्छेनुसार त्याची मागणी पूर्ण करणे, हे कृष्णाचे कर्तव्य होते. कृष्णाने मनात आणले असते तर असली अविवेकी मागणी करणाऱ्याचा शिरच्छेदही केला असता. शिरच्छेद न केला तरी निदान त्याला धुडकावून, हाकलून लावले असते. कृष्णाने असे काहीच केले नाही. कृष्णाने फक्त एवढेच म्हटले, "हे आचार्यपुत्रा, हे बघ माझे सुदर्शनचक्र! ते तू खुशाल घेऊन जा." अश्वत्थामा प्रयत्न करकरून थकला. ते चक्र उचलण्यासाठी

त्याने आपली सगळी शक्ती एकवटली तरी तो ते चक्र जागचे हलवू सुद्धा शकला नाही. कृष्णाने हसून म्हटले, ''वत्सा, जे मिळवायचे त्यासाठी तेवढी क्षमता असावी लागते.'' इंग्रजीत ह्यालाच-'Deserve before you desire.' असे म्हणतात.

करुणा भावनेत व्यक्ती केंद्रस्थानी नसते. व्यक्ती केवळ निमित्त असते. समग्र समाज, समष्टी हे लक्ष्य असते; लोककल्याणाला सर्वोच्च स्थान असते. प्रेमामध्ये ऐहिक हिशोब असतो. निदान सूक्ष्म रूपाने तरी त्याच्या मोबदल्यात काही मिळायची अपेक्षा, आकांक्षा असते. तो मोबदला स्वतःच्या फायद्यासाठी भले नसो; पण मोबदला अपेक्षित तर असतोच. करुणेमध्ये समष्टीशी तादात्म्य असते म्हणूनच त्यात निव्वळ अनासक्तीचे प्राबल्य असते.

हस्तिनापूरच्या राजसभेत कृष्ण शिष्टाईसाठी गेला तेव्हाही ह्या करुणेचेच प्राबल्य होते. त्या ठिकाणी त्याने साम-दाम-दंड-भेद ह्या चारही युक्ती-प्रयुक्ती आजमावून पाहिल्या. हे सर्व करण्यामागे त्याचा वैयक्तिक स्वार्थ काहीच नव्हता. समेट झाला असता तर युद्ध टाळता आले असते. महासंहार टळला असता आणि धर्माचे रक्षणही झाले असते. धर्मरक्षण ही सर्वांत मोठी गोष्ट होती; पण कृष्णाला यश आले नाही. विदुराने तर असा व्यर्थ प्रयत्न न करण्याची त्याला विनंती केली. कुंतीने अतिशय दुःखाने आपली व्यथा त्याच्यापुढे वर्णन केली आणि युद्धाचाच आग्रह धरला. तरी कृष्णाने युद्ध टाळण्याचेच प्रयत्न केले. युद्धाची इच्छा धरणाऱ्यांनाही वाचवण्याची कृष्णाची इच्छा होती. हे सर्व करताना त्याच्या मनात फक्त एकच गोष्ट होती-'न मे लिम्पन्ति कर्माणि न मे कर्मफले स्पृहा'- मला कोणतेच कर्म स्पर्श करत नाही. कर्माच्या कोणत्याच फलाची मला इच्छा नाही.

अशा तऱ्हेने वरकरणी गांधींचा प्रेमभाव आणि कृष्णाचा करुणाभाव कुठे तरी अलग होताना दिसतात; पण बारकाईने पाहता दोघांच्या कार्यामागची भावना एकच आहे-जगात जे काही आहे, जे काही घडते आहे त्या सगळ्याचे सुग्रथित, सुघड संतुलन सदैव टिकून राहावे आणि माणसांचा परस्परांतील व्यवहार तुटक होऊ नये; तो अविच्छिन्न राहावा.

करुणा आत्मसात करणे सहज,सोपे नाही. त्यामानाने प्रेमभाव आत्मसात करणे सोपे आहे. ह्या दोन्ही गोष्टी वेगळ्या आहेत.ज्याच्या वाट्याला करुणा येते त्याला सहजासहजी तिची ओळख पटत नाही.एखाद्याला प्रेम लाभते तेव्हा त्याच्या मनात एक विशिष्ट भावना जागृत होते. प्रेम ओळखणे सोपे आहे तेवढे करुणा ओळखणे सोपे नाही. त्यामुळेच ऐहिक व्यवहारात प्रेमाचे प्राबल्य दिसून येते.

गांधींचे प्रेम पारदर्शक होते.'त्यांचे प्रेम बनावटी होते, त्यात कुठेतरी खोटेपणा होता,' असे त्यांचे कट्टर शत्रूसुद्धा कधीच म्हणू शकणार नाहीत. कधी कुणाची फसवणूक करण्यासाठी, कधी कुणाकडून फायदा उपटण्यासाठी, कधी प्रतिकूल

परिस्थिती टाळण्यासाठी अशा कितीतरी कारणांनी कितीतरी वेळा प्रेमाचा 'वापर' केला जातो. प्रेमाचा असा 'वापर',असा 'उपयोग करून कित्येकदा लुबाडण्या फसवण्याचे प्रसंग घडले आहेत. म्हणजे आज प्रेम-भावनासुद्धा एक मायाजाल, एक साधन,चतुरपणाचे एक लक्षण म्हणून प्रचलित आहे. गांधींनी प्रेम हा आपला स्वभावच बनवला होता. जनरल स्मट्स असो की चर्चिल, आंबेडकर, जीना... कुणीही असोत; ह्या सगळ्यांशी अपार मतभेद असून आणि ह्या सगळ्यांकडून वारंवार फसवले जाऊनही गांधींनी पुन्हापुन्हा त्यांच्यावर विश्वास ठेवला आणि प्रसंग आला तेव्हा अत्यंत विशुद्ध प्रेमाचे दर्शन घडवले.

म्हणूनच, १९४३ साली ब्रिटिश सरकारने गांधींवर हिंसेचे आणि राजद्रोहाचे आरोप केले तेव्हा जनरल स्मट्सने त्यांच्या बचावार्थ म्हटले, की गांधी हिंसेचे आचरण करतील ह्यावर कधीच विश्वास बसणार नाही. ब्रिटिश सरकारने केलेले तमाम आरोप खोटे आहेत.

गणितात किंवा विज्ञानात ठरावीक गोष्टींचे निश्चित असे ठरलेलेच परिणाम दिसून येतात. प्रेमाच्या आचरणाचे तसे नाही. प्रेम ही भावनाच आगळी आहे. प्रेम आणि हृदयपरिवर्तन-दोन्हींची प्रतिष्ठा आणि सच्चेपणा मान्य करून सुद्धा असे म्हणावे लागेल, की प्रेम आणि हृदयपरिवर्तन, गांधींच्या ह्या दोन्ही गोष्टी थोड्याफार प्रमाणात जरी यशस्वी झाल्या तरी जाहीरपणे, एक नीती म्हणून ह्या दोन्ही गोष्टी अयशस्वी ठरल्या आहेत. गांधीजींचा मृत्यू झाला त्या वेळी जीनांनी म्हटले- ''गांधींच्या मृत्यूमुळे 'हिंदूजातीचे' फार मोठे नुकसान झाले आहे.गांधी एक महान 'हिंदू' होते.''

खुद्द गांधी स्वतःला एक भारतीय आणि एक माणूस मानत होते. जीनांनी मात्र त्यांना शेवटपर्यंत हिंदूच मानले. आंबेडकरांनी १९४८च्या एप्रिल महिन्यात शारदा कबीरशी लग्न केले. गांधींच्या मृत्यूनंतर ठीक आठ दिवसांनी म्हणजे ८ फेब्रुवारी १९४८ रोजी आंबेडकरांनी शारदा कबीर ह्यांना एक पत्र लिहिले होते. त्यांनी लिहिले-'माझा खरा दुश्मन गेला. उपकारच म्हणायचे, की ग्रहण सुटले. मुक्तीची घटिका जवळ आली आहे. गांधी म्हणजे या देशावरचे संकटच होते. गांधी नसल्यामुळे आता काहीतरी चांगले घडण्याची शक्यता आहे.'

शिशुपाल असो की भौमासुर, कृष्णाची करुणा कधीच निष्फळ ठरणार नाही; कारण तीत हृदयपरिवर्तनाची एका मर्यादेपर्यंतच अपेक्षा असते. त्या मर्यादेपलीकडे तो करुणाभाव एक कठोर कर्माचे रूप धारण करतो. गांधींचे प्रेम असीम आहे आणि तरीही ते इच्छित परिणाम साधू शकत नाही. माणसाची महानता आणि मर्यादा, कृष्ण दोन्ही नीट समजून आहे. गांधी मात्र माणसाला फक्त महानच मानतात.

॥६॥

कृष्णाचा धर्म आणि गांधींचे सत्य-१

बाराव्या शतकात होऊन गेलेल्या हारित नावाच्या एका आयुर्वेदाचार्याने 'हारित संहिता' नावाचा एक ग्रंथ लिहिला आहे. प्रदीर्घ अभ्यास आणि अनुभव ह्यावरून त्याने प्रतिपादन केले आहे, की अमुकअमुक दुष्कृत्ये अथवा पापकर्मे केल्याने माणसाला अमुकअमुक विशिष्ट प्रकारचे रोग होतात. पापकर्म केल्यामुळे माणसाच्या चित्तवृत्तीत एक विशिष्ट बदल घडतो, तो आपल्या पापांचा जाहीरपणे बचाव करतोच; पण मनोमन सुद्धा काहीतरी स्पष्टीकरण देऊन आपल्या वागण्याचे समर्थन करत राहतो. तरी पण त्याच्या मनात खोलवर जी भावना दडपून टाकलेली असते तिच्यामुळे त्याचे रुधिराभिसरण आणि त्याची विचारधारा ह्यांवर दुष्परिणाम होतोच. मग त्या माणसाच्या दूषणाच्या कमी-अधिक प्रमाणानुसार ते दूषित बीज कुठल्या ना कुठल्या प्रकारे प्रगट होते. असे झाले, की आपण त्याला 'रोग' म्हणतो. उदाहरणार्थ, हारित म्हणतो, जो माणूस येता-जाता एवढ्यातेवढ्यावरून वारंवार शिवीगाळ करतो त्याला गळवे होण्याची दाट शक्यता असते. जवळपास प्रत्येक दुष्कर्मावर आणि प्रत्येक रोगावर त्याने संशोधन केले आहे. त्याचप्रमाणे, ज्याला आपण सकारात्मक, विधायक भावना म्हणतो अशा भावनांचे आपल्या शरीरात अस्तित्व असण्याने, आपल्या विचारांमध्ये त्यांचे प्राबल्य असण्यानेसुद्धा विशिष्ट प्रकारची रासायनिक संयुगे निर्माण होतात. माणसाची कर्मे, त्याची वाणी बऱ्या-वाईट कोणत्या दिशेने आकार घेईल, ते ह्या संयुगांच्या परिणामामुळे ठरत असते. क्रोध, द्वेष, वैर अशा भावना माणूस आपल्या मनात घोटत बसला तर त्यामुळे जी रासायनिक प्रक्रिया होते ती प्रेम, करुणा, सत्य, धर्म अशा भावना सतत मनात घोळत असताना निर्माण होणाऱ्या प्रक्रियेपेक्षा अगदी भिन्न असते. रागीट माणसाचा चेहरा पाहा आणि प्रेमळ व्यक्तीचा चेहरा पाहा-दोघांच्या चेहऱ्यातला फरक चटकन् दिसून येतो. अर्थात, जो मुळात रागीट आहे; परंतु अतिशय लबाड असेल तर प्रेमळपणाचा आव आणून तो घटकाभर खऱ्या चेहऱ्यावर वेगळा मुखवटा चढवू शकेल; पण त्यामुळे होते काय, की प्रत्यक्षात त्याच्या अंतरंगात क्रोधासोबत लबाडी

आणि दंभ हे आणखी दोन दोष मिसळले जातात. ह्या तिहेरी विकृतीमुळे त्याचे मन अधिकच क्षुब्ध होते. अशा तऱ्हेच्या अस्वस्थता लक्षात घेऊन, त्या अत्यंत बारकाईने अभ्यासूनच काही लक्षणे निषेधात्मक ठरवली गेली आहेत आणि काहींना विधेयात्मक म्हटले आहे. एखादा माणूस सतत कुणाचा तरी द्वेष करत राहिला तर त्यामुळे बाहेरच्या जगाला काही फरक पडत नाही; परंतु धातूच्या भांड्यात ठेवलेल्या ॲसिडमुळे तो धातू खराब व्हावा तसे द्वेषभावनेमुळे माणसाची मन:शांती निश्चितपणे ढळते. अशा हानिकारक, अस्वास्थ्यकारक, शारीरिकदृष्ट्या आणि मानसिकदृष्ट्या दुर्बल करणाऱ्या भावना त्याज्य म्हटल्या आहेत. तसेच, ज्या भावना, जी लक्षणे अंगी बाणल्यामुळे शारीरिक प्रक्रिया पूर्णपणे बदलून जाते, माणूस आपला आपणच, स्वतःच्या मनात एक वेगळ्या प्रकारची अनुभूती घेतो, अशा भावनांचे सकारात्मक मूल्य ठरवले आहे. दोन्ही प्रकारांत कोणताच स्थूल फायदा-तोटा लक्षात घेतलेला नसतो. एखादा क्रोधी, दोषी माणूस आपल्या क्षेत्रात यशस्वी असेल, त्याच्यापाशी ऐहिक संपत्ती असेल, म्हणायला प्रतिष्ठाही असेल. त्याउलट सत्य, प्रेम, करुणा ज्याच्या अस्तित्वाचाच भाग आहेत, असा माणूस दुर्लक्षित-उपेक्षित असेल. ह्या तथाकथित उच्च समाजात तो खालच्या स्थानावर राहिला असेही घडू शकेल. अर्थात, ही मूल्यपरीक्षणे म्हणजे चिरकाल टिकणारे मापदंड नव्हेत, हेही खरे!

सकारात्मक विधायक भाव सगळ्यांना आवडणे स्वाभाविकच आहे. सगळेजण अशा भावनांची प्रशंसा करतात, त्याबद्दल मोठमोठ्या लांबलचक बाता मारतात. माणूस आपली प्रत्येक कृती अशाच कोणत्यातरी 'चांगल्या' भावनेशी जोडू पाहतो; परंतु प्रत्यक्षात असे सकारात्मक भाव-तेही मोठ्या प्रमाणात-आत्मसात करून अंगी बाणवणे फार कमी वेळा शक्य होते. एखादा अलौकिक पुरुष अशा भावनांना आपल्या अस्तित्वाचा, आपल्या संपूर्ण व्यक्तिमत्त्वाचा एक सहज, अविभाज्य भाग बनवतो तेव्हा तो 'महापुरुष' संज्ञेला पात्र होतो. क्वचित, अशा 'महापुरुषां'मध्ये ह्या 'सकारात्मक', 'चांगल्या' भावभावना इतक्या ठसठशीतपणे उठून दिसतात, त्या भावनांचे प्रकटीकरण इतके प्रबळ असते की कालांतराने तो युगपुरुष ठरतो.

बुद्ध असा युगपुरुष होते. त्यांच्या अवघ्या जीवनाच्या केंद्रस्थानी करुणा होती. महावीरही अनोख्या मातीने घडलेले अनोखे मानव होते. अहिंसेच्या भावनेशी ते एकरूप झाले होते. अहिंसा त्यांच्या रोमरोमी भिनली होती. त्या वेळी त्यांचे समकालीनच काय, आज अडीच हजार वर्षांनंतरही आपण कुणीच अहिंसेच्या त्या पातळीपर्यंत पोहोचू शकलो नाही. येशूने सेवेला प्राधान्य दिले होते. अशीच इतर अनेक महामानवांची उदाहरणे देता येतील.

सत्य, प्रेम, अहिंसा, करुणा, दया, सेवा, नीती अशी अनेक सकारात्मक तत्त्वे एकाच कृतिशील शब्दात सामावून घ्यायची असतील तर तो शब्द म्हणजे धर्म.

कृष्णाने असा हा धर्म आत्मसात केला होता. कृष्णचरित्र बारकाईने अभ्यासले तर कृष्णाच्या प्रत्येक कृतीत, प्रत्येक कर्मात हा धर्म प्रबळपणे दिसल्यावाचून राहत नाही. ज्याला धर्म म्हणजे काय ते कळते त्याने अधर्म म्हणजे काय ते पण आधी समजून घेतले पाहिजे. 'जो धर्म नाही तो अधर्म' अशी नकारार्थी व्याख्या करून, खऱ्या अर्थाने धर्म समजून घेता येणार नाही. 'प्रकाशाचा अभाव म्हणजे अंधार,' असे म्हटल्याने अंधार म्हणजे काय ते कळत नाही. ज्याने अंधाराचा अनुभव घेतला असेल तोच प्रकाश म्हणजे काय ते नीट समजू शकेल. मातेच्या गर्भात असतानाच कृष्णाला अधर्म काय, ह्याचा अनुभव येऊन चुकला होता. पृथ्वीवर पहिला श्वास घेताक्षणीच मातेचे स्तनपान करण्याचा प्रत्येक अर्भकाचा अबाधित अधिकार आहे. कृष्णाला मात्र हा दैवी अधिकार मिळाला नव्हता. जन्मताक्षणीच त्याच्यावर अधर्म लादला गेला होता आणि म्हणूनच धर्माचे खरे मोल कृष्णाला कळले होते.

व्यवहारी जगात धर्म शब्द अनेक गुंते निर्माण करतो. महाभारतात किंवा त्याआधीच्या अनेक ग्रंथांत जिथे जिथे धर्म शब्दाचा उपयोग केला आहे, तिथे त्याचा 'religion' हा अर्थ मुळीच अभिप्रेत नाही. 'religion' हा शब्द किंवा त्यामागचा भाव जेव्हा अस्तित्वातही आला नव्हता तेव्हा, एक उत्तम मानवी व्यवहार, एक उत्कृष्ट जीवनरीती ह्या अर्थाने धर्म शब्दाचा वापर होत होता. माणसाने अधिक चांगला माणूस व्हावे, त्याचे ऐहिक आणि पारलौकिक जीवनही समृद्ध व्हावे, अशा उदात्त हेतूने आचरणाची जी तत्त्वे, जे सिद्धांत, जे नियम मांडले गेले त्यालाच धर्म म्हटले गेले. अशा नियमभंगाची कायदेशीर शिक्षा असो की नसो; परंतु धर्म म्हटल्या जाणाऱ्या आचरण-सिद्धांताचा भंग करणे हे निंद्य,तिरस्करणीय अथवा अप्रतिष्ठित मानले गेले. माणसाचे जीवनाचरण साधे-सरळ नसते. त्यात व्यावहारिक स्तरावर आणि मानसिक स्तरावर अनेक अडचणी, अनेक गुंते, समस्या निर्माण होत असतात. अशातच धर्म म्हणजे काय, त्याचे खरे स्वरूप काय ते समजावून घेणे, त्यानुरूप आचरण ठेवणे हे सगळे अधिक गुंतागुंतीचे होत जाते.

धर्म-संस्थापन हा कृष्णाने आपल्या जीवनाचा मूलमंत्र मानला होता. तरी कृष्णाच्या कित्येक कृत्यांत त्याच्या टीकाकारांना अमर्याद अधर्म दिसून आला होता. अशा टीकाकारांना एकतर कृष्ण कळला नाही किंवा धर्माचे सूक्ष्मातिसूक्ष्म रूप जाणून घेण्याची त्यांची कुवत नाही. आयुष्यात नेहमीच पावलोपावली धर्मसंकटे दत्त म्हणून येऊन उभी ठाकतात. धर्म आणि अधर्म, ह्यात संघर्ष होतो तसा कधीकधी दोन 'धर्मां'तही संघर्ष होत असतो. 'धर्म विरुद्ध अधर्म' अशा संघर्षात धर्माचा पक्ष घेणे सोपे आहे; पण जेव्हा हा लढा दोन धर्मांमध्ये असतो त्या वेळी अधिक मोठा धर्म कोणत्या बाजूला आहे, ते ठरवायला विवेकबुद्धीची गरज असते. ह्या विवेकबुद्धीत स्वार्थ अजिबात मिसळता उपयोगी नाही. कमालीच्या तटस्थपणाने आणि तटस्थ

होताना 'स्व'चा जो आणि जेवढा बळी द्यावा लागत असेल तेवढा देऊनही, अधिक व्यापक असलेल्या धर्माचे रक्षण करावे, हे कृष्णाने आपल्या आचरणातून सतत दाखवून दिले आहे. महायुद्धाच्या वेळी, हाती शस्त्र न धरण्याची प्रतिज्ञा कृष्णाने केली होती; परंतु भीष्मवध झाला नसता तर पांडवपक्ष हरला असता आणि पांडवपक्ष पराजित झाला असता तर तो अधर्माचा विजय ठरला असता; तेव्हा अशा अधर्माला रोखण्यासाठी कृष्णाने आपल्या प्रतिज्ञाभंगाचे पातक स्वतःवर ओढवून घेऊनही हाती शस्त्र धारण केले आणि भीष्मांचा वध करण्यासाठी तो धावून गेला.

कृष्णाला अधर्माचे निवारण करायचे आहे, धर्माची स्थापना हाच त्याच्या आयुष्याचा मूलमंत्र आहे हे सगळे खरे; परंतु आता अन्य कोणत्याही उपायाने अधर्म नष्ट होणारच नाही, असे जेव्हा कृष्णाला प्रतीत होते तेव्हा तो असा दुर्दम्य अधर्म करणाऱ्या अधर्म्यालाच नष्ट करून टाकतो. असल्या अधर्मी माणसाचे हृदयपरिवर्तन होण्याची अंतकाळापर्यंत वाट पाहत बसत नाही.

येथे कृष्ण आणि गांधी, दोघांच्या दृष्टिकोनात अगदी मूलभूत फरक आहे. जसा धर्म हा कृष्णाच्या आयुष्याचा मूलमंत्र आहे तसाच सत्य हा गांधींचा जीवनमंत्र आहे. कृष्णाने आपला जीवनमंत्र आत्मसात केला आहे. तो स्वत: मूर्तिमंत धर्मस्वरूप बनून गेला आहे. गांधींबद्दल असे म्हणता येणार नाही. त्यांनी आपल्या जीवनयात्रेला 'सत्याचे प्रयोग' असे म्हटले आहे ते अगदी योग्यच आहे; परंतु गांधींना सत्य प्राप्त झालेले नाही. आयुष्याच्या सुरुवातीच्या काळात गांधींनी म्हटले होते-'ईश्वर सत्य आहे.' पुढे जाता सत्यासाठीचे त्यांचे प्रयोग जसजसे वेगात आले तशी सत्य आणि ईश्वर दोहोंबद्दलची प्रतीती अधिकाधिक दृढ होत गेली. आपलेच मूळचे म्हणणे त्यांनी अधिक ठामपणे, अधिक खात्रीपूर्वक मांडले-'सत्य हाच ईश्वर आहे.'

पण हे सत्य म्हणजे तरी काय, 'सत्य म्हणजेच ईश्वर' किंवा 'ईश्वर हेच सत्य' असे नुसते म्हणून टाकल्याने ईश्वर किंवा सत्य ह्यांपैकी एकाचेही सुस्पष्ट दर्शन होऊ शकत नाही. एवढेच काय, ह्या दोन शब्दांपैकी एकाचेही सांगोपांग आकलन होईल, अशा भावनेचेही दर्शन होत नाही. गांधींनी म्हटल्याप्रमाणे ह्या दोन शब्दांचा स्वीकार केला तरी त्यांचा स्थल-काल-व्यक्तीसापेक्ष असा भिन्नभिन्न अर्थ निघत राहणार. सत्य आणि ईश्वर ह्या दोन शब्दांबरोबरच 'खरे बोलावे' असा शब्दप्रयोगही आपण जोडून देतो. जे घडले - म्हणजे जे घडले त्यातले आपल्या नजरेला जेवढे पडले- त्याबद्दल बोलणे म्हणजे खरे बोलणे, असा खरे बोलण्याचा व्यवहारात एक ठोकळ अर्थ आपण काढत असतो. आपण जे बघतो, ऐकतो त्यात आपल्या मागच्या-पुढच्या अनेक पूर्वग्रहांची छाया पडत असते. परिणामी, आपण पाहतो, ऐकतो त्यात निव्वळ तटस्थपणा शक्य नसतो. खेरीज, स्थळकाळादी त्रिमितीच्या मानवी मर्यादा असतातच. त्यामुळे कोणतीही गोष्ट आपण पूर्णपणे पाहत किंवा ऐकत नसतोच.

अशा परिस्थितीत जे आणि जेवढे ऐकले, पाहिले आणि त्यानंतर त्या पूर्वग्रहांचा जो प्रभाव पडला, त्याला आपण खरे बोलणे असे म्हणतो. कोणताही प्रसंग घडतो तेव्हा आपण असल्या प्रकारचे खरे बोलतो. एवढ्याने संपत नाही. अशा 'खऱ्या'त आपण संभाव्य हित अथवा अहिताची भर घालतो, उघडपणे ज्याला 'खोटे' म्हणता येणार नाही, पण तरीही जे 'शुद्ध खरे' नसते, भविष्यकाळात त्या म्हणण्याला दोनदोन-तीनतीन प्रकारे वळवून, वाकवून विपर्यस्त करता येईल, असे धूर्तपणे, चतुरपणे बोलत असतो ...आणि ह्यालाच आपण 'खरे बोलणे' म्हणत असतो.

या 'खरे बोलण्या'सारखाच आणखी एक शब्द विचार करण्यासारखा आहे, तो म्हणजे तथ्य! इंग्रजीत तथ्याला 'Fact' असे म्हणता येईल. 'Fact' म्हणजे जे काही खरेखुरे घडले ते. रुपयाच्या नाण्याच्या एका बाजूला 'छापा' आपण पाहतो ते तथ्य आहे. स्थळकाळाच्या मानवी मर्यादांमुळे आपण जेव्हा नाण्याची एक बाजू पाहतो त्याच वेळी त्याची दुसरी बाजू आपल्याला दिसत नाही. त्याच वेळी दुसरा माणूस ती दुसरी बाजू बघत असतो. नाण्याच्या पहिल्या बाजूचे 'छापा' हे तथ्य त्या वेळी त्याच्या डोळ्यांपुढे नसते तर ज्याला आपण 'काटा' म्हणतो ती नाण्याची दुसरी बाजू हे तथ्य असते. आता एका दृष्टीने पाहता दोन्ही पक्ष खरे आहेत आणि दुसऱ्या दृष्टीने खोटेही आहेत. दोघांच्याही म्हणण्यात तथ्य आहे; पण दोघांपैकी एकाच्याही म्हणण्यात सत्य नाही. त्या दोन्ही बाजूंचा सलगपणे एकत्रित अभ्यास केल्यानंतर होणारे ज्ञान हे सत्य आहे. रोजच्या व्यवहारात आपण कितीतरी वेळा ह्या 'Fact' लाच हकिकत अथवा सत्य म्हणजे 'Truth' असे म्हणतो. 'Fact' आणि 'Truth' एकच नाहीत. 'Fact' म्हणजे इतिहासाची संशोधनभूमी आहे. 'Truth' ही ईश्वराप्रती घेऊन जाणारी अध्यात्माची एक पायवाट आहे. 'Fact' तपासून बघता येते, 'Fact' सिद्ध करून दाखवता येते. सत्य शाबीत करता येत नाही. त्याचा केवळ साक्षात्कार, केवळ अनुभव होऊ शकतो. ऐहिक पातळी ओलांडून त्यापलीकडे गेलेल्या एखाद्या महामानवालाच असा साक्षात्कार होतो. ज्याला तथ्य सापडले असेल, तो त्याकडे सरळ बोट दाखवून ते तथ्य समोर आणू शकेल. पण तथ्याच्या पलीकडे जाऊन ज्याने सत्याचे दर्शन घेतले असेल, तो माणूस आपल्याला घडलेल्या सत्यदर्शनाकडे थेट अंगुलीनिर्देश करून ते सत्य दाखवू शकत नाही. हे लक्षात घेतले तर मग साऱ्या ब्रह्मांडाच्या पलीकडे जे काही परमतत्त्व आहे, जे अव्यक्त असूनही तमाम व्यक्त सृष्टीचे निमित्त आहे, त्याला आत्तापुरते, आपल्याला कळण्यापुरते सत्य म्हणता येईल. आपल्या डोळ्यांपुढे असणारा आम्रवृक्ष व्यक्त आहे, दृश्य आहे म्हणून ते तथ्य आहे. ह्या घनदाट वृक्षाच्या मुळाशी असणारी लहानशी मूठभर आकाराची कोय अव्यक्त आहे. विज्ञानाच्या आधारे असे नक्कीच सिद्ध करता येईल, की ती कोयच वृक्षाचे कारण आहे. अशा रीतीने, ती कोय

अव्यक्त असूनही वृक्षाला कारणीभूत असणारे तथ्य म्हणता येईल. आता ती कोय तोडून तिच्या आतल्या अतिसूक्ष्म कडू बीजातून एवढा मोठा वृक्ष कसा निर्माण झाला ते शोधायला गेलो तर हाती काही लागणार नाही. साध्या डोळ्यांना तर काहीच दिसणार नाही. कुठलेही शास्त्रीय उपकरण हे मूळ तत्त्व शोधू शकणार नाही आणि तरीही हे अदृश्य, अस्पर्श्य परंतु अस्तित्वात नक्कीच असलेले तत्त्व नाकारूही शकणार नाही. ज्याला असे नाकारता येत नाही, ते सत्य होय. गांधीजी ज्या सत्याबद्दल बोलतात ते हेच परमसत्य. अध्यात्माच्या भाषेत त्याला तुम्ही परब्रह्मही म्हणू शकता.

श्रीमद्‌भागवतात सुरुवातीलाच ज्या सत्याला निरस्तकुहकम् आणि प्रोझितकैतव असे म्हटले आहे, ते दोन्ही शब्द अत्यंत सूचक आहेत. म्हणजे सत्य हे नेहमीच किंचितही धूसर नसलेले, अत्यंत स्वच्छ म्हणजेच छलकपटविरहित असले पाहिजे. सत्य कधीच असे नसते, की गरजेनुसार ज्याचे एकापेक्षा अधिक वेगवेगळे अर्थ काढून आपापल्या समजुतीप्रमाणे त्याचे समर्थन करता येईल! सत्याबद्दल दोनच गोष्टी संभवतात-एकतर ते असते किंवा नसते. भागवतकारांनी आरंभीच अशा सत्याची उपासना करण्यास सांगितले आहे-'सत्यं परं धीमहि'-त्या परम-सत्याचे ध्यान धरा. हीच गोष्ट श्रीमद्‌भगवदगीतेत श्रीकृष्णाने अर्जुनाला एका विशिष्ट संदर्भात सांगितली आहे-'नासतो विद्यते भावो ना भावो विद्यते सतः'- सत्याचा कधीच अभाव नसतो आणि असत्याचा कधीच भाव नसतो.

गांधींना सत्याप्रत पोहोचायचे होते. गांधींच्या सत्याचे वैशिष्ट्य असे, की त्यांना फक्त स्वतःलाच त्या सत्यापर्यंत पोहोचायचे नव्हते तर सत्यासाठीच्या यात्रेत संपूर्ण विश्वालाच सहभागी करून घ्यायचे होते. जगात सत्य आहेच; पण असत्य नाही असेही म्हणता येणार नाही. असत्याचे हे असणे गांधींना मान्य आहे; परंतु असे असत्य नष्ट करून टाकण्याऐवजी स्वतः निश्चित केलेल्या सत्यात ते परिवर्तित करण्यासाठी गांधी सतत झटतात. अगदी लहानपणी त्यांनी राजा हरिश्चंद्राचे नाटक पाहिले होते तेव्हापासून त्यांच्यावर 'सत्याचा' अगदी खोलवर परिणाम झाला होता. हे नाटक पाहिल्यावर 'आपण स्वतः सत्यवादी बनावे,' अशी मनाशी खूणगाठ बांधण्याऐवजी त्यांच्या मनात जो प्रश्न उत्पन्न झाला, तो चकित करणारा आहे. हरिश्चंद्राचे सत्यवादी जीवन पाहून गांधींना प्रश्न पडतो तो असा-'सगळेच असे सत्यवादी का होत नाहीत?'

अद्‌भुतच प्रश्न आहे हा! लहानपणी इतका उत्तम विचार मनात यावा, हे विलक्षण आहेच; परंतु त्या विचाराला आपला जीवनमंत्र बनवून आयुष्याच्या अखेरपर्यंत जपणे जवळजवळ अकल्पनीय आहे. कृष्ण, बुद्ध वा महावीर, सर्वांचेच आपापले जीवनमंत्र होते. ते प्रस्थापित करण्यासाठी त्यानुकूल निश्चित असे आचरण होते.

आपल्याला जे प्रतीत झाले ते इतर सगळ्यांपर्यंत पाहोचवण्यासाठी त्यांनी यथाशक्ती, यथामती प्रयास केले. असे करताना कधीकधी केवळ सांगण्या- समजावण्याने त्यांचा उद्देश सफल झाला तर कधी असफल झाला. समजावून सांगण्याने अपेक्षित परिणाम साध्य झाला नाही, त्या वेळी कृष्णाने आपला स्वतःचा असा आगळाच मार्ग शोधला. त्याच्या दृष्टीने जो अधर्मी होता त्याचाच कृष्णाने स्वतः वध करून टाकला किंवा दुसऱ्या कुणाकडून तरी करवला. कंसाला आणि शिशुपालाला कृष्णाने स्वतः मारले तर जरासंधाचा भीमाकरवी वध करवला. बुद्ध आणि महावीर अगदीच वेगळ्या मार्गाने गेले. बुद्धाच्या मार्गात सतत अडथळे आणणाऱ्या देवदत्ताचे अथवा महावीराच्या मार्गात सतत विघ्ने आणणाऱ्या जमालीचे हृदयपरिवर्तन करण्याचे बुद्ध-महावीरांनी काही विशेष प्रयत्न केल्याचे कुठे आढळत नाही.

ह्या सगळ्यांपेक्षा गांधींचा अगदीच अनोखा मार्ग आहे. राजकोटच्या दिवाण वीरावाळांसारख्या अगदी सामान्य कारभाऱ्याच्या हृदयपरिवर्तनासाठी सुद्धा गांधी स्वतःला पीडा करून घेतात. त्यांच्यापुढे उपोषण करतात आणि वीरावाळा त्यांची फसगत करतात. ते खरे मानून गांधीजी उपोषण सोडतात आणि पुन्हा सर्व काही 'जैसे थे' सुरू राहते. ह्यात गांधींचा पराभव नसला तरी, गांधींनी अकारणच त्रास भोगला, असत्य होते तेथेच, तसेच शिल्लक राहिले आणि सत्याचा विजय झालाच नाही त्याचे काय, हा मुख्य प्रश्न निर्माण होतोच. स्व-पीडेला गांधी अतिशय महत्त्व देतात. स्वतःला अशा प्रकारे त्रास करून घेण्याने कुठल्याही विरोधकाचे परिवर्तन होईल, ह्यावर त्यांची श्रद्धा आहे. राजकोटच्या 'वीरावाळा उपोषणा'च्या वेळी जवाहरलालांनी अत्यंत निराश होऊन म्हटले होते, ''गांधीजींनी राजकोटच्या आपल्या कृतीने प्रगतीच्या घड्याळाचे काटे एखादे शतकभर तरी मागे ढकलले आहेत.''

आपल्या स्वकीयांच्या वरकरणी नगण्य वाटणाऱ्या आणि रोजच्या व्यवहारात अगदी मानवसुलभ वाटणाऱ्या एखाद्या खोटेपणाचे सत्यात परिवर्तन करण्यासाठी गांधी आपल्या जिवाची बाजी लावायलाही तयार होत. सत्यासाठीचा त्यांचा हा आग्रह अत्यंत तीव्र होता. त्यात कुठेही अजिबात अप्रामाणिकता नाही. नखशिखांत पारदर्शकताच आहे. एवढे करूनही त्यांना सत्य सापडले नाही तर त्यासाठी वाटेल तेवढा आटापिटा करायला ते तयार होतात. कधी त्यांना यश येते, कधी अपयश!

'यतो धर्मः ततो जयः' असे 'महाभारता'त आणि इतरत्रही वारंवार म्हटले गेले आहे. येथे धर्म आणि सत्य हे दोन शब्द जवळजवळ समानार्थी आहेत. 'अगदी सच्च्या, धर्मप्रेरित माणसाचा किंवा विचाराचा नेहमीच अंतिम विजय होताना दिसतो का?' ह्या प्रश्नाचे होकारार्थी उत्तर क्वचितच कुणी देऊ शकेल आणि दिलेच तर त्यात अनुभवापेक्षा श्रद्धेचाच भाग अधिक असेल. आज नाही तर उद्या, ह्या जन्मी नाही तर निदान पुढच्या जन्मी सत्याचा विजय होईल, अशी श्रद्धा बाळगणे हा भाग

वेगळा. जीवनात असे नेहमी घडत नाही, हा प्रत्यक्ष अनुभव दृष्टिआड कसा करता येईल?

खरी गोष्ट अशी आहे, की सत्य आणि विजय म्हणजे सफलता. ह्या दोन गोष्टी एकत्र आणता येतील, अशा नाहीतच. त्या दोन्हींचा एकमेकींशी थेट संबंधच नाही. सत्याचे बोट धरून काही वेळा यश मिळेलही; परंतु यशाप्रत जाण्यासाठी कधीकधी सत्याला तिलांजली देऊन असत्याची वाट धरावी लागते. ज्याला आपण यश किंवा अपयश म्हणतो ती निव्वळ स्थूल घटना असते. व्यापक वैश्विक पातळीवर अशा घटनेला फारशी किंमत नसते. आपण आपला त्या वेळेपुरता ढोबळ स्वार्थ लक्षात घेऊन त्या त्या घटनेला 'यश', 'अपयश' असे म्हणत असतो. आपल्या 'प्राचीना' ह्या काव्यसंग्रहात उमाशंकर जोशींनी* महायुद्धाच्या एकोणिसाव्या दिवसाचे वर्णन करताना युधिष्ठिराच्या तोंडी अतिशय सुंदर शब्द घातले आहेत-

> समान पल्लां विधिनी तुलानां
> जयाजयो ते मनना ज बहानां
> जित्या जेओ ते ज अंते जिताया
> जित्या तेओ युद्धमां जे जिताया ॥

(विधात्याच्या तुलेची (तराजूची) पारडी समानच (समतोल) असतात. जय-अजय हे तर (माणसाच्या) मनाचेच बहाणे (खेळ) असतात! जे जिंकले ते अंतिमत: जिकले गेले (हरले); (अखेरीस) जिंकले ते जे युद्धात जिकले गेले (हरले) होते.)

तथाकथित विजय मिळवल्यानंतरही युधिष्ठिराच्या मनात जे विचार-संक्रमण झाले आहे त्याची, सत्य नावाची चीज समजून घ्यायला मदत होण्यासारखी आहे. उघडपणे दिसून येणारा परिणाम म्हणजेच 'यश' आणि दिसून येणारा अमुक एक परिणाम म्हणजेच 'अपयश' असे म्हणणे भ्रामक आहे. आजचे 'यश' उद्या घोर 'अपयश' वाटू लागते आणि आज ज्याला 'अपयश' म्हटले तेच वेगळ्या परिस्थितीत उद्या 'मोठे यश' वाटण्याची शक्यता असते.

इतिहासातील एका गोष्टीची जरा आठवण करू या. मोगल-सम्राट शाहजहानच्या मृत्यूनंतर सम्राटपदावर युवराज दाराशुकोहचा अधिकार होता. शाहजहानच्या मनातही तेच होते. साम्राज्यातील प्रजेचा तो लाडका होता तरी सुद्धा औरंगजेबापुढे त्याचा पराभव झाला. मानवी गुण जमेस धरले तर दाराशुकोहापेक्षा औरंगजेब कितीतरी उणा होता. साम्राज्याचा वारसदार म्हणून सर्वार्थाने अधिकार असतानाही दाराशुकोह यशस्वी झाला नाही. औरंगजेबाने त्याचा वध केला आणि खोटेपणाच्या, असत्याच्या

---

* उमाशंकर जोशी : ज्ञानपीठ पारितोषिक विजेते सुप्रसिद्ध गुजराती साहित्यिक

मार्गाने मिळवलेल्या राज्याचा औरंगजेबाने उणीपुरी साठ वर्षे उपभोग घेतला. अधर्माच्या आणि असत्याच्या मार्गाने बळकावलेले राज्य भोगायला नियतीने त्याला भरपूर दीर्घायुष्यही दिले.

अर्थात, यश मिळवण्यासाठी माणसाने अधर्माचे आणि असत्याचे आचरण करावे, असे सांगण्याचा येथे उद्देश नाही. सांगण्याचे तात्पर्य असे, की सत्य आणि धर्म हे मनुष्यसुलभ, सहज, स्वाभाविक लक्षण असले पाहिजे. त्यात कसल्याही तऱ्हेच्या परतफेडीची अपेक्षा असता कामा नये. 'यतो धर्मः ततो जयः'चा अर्थ एवढाच-जो सतत, धर्म अभ्यासत असतो, त्याचा खोलवर विचार करत असतो, त्याला अपयशाचा स्पर्श होत नाही. धर्माच्या अखंड परिशीलनामुळे तो सदैव यशाच्या आणि साफल्याच्या मनोभूमिकेत असतो. सत्य आणि धर्म अनुसरण्यासाठीच आहेत; आत्म्याच्या ओजस्वितेसाठी आहेत. सर्वसामान्य माणसाला स्थूल यशातच अधिक स्वारस्य असते. अशा लोकांचे लक्ष सत्य आणि धर्म ह्यांकडे वळवण्यासाठी कदाचित शास्त्रकारांनी 'यतो धर्मः ततो जयः' असे म्हटले असावे! श्रीकृष्णाने गीतेत म्हटले आहे, 'न हि कल्याणकृत् कश्चित् दुर्गतिं तात गच्छति।'- श्रेयस्कर मार्गाने जाणाऱ्याची दुर्गती होत नाही. केवळ शब्दार्थच लक्षात घेतला तर असेही म्हणता येईल, की श्रेयस्कर मार्गाने जाणाऱ्यालाही दुःख तर भोगावे लागलेच आहे; परंतु खोलात जाऊन अर्थ पाहिला तर कळेल, की खऱ्या कल्याणकारी वाटेने जाणाऱ्याची मनोभूमिकाच अशा उच्च स्तरावर जाऊन पोहोचलेली असते, की त्याला स्थूल दुर्गतीचा स्पर्शच होत नाही. तो अशा एका विलक्षण संतुष्ट अवस्थेला पोहोचलेला असतो, की त्याच्या श्वासोच्छ्वासातच सत्य आणि धर्म दोन्ही एकवटलेले असते.

गांधींचे सत्य ह्या सगळ्या अपरंपार गूढातून परम-प्रकाश मिळवण्याची धडपड करते. मात्र, कृष्णाची गोष्टच वेगळी आहे. सत्य सापडल्यानंतरच्या आचरणालाच कृष्ण धर्म असे म्हणतो आणि हाच धर्म त्याने अंगीकारला आहे, आत्मसात केला आहे.

॥७॥

कृष्णाचा धर्म आणि गांधींचे सत्य-२

कृष्णाची करुणा आणि गांधींचे सत्य दोन्हीतील बारकावे समजण्यासाठी अधिक खोलात शिरता अत्यंत मजेशीर फरक सापडतो. गांधी ज्या सत्यासाठी कष्ट घेतात त्यामागे मूळ प्रयास असा आहे, की सगळ्यांनीच हरिश्चंद्रासारखे का होऊ नये! जेथे म्हणून असत्य दिसेल तेथे आपल्या प्रेमभावनेच्या आधारे त्या असत्याचे सत्यात रूपांतर करण्यासाठी गांधी प्रयत्न करतात. त्यांचा हा टोकाचा प्रेमभाव त्यांना स्व-पीडेच्या अवस्थेपर्यंत जायला लावतो. कुमार्गाने जाणाऱ्या आपल्या एखाद्या आप्ताला आपण रोखण्याचा प्रयत्न करतो. आपले प्रयत्न जेव्हा तोकडे पडतात तेव्हा आपल्याला वाईट वाटते. आता अधिक काही करू शकत नाही, ह्या जाणिवेने आपण व्यथित होतो. कुटुंबात मुलांची आपापसात भांडणे होतात. कधी एखादीचा पती वाईट मार्गाला लागलेला असतो. अशा वेळी एकमेकांशी भांडणाऱ्या त्या भावांची आई किंवा कुमार्गी पतीची पत्नी काही करू शकत नाही आणि दुसरे काहीच करता येत नाही, म्हणून स्वतःलाच त्रास करून घेते. डोके आपटून घेते, छाती बडवून घेते. ग्रामीण संस्कृतीत हे नेहमीच बघायला मिळते. स्वतःला त्रास देण्यासाठी डोके आपटले किंवा छाती बडवली तरी त्यामागचा अंतिम उद्देश असत्याला सत्यात, खोट्याला खऱ्यात, वाईटाला चांगल्यात परिवर्तित करण्याचा आहे. वाईट मार्गाला गेलेल्याला सन्मार्गावर आणण्याचा तो शेवटचा उपाय आहे. दुसऱ्याला आपल्याबद्दल प्रेम वाटते ही मूळ गोष्ट त्या स्त्रीने कळतनकळत गृहीत धरलेली आहे. मनाच्या तळाशी थोडा तरी चांगुलपणा शिल्लक असेल, तर डोके फोडून घेणाऱ्या आपल्या आईला वा पत्नीला पाहून त्या भांडणाऱ्या पुत्रांना, त्या कुमार्गी पतीला थोडा तरी धक्का बसतोच. त्या क्षणीच, ताबडतोब त्यांच्यावर परिणाम होऊन लगेच त्यांचे हृदयपरिवर्तन होते असे नाही; पण एक क्षणभर ते थबकतात एवढे खरे. त्या क्षणभराच्या थबकण्याला त्यांचे हृदयपरिवर्तन म्हटले नाही तरी स्व-पीडेच्या वृत्तीचा तात्पुरता विजय झाला असे म्हणावेच लागेल.

हृदयपरिवर्तन ही प्रदीर्घ प्रक्रिया आहे. ज्याला मनोव्यवहारांची ओळख आहे,

मानसशास्त्राचा ज्याने अभ्यास केला आहे आणि ती ओळख किंवा तो अभ्यास ह्याव्यतिरिक्त, स्वानुभवाच्या आधारे वस्तुनिष्ठपणे मनाची ही प्रक्रिया जो समजू शकतो त्याच्या लक्षात येते, की असे परिवर्तन बाह्यकारणांमुळे क्वचितच घडते. परिवर्तन ही आंतरिक प्रक्रिया आहे. ते आतूनच घडून यावे लागते. ही प्रक्रिया जाणीवपूर्वक होणारी आहे. ती बळजबरीने घडवून आणली तर त्यातून परिवर्तनाचा आभास उत्पन्न होतो; परंतु दडपून ठेवलेली मूळ वृत्ती तशीच राहते आणि बाष्पीभवन व्हावे तसा परिवर्तनाचा तो आभास हवेत उडून जातो. आमरण उपोषणाद्वारे गांधीजींनी आंबेडकरांशी केलेला समेट हे त्याचे उत्तम उदाहरण आहे. गांधीजींच्या आग्रहाखातर आंबेडकरांनी दलितांसाठीच्या वेगळ्या मताधिकाराचा मुद्दा सोडून दिला खरा; परंतु त्यामुळे त्यांच्यात बदल झाला असे नाही. ह्याआधी ज्याचा उल्लेख केला आहे ते शारदा कबीरला लिहिलेले पत्र हे त्याचे उदाहरण आहे. दुसरे उदाहरण,कृष्णाने त्याच्या उत्तरायुष्यात लागू केलेल्या मद्यनिषेधाचे. मद्यपानबंदी अमलात यावी म्हणून कृष्णाने उपोषण केले नसले तरी आपल्या मद्यपानामुळे कृष्णाला अपार दुःख होते, त्रास होतो ही गोष्ट एकजात सगळे यादव पुरती ओळखून होते. मद्यपानातिरेकामुळेच यादवांनी आपल्या कुळाच्या संहाराचा शाप स्वतःवर ओढवून घेतला होता. ते कृष्णापासून सर्व गोष्टी लपवून ठेवू पाहत होते आणि सारे काही माहीत असूनही माहीत नसल्याचे भासवून कृष्णही झाकली मूठ झाकलेलीच राखत होता.

हृदयपरिवर्तनाच्या प्रयासामागे निरतिशय प्रेम असूनही त्यातून काही निष्पन्न होत नाही, ही मानवी जीवनाची व्यथा आहे. ही मर्यादा, ही दुर्बलता उभयपक्षी आहे. मानवी अस्तित्वाचाच तो एक भाग आहे. बलराम आणि कृष्ण दोघांचेही एकमेकांवर अपार प्रेम होते. कृष्णावरच्या प्रेमाखातर बलरामाने आपले कित्येक हट्ट, आग्रह सोडून दिले होते; परंतु त्याचे कृष्णप्रेम स्वतःच्या मद्यपानावर मात करायला मात्र पुरेसे उपयोगी ठरले नाही. बलराम स्वतः एक ज्येष्ठ वरिष्ठ यादव होता. द्वारकेत मद्यपानाला बंदी होती, आपल्या मद्यपानामुळे कृष्णाला खूप दुःख होते, हेही त्याला माहीत होते; तरीही बलराम मद्यपान सोडू शकला नाही. एवढ्या बाबतीत त्याचे हृदयपरिवर्तन झाले नव्हते. ज्या ज्या वेळी बलरामाने आपला हट्ट सोडला होता आणि कृष्णाच्या म्हणण्याला संमती दिली होती त्या त्या वेळी कृष्णाला काही स्व-पीडेचा प्रयोग स्वतःवर करावा लागला नव्हता. केवळ प्रेम आणि विशुद्ध तर्क यांच्या बळावर, आपल्या सांगण्याप्रमाणे करवून घेण्यात कृष्ण यशस्वी झाला होता. ह्याला हृदयपरिवर्तन म्हणता येईल का?

गांधींनी आपल्या सत्याबद्दल एक छानसा खुलासा केला होता. कोणताही समंजस माणूस विचारात पडेल, असे हे स्पष्टीकरण आहे. त्यांनी म्हटले होते, की सत्य म्हणजे सत् आणि सत् म्हणजे असणे. जे आहे ते आहे. हे असणे म्हणजे

जे आहे त्याचा स्वीकार. अशारीतीने सत्याला केवळ 'आहे' ह्या एकाच शब्दातून सर्वव्यापी करून टाकल्यावर गांधी म्हणतात, की जगात ईश्वर सर्वत्र व्यापलेला आहे. त्यासाठी ते 'ईशावास्य उपनिषदा'च्या पहिल्या मंत्राचा उल्लेख करतात. 'ईशावास्यं इदं सर्वम्' म्हणजे येथे जे जे काही दृश्यमान आहे, ते सगळे ईश्वरव्याप्त आहे. म्हणजेच, मानवमात्रात ईश्वराचा वास आहे, हे ओघाने आलेच. वरकरणी माणूस कितीही वाईट असला, त्याची कृत्ये अमानुष वाटली तरी एकदा 'ईशावास्यं इदं सर्वम्' स्वीकारले की त्या वाईट माणसातही कुठेतरी ईश्वराचे अस्तित्व आहे, हे स्वीकारल्यावाचून गत्यंतर नाही. ईश्वर म्हणजे एक परमसत्य आहे. समजा, त्या परमेश्वराचा अंश तथाकथित ढीगभर वाईटाखाली दडलेला आहे, तर त्या वाईट माणसात दडलेल्या सत्याच्या अंशाआड येणाऱ्या कचऱ्याचा ढीग स्वच्छ करणे, एवढी एकच गोष्ट सत्याचा आग्रह धरणाऱ्याला करण्याजोगी उरते. ती करताना त्याला अतोनात कष्ट होतील; फार काय, आपल्या प्राणांची आहुती देऊनही त्यात त्याला यश येईलच, असे नाही. सगर राजाच्या साठ हजार पुत्रांच्या आत्म्यांच्या उद्धारासाठी गंगावतरण होणे अत्यंत आवश्यक होते. हे काम पूर्ण व्हायला एक पिढी पुरली नाही. तीन पिढ्यांपर्यंत ही तपश्चर्या अविरत, अखंडपणे सुरू राहिली, तेव्हा कुठे भगीरथाला यश मिळाले. राखेच्या ढिगाखाली मोक्षाच्या प्रतीक्षेत असलेल्या, अवगतीला प्राप्त झालेल्या आत्म्यांचा त्याने उद्धार केला. सत्याचा आग्रह धरणाऱ्याला असेच करावे लागते. त्याला यश आले नाही तर त्याचा अर्थ इतकाच, की त्याची तपश्चर्या अपूर्ण आहे. त्याने अवलंबलेल्या साधनांमध्ये कुठेतरी निष्ठेचा अभाव आहे. समोरच्या माणसावर ज्या प्रेमाने परिवर्तनाची प्रक्रिया करण्याची आवश्यकता आहे, तो विशुद्ध प्रेमभाव कुठेतरी उणा पडत आहे.

येथे एक दुसरी बाजूही विचारात घेतली पाहिजे. 'ईशावास्यं इदं सर्वम्' हा मंत्र एकदा स्वीकारला, की मग सत्य आणि प्रेम ह्या ईश्वरी तत्त्वांप्रमाणेच असत्य, अधर्म, द्वेष, तिरस्कार, आत्मकेंद्री स्वार्थ हे सगळेही ईश्वरानेच निर्माण केले आहे, असेही मानावे लागेल. प्रेमभावना दैवी आहे, असे मान्य केले तर द्वेषभावना दैवी नाही, असे म्हणणे तर्कसंगत होत नाही. प्रेम आदर्श आहे आणि द्वेष निंद्य आहे, सत्यात विलक्षण बळ आहे आणि असत्य ही अत्यंत हीन गोष्ट आहे हे सगळे मान्य; परंतु त्यांच्या अस्तित्वाबद्दलच शंका घेता येणार नाही. सत्याचा अर्थच 'असणे' असा होत असेल तर ह्या इतर गोष्टींचे असणे कुणालाही स्वीकारावेच लागेल.

कथाकीर्तनकारांच्या तोंडून आपण 'कठोर कृपा' आणि 'कोमल कृपा' असे शब्दप्रयोग ऐकतो. आपल्याला अनुकूल असणारे; मनाजोगते, आवडते असे काही ज्या वेळी ईश्वराकडून मिळते त्याला आपण ईश्वराची कृपा असे म्हणतो. (अर्थात, त्यासाठी चित्त ईश्वराच्या ठायी गुंतलेले असावे लागते. ईश्वराशी असे भावनैक्य नसेल

तर 'ईश्वरी कृपे'ऐवजी 'परिस्थितीने हात दिला', 'माझे आडाखे अचूक ठरले', 'मी खूप कष्ट घेतले होते,' असे म्हटले जाते.) अशा अनुकूल ईश्वरी कृपेला ते कथाकीर्तनकार 'कोमल कृपा' म्हणतात. त्याउलट, कधीकधी असेही घडते, की आपले ठोकताळे चुकतात, चहूबाजूला प्रतिकूल परिस्थिती निर्माण होते, आपण नकोशा गोष्टींत सापडले जातो. तेही देवाचे देणेच आहे, हे मान्य केले पाहिजे. अनुकूलता जशी ईश्वराने (किंवा परिस्थितीने) दिली तशीच प्रतिकूलताही त्यानेच निर्माण केली. म्हणजे एका अर्थी, प्रतिकूल परिस्थिती म्हणजे सुद्धा देवाची कृपाच! एखादा बुद्धिवादी माणूस अशा कृपेला 'अवकृपा' असा शब्द, शब्दकोशातून शोधून काढेलही; परंतु ईश्वरासारखे अत्यंत परमतत्त्व तुमच्या माझ्यासारख्या अतिशय सामान्य आणि नगण्य असणाऱ्यावर 'अवकृपा' करत असेल तर त्यात त्याचा 'ईश्वरपणा' तो काय उरला? खरी गोष्ट अशी आहे, की ईश्वर जर परम-पिता असेल तर त्याचे पितृत्व स्वतःच्या ह्या सृष्टिरचनेवर फक्त कृपाच करेल, अवकृपा करणारच नाही. परमेश्वर जे करतो त्यामागे त्याचा जो भाव असतो त्याला आपण आपल्या स्वार्थासाठी, आपल्या फायद्यासाठी 'कृपा' आणि 'अवकृपा' अशा दोन भागांत वेगळे काढतो. आपल्या मनासारखे असते त्याला कृपा म्हणतो. निव्वळ तर्कदृष्ट्या पाहता हे असंगत आहे.

आयुष्यात असाही अनुभव येतो, की एकदा जी गोष्ट आपल्याला अगदी हवी तशी,अनुकूल वाटली, जिला आपण कृपाच समजलो तीच गोष्ट तेवढी अनुकूल नव्हती असे काही काळानंतर वाटते. आपला दृष्टिकोन बदललेला असतो. वाढत्या वयानुसार आणि अधिकाधिक अनुभवानुसार आपली मनोभूमिका, आपला दृष्टिकोन सतत बदलत असतो. परिणामी, काल जे कृपामय अथवा अवकृपामय वाटले ते आज बदललेले असते. म्हणूनच प्रतिकूल अनुभवांना कथेकरी, पुराणिक, विद्वान, विचारवंत, चिंतक असे सर्वजण 'ईश्वराची कठोर कृपा' असे म्हणतात. अशा तऱ्हेने कोमल अथवा कठोर हे शब्द त्या त्या वेळची आपल्या मनाची तात्पुरती अवस्था सूचित करतात. म्हणूनच, जे काही 'घडत' असते त्याचा ईश्वराशी संबंध दाखवणारा शब्द कृपा हाच आहे. हरेक घटना म्हणजे ईश्वराची कृपा असेच म्हणावे लागेल.

'ईशावास्यं इदं सर्वम्' ही अशीच गोष्ट आहे. जे आहे ते सर्वच ईश्वर आहे, म्हणजेच सत्यमय आहे. त्यातल्या काही गोष्टींना आपण शुभ म्हटले, काहींना अशुभ म्हटले ती त्या वेळची आपली तात्पुरती मनोभावना होती. अग्नी एकच असतो. एखादे घर पेटले, आग लागली तर त्या ज्वाळा शुभ वाटत नाहीत; पण थंडीच्या दिवसांत एखाद्या सरत्या संध्याकाळी अंगणात पेटवलेल्या शेकोटीच्या रूपातील तोच अग्नी शुभ वाटतो. देवळात आरतीच्या वेळी निरांजनाची ज्योत मनाला प्रसन्न करते; पण त्याच ज्योतीचा चटका बसला तर छान वाटत नाही. हे

सर्व घडत असताना सर्व वेळी तो अग्नी-व्यापक संदर्भात म्हटले तर तो ईश्वर मात्र अगदी तटस्थ असतो.

त्यामुळे असेही म्हणता येईल, की सत्य जसे सार्वत्रिक आहे तसेच असत्यही सार्वत्रिक आहे. 'सत्य म्हणजेच ईश्वर' असे म्हणून गांधीजी सत्याच्या प्राप्तीसाठी स्वतः तर प्रयास करतातच; पण आपल्यासारख्याच भावनेने आपल्याबरोबर इतरांनीही तसेच करावे, असा आग्रह धरतात. सर्वच लोकांबद्दल त्यांच्या मनात असणारी आत्मीयता हे त्यामागचे कारण आहे. त्यांच्या मते कुटुंबाचा अर्थ कस्तुरबा किंवा हरिलाल एवढ्यांपुरताच मर्यादित नाही. जन्मभूमी म्हणजे पोरबंदर किंवा अहमदाबादपर्यंतच सीमित नाही, फक्त हिंदुस्थान एवढाच भूभाग नाही. वैश्विकतेच्या भावनेच्या विकसनाशी ते तादात्म्य पावले आहेत. त्यामुळे जेथे कुठे असत्याचे, खोटेपणाचे दर्शन घडते, तेथे ते असत्य, तो खोटेपणा दूर करण्यासाठी गांधीजी धडपड करतात. खोटे आचरण करणाऱ्याला ते विरोध करत नाहीत. आचरण करणारा निमित्तमात्र आहे. अशा वाईट आचरणाला प्रवृत्त करणाऱ्या रीतिरिवाजांना, प्रथा समजुतींना त्यांचा विरोध आहे. हत्या करणारा दोषी नाही; परंतु हत्या करायला प्रवृत्त करणारे विचार अथवा जबाबदार असणाऱ्या प्रथा वाईट आहेत. दुराचरण वा असत्याचरण करणाऱ्याच्या मनातून ह्या दुष्टप्रवृत्ती, हे असत्यच काढून टाकता आले तर त्या व्यक्तीला न मारताही सत्य प्रस्थापित होऊ शकेल, असे गांधीजी मानतात.

येथे पुन्हा एक गोष्ट नजरेआड होते आहे, असे वाटते. असत्य, खोटेपणा, द्वेष, अशा नकारात्मक भावना सुद्धा ह्या सृष्टीच्या 'असण्या'चाच भाग असतील तर मग त्या सार्वत्रिकपणे कशा काय नष्ट करता येतील? सत्यासारख्या एका 'असणाऱ्या' गोष्टीसाठी दुसऱ्या तशाच 'असणाऱ्या' इतर अनेक गोष्टींचा नाश कसा करता येईल? सत्य आणि असत्य, धर्म आणि अधर्म ही सगळी द्वंद्वे आहेत. माणसाच्या मनात एकाच वेळी ह्या दोन्ही गोष्टी असतात. ह्या दोन्ही गोष्टी एकत्र येऊनच माणूस घडतो. त्याच्या 'असण्या'त ही द्वंद्वे सामावलेली असतात. ह्या दोन्हीतील तोल ढळून असत्य अथवा अधर्म अधिक प्रबळ झाला तर गांधींची हृदयपरिवर्तनाची प्रक्रिया म्हणजे फक्त एक गोंडस आदर्श बनते आणि तेथेच थांबते. मग, असा अधर्म आणि असे असत्य आपल्या ठायी बळावू देणाऱ्याचा वध करणे हाच धर्म ही कृष्णाची भावना अधिक बलवत्तर ठरते.

कधीकधी असे घडते, की जाणीवपूर्वक सत्याचा अर्थ समजून घेतल्यानंतरही आपल्या हिताचे नुकसान होण्याच्या भीतीपोटी माणूस खरे बोलत नाही. कुणीसे म्हटले आहे तेच खरे-सत्य काय आहे, हे पूर्णपणे माहीत असूनही जेव्हा माणूस त्या सत्याची बाजू घेऊ शकत नाही, तो त्या माणसाच्या जीवनातला सर्वांत मोठा दयनीय क्षण असतो.

आपण जेव्हा जेव्हा 'सत्या'बद्दल बोलतो तेव्हा सामान्यत: सत्य म्हणजे 'खरे बोलणे' असाच त्याचा अर्थ असतो. 'खरे बोलणे' ह्याचा जरा खोलात जाऊन विचार केला पाहिजे. आपण जे पाहतो, ऐकतो त्याचा आपल्या समजशक्तीप्रमाणे, आपल्या स्वार्थानुसार आपण अर्थ लावत असतो. उपनिषदातील एक प्रसिद्ध गोष्ट आहे. परमपिता ब्रह्मदेवाकडे उपदेश घ्यायला गेलेल्या दानवांना, मानवांना आणि देवांना त्याने एकच अक्षर सांगितले-द. उपदेश मिळवायच्या इच्छेने गेलेल्या ह्या तीनही वर्गांनी एवढ्या एकाच अक्षराचा आपापल्या परीने अर्थ लावला. दानवांना वाटले, आपण स्वभावत: क्रूर असल्यामुळे ब्रह्मदेवाने आपल्याला दयेचा उपदेश केला आहे. मानवांना वाटले, आपल्या लोभीपणामुळे देवाने आपल्याला दान करण्याचा उपदेश केला आहे. देवांना वाटले, आपण विलासी स्वभावाचे असल्याने आपल्याला दमन म्हणजेच इंद्रिय-दमन करायला सांगितले आहे. तीनही अर्थ आपापल्या स्थितीनुसार आणि आपापल्या समजशक्तिनुरूप काढले गेले होते. तसे, खरे बोलणे हे सुद्धा तुमच्या काय लक्षात आले आहे, जे लक्षात आले आहे त्यात तुमचा कोणता आणि किती स्वार्थ मिसळला आहे, त्यावर अवलंबून असते.

हस्तिनापुरात द्यूतसभेतील द्रौपदी-वस्त्रहरणाच्या वेळी कर्ण आणि दुर्योधन ह्यांच्या मनातल्या सत्याचा अर्थ वेगळा होता. द्रौपदी द्यूतात जिंकली गेली होती त्यामुळे आता ती दासी होती. दासीशी अशा तऱ्हेने वागण्यात त्यांना काही वावगे वाटत नव्हते, कारण त्यात त्यांचा स्वार्थ सामावलेला होता. त्यांचा मुख्य हेतू पांडवांना लज्जास्पद अवस्था भोगायला लावणे, त्यांना लज्जित करणे हा होता. विकर्णाला प्रतीत झालेले सत्य वेगळे होते; त्याला जे वाटले ते त्याने जाहीरपणे उघड केले होते. भीष्म आणि द्रोण ह्यांच्या ध्यानात आलेले सत्य ते व्यक्त करू शकत नव्हते. त्यामागे त्यांची स्वतःची अशी कारणे होती. म्हणजेच, फक्त खरे बोलणे एवढाच सत्याचा अर्थ होत नाही. सत्याचा नीट अर्थ कळलेला असूनही स्व-हिताच्या हानीच्या भयाने माणूस खरे ते बोलत नाही.आधी म्हटले तेच अधोरेखित करायचे तर, सत्य काय ते जाणल्यानंतरही जेव्हा माणूस सत्याचा पक्ष घेऊ शकत नाही, तो त्याच्या जीवनातील अत्यंत करुण क्षण असतो.

॥८॥

कृष्णाचा धर्म आणि गांधींचे सत्य-३

गांधींचे जीवन म्हणजे सत्य प्राप्त करण्याची प्रक्रिया आहे. कृष्णाचे जीवन म्हणजे सत्यप्राप्तीनंतरचे आचरण आहे. जे सत्य आत्मसात केल्यानंतर आचरणात आणता येते तो धर्म, असे म्हणता येईल. हा सत्य शब्द सुद्धा अधिक तपशिलात बघितला पाहिजे. सत्य म्हणजे काही प्रत्यक्ष डोळ्यांनी बघता येणारा दृश्य पदार्थ नाही; त्याच्यावर बोट ठेवून 'हे पाहा सत्य' असे ओळखून दाखवता येत नाही. त्याला आपण एक भावात्मक अनुभूती म्हणू शकू. परंतु असे म्हणण्यातही थोडासा धोका आहे. दैनंदिन जीवनात क्रोध, प्रेम, अहंकार, घृणा, द्वेष, दया अशा अनेक भावना आपण अनुभवत असतो. त्या त्या भावनेच्या प्रदेशात शिरताच त्या भावनेची अनुभूती आपल्याला चटकन जाणवते. आत्ता या क्षणी मला राग आला आहे, मला अभिमान वाटत आहे, असा विचार माणसाच्या मनाला स्पर्श केल्यावाचून राहत नाही. त्या भावनेला माणूस बांध घालू शकत नाही, त्यावर पूर्णपणे ताबा मिळवू शकत नाही ती गोष्ट वेगळी! ह्या सगळ्या भावनांप्रमाणेच सत्य देखील भावात्मकच आहे; परंतु ते इतर भावनांसारखे आपल्याला जाणवत नाही; त्यामुळेच ते प्राप्तही करता येत नाही. गांधीजींनी स्वत: सत्याबद्दल जे म्हटले त्याची ह्याआधी थोडी चर्चा केलीच आहे. सांख्ययोग ह्या गीतेच्या दुसऱ्या अध्यायात कृष्ण आपल्या सत्याबद्दल म्हणतो,'नासतो विद्यते भावो, नाभावो विद्यते सत:'-सत्य हे चिरंतन असतेच आणि म्हणूनच असत्य नसतेच. असे जर असेल तर सत्य कधी 'नसते' असे म्हणताच येणार नाही आणि असत्य कधी 'असते' असेही म्हणता येणार नाही. आपले म्हणणे अधिक विशद करून समजावत कृष्ण अर्जुनाला म्हणतो-देह 'अनित्य' आहे; कारण काल हा देह नव्हता आणि उद्याही नसणार आहे. आत्ता देह दिसत असला तरी तो शाश्वत नाही. म्हणजे जे काल नव्हते आणि आज असले तरी उद्या नसणार आहे, ते असत्य आहे. ह्याउलट, आत्मा आज दिसत नाही; पण त्याचे अस्तित्व काल होते; आज तो ह्या देहात वास करून आहे आणि उद्या देह नष्ट होईल तेव्हा हा आत्मा अदृश्य होईल. अशारितीने आत्म्याचे असणे हे 'नित्य' आहे आणि जे नित्य आहे, ते नाशवंत नाही म्हणून ते सत्य आहे.

सत्याच्या ह्या संदर्भात आपल्या मनात लगेच एक प्रश्न निर्माण होतो, की चिरंतनत्व हे जर सत्याचे परमलक्षण असेल तर मग ह्या ब्रह्मांडातील तमाम पदार्थ तर परिवर्तनशील आहेत. कोट्यवधी वर्षांपूर्वी सूर्यचंद्रादी आकाशस्थ पदार्थ नव्हतेच. एका प्रचंड विस्फोटामुळे ते अस्तित्वात आले. आणखी कित्येक कोटी वर्षांनंतर कदाचित ते नसतीलही. तर मग सूर्यापासून आपल्याला मिळणारी ऊर्जा हे सत्य नाही? चंद्राची शीतलता हे सत्य नाही?

हा मुद्दा समजावून घेण्यासाठी शंकराचार्यांकडे गेले पाहिजे. 'ब्रह्म सत्यं जगद्‌ मिथ्या,' म्हणणारे हे शंकराचार्य एकदा अगदी अरुंद रस्त्याने जात होते. त्याच वेळी उन्मत्त झालेला एक हत्ती समोरून धावत येत होता. लोकांची पळापळ झाली. समोरून येणाऱ्या मदोन्मत्त हत्तीला पाहून शंकराचार्यही जवळच्याच एका घरात शिरले. हत्ती निघून गेला. कुणीतरी शंकराचार्यांना विचारले, "तुम्ही म्हणता, फक्त ब्रह्म तेवढे सत्य आहे, बाकी सर्व जग मिथ्या आहे; तर मग हत्ती चालून आलेला पाहून तुम्ही पळून का गेलात? तो हत्ती सुद्धा मिथ्याच नव्हता का?" शंकराचार्यांनी उत्तर दिले, "हत्ती मिथ्याच आहे, तशीच, त्याला पाहून मी पळालो ही गोष्टही तेवढीच मिथ्या आहे."

ह्यावर शंकराचार्यांनी तीन प्रकारच्या सत्यांचा उल्लेख केला आहे. पहिले सत्य म्हणजे डोळ्यांना दिसत असूनही जे भ्रम असते ते. वाळवंटातून जात असताना मृगजळ दिसते. हे मृगजळ सरोवरासारखे वाटते. सगळ्यांनी मृगजळ कदाचित पाहिले नसेल; पण पाण्यात घातलेली काठी वाकडी झालेली दिसते हा वक्रीभवनाचा प्रयोग तर आपल्याला माहीत आहे. हे आभासी सत्य. म्हणजे सत्य नसून सत्याचा फक्त आभास. रोजच्या व्यवहारात अशा आभासी सत्यांचा आपल्याला अनुभव येत असतो. शंकराचार्य ह्याला 'प्रातिभासिक सत्य' म्हणतात. दुसरे व्यावहारिक सत्य. मी तुम्हांला बघतो, तुम्ही मला बघता. ह्यात मी आणि तुम्ही दोघे 'आहोत.' त्याचप्रकारे, आपण दोघे ह्या चराचर सृष्टीतील अपरंपार पदार्थ बघतो. अग्नी आपल्याला भाजतो आणि पाणी थंडावा देते. हे सर्व मिथ्या नाही, सत्यच आहे; पण ह्या सत्याला व्यावहारिक सत्य म्हणतात. व्यवहारात आपण जी सत्ये अनुभवत असतो ती शाश्वत सत्ये नाहीत. काल अ आणि ब दोघांत अपार प्रेम होते. आज त्या व्यक्ती, होत्या तशाच असूनही त्यांच्यातील ते प्रेम मात्र अदृश्य झालेले दिसते. आता अ आणि ब एकमेकांचा तिरस्कार करत असण्याचीही शक्यता आहे; पण त्याचा अर्थ असा नाही, की एकेकाळचे त्यांचे प्रेम खोटे होते, नाटक होते. त्या वेळी दोघांच्या भावना खरोखरच सच्च्या असतील; पण नंतर काही घडले असेल-काय घडले त्याबद्दल वाद असू शकतो, तो संशोधनाचा विषयही होऊ शकतो-ज्यामुळे सगळेच चित्र पालटून जावे असे काहीतरी नक्की घडले असेल. ह्या संदर्भातच

शंकराचार्यांनी तिसरे सत्यही सांगितले आहे, ते म्हणजे पारमार्थिक सत्य! हे पारमार्थिक सत्य म्हणजेच कृष्णाने गीतेत सांगितलेले, 'नासतो विद्यते भावो, नाभावो विद्यते सतः' हे सत्य. ते शाश्वत आहे, चिरंतन आहे, अपरिवर्तनशील आहे. एकदा का त्याचा साक्षात्कार झाला, की मग मिळवण्यासारखे असे काही उरतच नाही. आपल्या शास्त्रांनी कदाचित त्यालाच 'ब्रह्म' असे म्हटले असेल. थोडक्यात म्हणायचे तर ते सत्य 'ब्रह्ममय' आहे. आधी म्हटल्याप्रमाणे, गांधींचे आयुष्य म्हणजे सत्याच्या प्राप्तीसाठीची यात्रा असल्याने त्यांच्या मार्गात अनेक चढ-उतार आले. आपल्या आयुष्याला त्यांनी 'सत्याचे प्रयोग' असेच म्हटले होते; त्यामुळे आयुष्याचे अंतिम लक्ष्य गाठण्यासाठी ते आयुष्याच्या प्रयोगशाळेत जन्मभर, सतत प्रयोग करत राहिले. प्रयोगशाळा म्हटले, की जोखीम आलीच. प्रत्येक प्रयोगात 'अमुक केल्याने तमुक होईल,' असे अनुमान करावे लागते; परंतु तसे होईलच असे नाही. प्रयोग करताना कधी चटका बसतो, कधी आणखी काही वेडावाकडा प्रकार होऊ शकतो. कधी प्रयोग करणाऱ्याच्या आसपास उभ्या असणाऱ्यालाही भाजून-पोळून घ्यावे लागते. सत्याचे प्रयोग करताना गांधीजी बऱ्याच वेळा स्वतः पोळून निघाले आहेतच; पण त्यांच्या सहकाऱ्यांनाही त्यांनी चटके खाऊ घातले आहेत. आहाराची बाब असो, की वैद्यकीय उपचार असो, ब्रह्मचर्य असो की अगदी अहिंसेचा मुद्दा असो, सत्यप्राप्तीची साधने म्हणून गांधींनी ह्या सगळ्यांचा वापर केला होता. प्राप्त होईपर्यंत सत्य म्हणजे शास्त्र असते, विज्ञान असते. एकदा का ते मिळवले, त्याचा साक्षात्कार झाला, की ते अध्यात्म बनते. अध्यात्म कधी परिवर्तनशील नसते. अध्यात्म शाश्वत आहे. जो माणूस अध्यात्माच्या वेशीच्या आत पाऊल टाकतो त्याच्या लेखी करुणेखेरीज कोणताच भाव उरलेला नसतो. त्यापुढील त्याचे सारे आचरण धर्म बनून जाते. अर्थात, अध्यात्माच्या प्रदेशात पाऊल टाकणारा प्रत्येक माणूस बुद्ध, महावीर, येशू किंवा अलीकडच्या काळातील रामकृष्ण परमहंस अथवा अरविंद घोष होईल, असा अर्थ कुणी अजिबात काढू नये. अध्यात्मापर्यंत पोहोचल्यावरही असा माणूस इतरांप्रमाणेच आयुष्यभर दैनंदिन व्यवहारात गुंतलेला असतो. तो खातो, पितो; हिंडतो, फिरतो, संसार करतो आणि परिस्थितीनुसार येणाऱ्या अडचणींना सामोरां जातो.

सत्यमार्गाचे यात्रिक असलेले गांधी राजकारणासारख्या, असत्याने बरबटलेल्या क्षेत्रात आले तरी कसे? नुसते आले नाहीत तर तत्कालीन युगात, त्या क्षेत्रात सर्वोच्च स्थानी कसे पोहोचले? गांधींना आपल्या अभूतपूर्व, अनोख्या, राजकीय वाटेवरून आगेकूच करताना पाहून कुणीतरी विचारले होते, "तुम्ही राजकारणात कसे काय आलात?" उत्तरादाखल गांधींनी म्हटले होते, की त्यांनी आयुष्यात फक्त एकच मार्ग पत्करला आहे, तो म्हणजे सत्यप्राप्तीचा! ह्या वाटेवरून जाताना जे काही समोर आले ते सर्व त्यांनी स्वीकारले, पारखले. उद्देश एकच, की ह्यातही

कुठेतरी सत्य गवसेल! खरेच आहे! तेवीस वर्षांचा एक तरुण बॅरिस्टर कुण्या दादा अब्दुल्लांनी ठरवून दिलेल्या एकशे पाच पाऊंडाच्या पगारावर आफ्रिकेसारख्या अनोळखी प्रदेशात एका वर्षासाठी गेला होता. पीटर मारीट्सबर्ग स्टेशनावर ह्या तरुणाला जो अनुभव आला, प्रिटोरियाला जाताना सिगरामवाल्यांनी* त्याच्यावर जो जुलूम केला, त्या सगळ्याकडे त्याने आपल्या सत्याच्या प्रयोगाच्या प्रयोगशाळेतील मूलभूत साधने म्हणून पाहिले. तो ह्यापैकी कशाच्याही शोधात निघाला नव्हता. सगळे त्याला समोर येत गेले.

सत्य प्रयोगाच्या अवस्थेत असेपर्यंत त्यात सतत अनेक परिवर्तने घडत राहणारच. गांधींच्या आयुष्यात, परिस्थिती तीच असतानाही अनेक विसंगती दिसून येतात त्याचे हेच कारण आहे. त्यामुळे आपल्या आत्मकथेच्या प्रारंभीच त्यांनी सांगून टाकले आहे, की हे प्रयोग परिपूर्ण नाहीत आणि अंतिमही नाहीत. माझ्या दृष्टीने मला आता ते खरे वाटत असले तरी ते खरेच आहेत, असा माझा दावा नाही. परिणामी, एखादा विशिष्ट निर्णय सत्य मानून गांधींना आज मान्य व्हावा आणि तशाच परिस्थितीत दुसऱ्या एखाद्या वेळी मात्र त्यांना तो मान्य नसावा, असे कितीदा तरी घडले आहे.

असेच काही प्रसंग!

त्या वेळी गांधीजी आफ्रिकेत होते. प्राणजीवन मेहता नावाच्या लंडनच्या एका जुन्या सोबत्याने त्यांना सुचवले, ''बॅरिस्टर होण्यासाठी तुमच्या मुलाला लंडनला पाठवा. त्याच्या सगळ्या खर्चाची जबाबदारी मी घेतो.'' उत्तरादाखल गांधींनी म्हटले, ''मी तुमचा हा प्रस्ताव मान्य केला तर, सार्वजनिक जीवनातल्या माझ्या सेवाकार्याची भरपाई म्हणून तुम्ही हे केलेत, असा अप्रत्यक्षपणे त्याचा अर्थ होईल आणि माझ्या दृष्टीने ते योग्य नाही. त्याऐवजी, तुमच्या मदतीचा हा लाभ तुम्ही आश्रमातल्या दुसऱ्या कोणालाही दिलात तर ते उचित ठरेल.'' डॉ. मेहतांनी गांधींचे म्हणणे मान्य केले. त्या अभ्यासक्रमासाठी गांधींनी आपल्या छगनलाल नावाच्या पुतण्याची निवड केली. आपल्या मुलाला अशा संधीचा लाभ मिळवून देणे म्हणजे आपल्या सार्वजनिक सेवेचा अनुचित मोबदला घेणे, असे जर गांधीजी मानत होते तर मग तोच लाभ मिळण्यासाठी ते आपल्याच पुतण्याची निवड तरी कशी करू शकतात? पुतण्या मुलासारखाच असतो! गांधींच्या सत्याच्या ह्या परीक्षेमुळे जे घडले ते सगळे इतके जगजाहीर आहे, की त्याबद्दल चर्चा करायला नको; पण त्यांच्या कौटुंबिक जीवनाला सत्याच्या या प्रयोगांमुळे फार मोठी झळ बसली होती, हे आपण सर्वच जाणतो. गांधींना स्वतःचा मुलगा आवडत नव्हता, असे मुळीच

* सिगराम : प्रवाशांची ने-आण करणारी मोठी घोडागाडी

नव्हते. 'बापूजी' झाल्यानंतरही, उत्तरायुष्यात ते आपल्याला सोडून गेलेल्या आपल्या मुलासाठी झुरत होते. आजकालच्या काळात, सार्वजनिक जीवनात ढिगाने वैयक्तिक फायदे लाटणाऱ्यांना मुळात ही गोष्ट समजणारच नाही; पण गांधींचे हे सत्य आजपर्यंत एक कोडे बनून राहिले आहे हे खरे!

आधुनिक शिक्षणाला गांधींचा विरोध होता. वर्ध्याच्या आश्रमात त्यांच्याबरोबर त्यांचा नातू कांती राहत होता. मॅट्रिकची परीक्षा देण्यासाठी मुंबईला जायची गांधींनी त्याला परवानगी दिली नाही. कांतीने आग्रह धरला तेव्हा त्यांनी परवानगी जरी दिली नाही तरी स्वतःच्या इच्छेनुसार निर्णय घेण्याचा कांतीला अधिकार आहे, एवढे मान्य केले. वर्ध्याहून मुंबईला जायला कांतीने गाडीभाड्यासाठी पैसे मागितले. तेव्हा ह्या राष्ट्रपित्याने नकार देत म्हटले, ''माझ्याकडे माझे स्वतःचे असे पैसेच नाहीत.'' नंतर कस्तुरबांच्या सांगण्यावरून देवदास गांधींनी कांतीसाठी पैशांची सोय करून दिली होती. ह्या संदर्भात असाच एक प्रसंग आठवतो. दक्षिण आफ्रिकेतील सत्याग्रहाच्या काळात हेन्री पोलाक नावाचे गांधीजींचे एक घनिष्ठ मित्र होते. त्यांची पत्नी मिली पोलाक ह्या काही काळ भारतात राहिल्या होत्या. जहाजाने दक्षिण आफ्रिकेत परत जाण्यासाठी त्या मुंबईला आल्या; परंतु त्यांना तिकीट मिळाले नाही. उन्हाळ्याच्या दिवसांत आश्रमात राहणे त्यांना कदाचित जमणार नाही, तेव्हा पुढच्या जहाजाचे तिकीट मिळेपर्यंत त्यांनी माथेरानला राहावे, असे गांधींनी त्यांना सुचवले. त्यांच्याजवळ पुरेसे पैसे नव्हते. 'मी तुमच्यासाठी पैशांची सोय करतो,' असे कळवून गांधींनी त्यांचा प्रश्न सोडवला.

किती उघड विसंगती आहे! कांतीसाठी गाडीभाड्यापुरतेही पैसे नाहीत आणि मिलीसाठी माथेरानसारख्या ठिकाणी राहण्याच्या खर्चाची सोय आहे!

खिलाफतच्या प्रश्नावर देशभरातील मुसलमानांत कमालीचा तणाव होता. त्या वेळी गांधींनी त्यांची बाजू घेतली. हिंदुस्थानातील मुसलमान सोडले तर बाकी सगळे जग खिलाफत प्रश्नाबद्दल तटस्थ होते. बहुतांशी देश खलिफाच्या विरोधात होते. खिलाफत प्रश्नात लक्ष न घालण्याचा सल्ला हिंदुस्थानातील मुसलमानांपैकी अनेक शिक्षित आणि पुरोगामी मुसलमानांनी गांधींना दिला होता. तरीसुद्धा गांधींनी मुसलमानांचा पक्ष घेतला आणि त्यांचे नेतृत्वही स्वीकारले.

उपकाराची परतफेड म्हणून, हिंदूंच्या भावनांचा आदर करण्यासाठी, मुसलमानांनी गांधींच्या नेतृत्वाच्या बदल्यात गोहत्या प्रतिबंधाची हिंदूंची मागणी मान्य करण्याचा प्रस्ताव ठेवला. दुसऱ्या कोणत्याही राजकीय पुढाऱ्याने ह्या संधीचा फायदा घेतला असता; पण गांधींनी म्हटले, की खिलाफत चळवळीला हिंदूंचा पाठिंबा मिळतो म्हणून त्याच्या बदल्यात मुसलमानांनी गोवधबंदीची मागणी मान्य करावी, हे न्याय्य नाही. गोवधबंदीची मागणी त्यांना जर न्याय्य वाटत असेल तर खिलाफत प्रश्नी

हिंदूंचा पाठिंबा मिळो अथवा न मिळो त्यांनी ती मान्य करावी. त्याचप्रमाणे, हिंदूही आपल्या गोवधबंदीच्या मागणीचे मुसलमान समर्थन करतात म्हणून त्याच्या बदल्यात मुसलमानांना पाठिंबा देत असतील तर तेही न्यायोचित नाही. महाभारतातील यक्ष-युधिष्ठिर संवादाचा प्रसंग येथे आठवतो. यक्षाच्या शापामुळे भीम, अर्जुन, नकुल आणि सहदेव चारही भाऊ मरण पावले होते. त्यांच्यापैकी फक्त एकाला जिवंत करण्याचा यक्षाने वर दिला तेव्हा युधिष्ठिराने नकुलाला जिवंत करण्याची यक्षाला विनंती केली. भीम वा अर्जुन यांसारख्या बलिष्ठ भावांऐवजी नकुलला जिवंत करण्यामागचा मुद्दा सांगताना युधिष्ठिराने म्हटले होते, "माझ्या पित्याच्या दोन पत्नीपैकी एकीचा म्हणजे कुंतीचा पुत्र मी जिवंत आहेच. म्हणूनच भीमार्जुनांऐवजी माझ्या पित्याच्या दुसऱ्या पत्नीचा म्हणजे माद्रीचा एक पुत्र जिवंत व्हावा, हेच धर्म्य आणि न्याय्य आहे." अशाप्रकारे, स्वतःच्या तात्कालिक फायद्याऐवजी ज्यात विशुद्ध धर्म होता तेच युधिष्ठिराने निवडले. खिलाफत प्रश्नी हिंदूंना समर्थन देण्याच्या बदल्यात मुसलमानांशी सौदेबाजी करायला गांधींनी दिलेल्या नकारात ह्याच विशुद्ध न्यायाचे दर्शन घडते.

...आणि तरीही खिलाफत प्रश्नी गांधींनी सत्याचा जो मापदंड अंगीकारला त्याच्या अधिक खोलात जाता येईल. मुसलमानांना मिळालेले गांधींचे समर्थन औचित्याच्या दृष्टीने निर्भेळ सत्य होते का? मुसलमानांना समर्थन देण्याने राष्ट्रीय स्तरावर हिंदू-मुसलमान एकता निर्माण करता येईल, हा हिशोब नक्कीच होता. हिंदू-मुस्लिम एकता हे गांधींचे जीवनध्येय आणि देशाची निकड होती. जगातील बहुतांश मुसलमानांना खलिफाचे पुनरुज्जीवन नको होते. जेथे राहून खलिफांनी जगभरातल्या मुसलमानांवर आधिपत्य गाजवले होते त्या तुर्कस्ताननेही पाठ फिरवली होती. खलिफांचे अस्तित्व ही एक आपत्ती होती. हिंदुस्थानातील काही कडव्या मुसलमानांना आणि बव्हंशी अशिक्षित, अडाणी टोळक्यांना योग्य मार्गावर आणण्याऐवजी हिंदू-मुसलमान एकतेचे फळ मिळावे, म्हणून गांधीजींनी अंगीकारलेल्या मार्गाला निर्भेळ सत्य म्हणता येईल? खलिफाच्या अस्तित्वाच्या बऱ्या-वाईट बाजूंची चर्चा येथे करायची नाही. विशिष्ट अशा मोबदल्याच्या अपेक्षेने एखाद्या गोष्टीचे समर्थन केले असेल, तर अशा समर्थनाचा सत्यासारख्या शब्दाशी संबंध जोडताना साहजिकच जड जाते. सत्याला कसल्याही परतफेडीची अपेक्षा नसते, अशी जी भूमिका गांधींनी गोवध प्रश्नी मुसलमानांसमोर घेतली त्याच भूमिकेतून खिलाफत प्रश्नी गांधींच्या समर्थनाला निर्विवाद सत्य मानता येत नाही.

येथे गांधींवर टीका करण्याचा उद्देश नाही. इतिहासातून जे प्रगट होते त्याचे आत्मनिरीक्षण तेवढे करायचे आहे. गांधीजीच नव्हे तर कृष्णही समजून घेण्याचा हा एक प्रयत्न आहे.

॥९॥

कृष्णाचा धर्म आणि गांधींचे सत्य-४

१९१३ साली दक्षिण आफ्रिकेतील लढा ऐन भरात होता. गोऱ्या हुकूमशहा जनरल स्मट्सपुढे एका विशिष्ट दिवशी नव्याने संघर्ष सुरू करण्याचा निर्णय जाहीर करण्यात आला होता. कोणतीही गोष्ट शत्रूपासून गुप्त राखायची नाही आणि शत्रूला पुरेपूर संधी दिल्यानंतरच संघर्षाला हात घालायचा, ही सत्याग्रही (सत्याचा आग्रही) ह्या नात्याने गांधींची नेहमीच अट असे. आयुष्यात लहान-मोठे शेकडो लढे लढणाऱ्या गांधींनी आपल्या ह्या तत्त्वात कधीही धरसोड केली नाही. जनरल स्मट्सशी ज्या दिवशी लढा सुरू होणार होता, त्याच्या दोनच दिवस आधी रेल्वे-कर्मचाऱ्यांनी अचानक बेमुदत संप पुकारला. संपूर्ण देशातील वाहनांची ये-जा बंद पडली. सरकारपुढे मोठीच अडचण उभी ठाकली. गांधींच्या सत्याग्रहींना अडवण्यासाठी पोलिसदलाची ने-आण करणे शक्य नव्हते. ह्या परिस्थितीचा फायदा घेण्याऐवजी, सरकार त्या आघाडीवर अडचणीत आलेले पाहून गांधींनी आपला मोर्चा तहकूब केला. शत्रूच्या अडचणीचा फायदा घेऊन विजय मिळवणे हे सत्याग्रह्याला शोभत नाही, असे ते म्हणाले. जर-तरच्या भाषेत सांगायचे तर, गांधींच्या सत्याग्रहींनी जनरल स्मट्स अडचणीत आलेला पाहून, परिस्थितीचा फायदा करून घेतला असता तर १९१४ सालच्या अखेरीस आटोपलेला हा लढा आधीच पूर्ण झाला असता आणि दक्षिण आफ्रिकेतील हिंदी समाजाला कदाचित थोडा अधिक फायदा झाला असता. ह्यानंतर तेथील लढा आणखी लांबला. तडजोड तर झाली; पण ह्या लांबलेल्या काळात आणखी काही सत्याग्रहींना थोडे जास्त सहन करावे लागले असेल ते नाकारता येणार नाही. हिंदी समाजाला मिळणाऱ्या संभाव्य फायद्याचे मोल देऊनही गांधींच्या मते, जे सत्य होते त्या सत्याचे त्यांनी रक्षण केले. दोन परस्परविरोधी सत्यांच्या संघर्षात सत्याग्रहीने कोणत्या सत्याचे रक्षण करायचे, हे त्याच्या शहाणपणावर आणि विवेकबुद्धीवर अवलंबून असते.

महाभारत युद्धात सतराव्या दिवशी कौरव-सेनापती कर्णाचे अर्जुनाशी अंतिम आणि निर्णायक युद्ध सुरू होते. त्याच्या रथाचे चाक आसातून निखळल्यामुळे खाली

उतरून तो चाक नीट करण्यात गुंतला होता. आता ह्या क्षणी तो प्रतिकार करू शकण्याच्या अवस्थेत नसल्याचा फायदा घेऊन, क्षणाचाही विलंब न करता त्याचा वध केला पाहिजे असे, अर्जुनाचे सारथ्य करणाऱ्या कृष्णाने सांगितले. कृष्णाच्या सल्ल्यानुसार अर्जुन शरसंधान करण्याच्या तयारीत असल्याचे पाहून कर्णाने म्हटले, की हे धर्मयुद्धाच्या नियमांविरुद्ध आहे. त्या वेळी अर्जुनाऐवजी कृष्णानेच त्याला अभिमन्यूवधाच्या प्रसंगाची आठवण करून दिली, की कर्णासकट सात महारथींनी एकट्या अभिमन्यूला चारी बाजूंनी घेरून मारून टाकले त्या वेळी ह्या धर्मयुद्धाची आठवण कुणालाच कशी झाली नाही! म्हणजेच, शत्रूने आधी अधर्माचरण केले असेल तर तसाच अधर्म आचरून त्याला प्रत्युत्तर देणे अधर्म नाही. ह्या ठिकाणी आणखी एक गोष्ट लक्षात घेतली पाहिजे, 'अर्जुनाशिवाय कोणत्याच पांडुपुत्राचा मी वध करणार नाही,' असे युद्धाच्या आदल्या संध्याकाळी कुंतीमातेला वचन देणारा हाच कर्ण होता. आपले वचन त्याने अक्षरशः पाळले होते. अर्जुनाशी शेवटचे युद्ध झाले त्याआधी त्याने युधिष्ठिराचा पराभव केला होता. गोंधळून गेलेल्या, जखमी झालेल्या युधिष्ठिरावर शस्त्र उगारून त्याने म्हटले होते, "महाराज युधिष्ठिर, माझ्याशी युद्ध करणे ही तुमच्या कुवतीपलीकडची गोष्ट आहे. मी आत्ता चुटकीसरशी तुमचा वध करू शकतो. कुंतीला दिलेल्या वचनाचे पालन करायचे असल्यामुळे कर्ण त्याचा वध करत नाही. त्या क्षणी त्याने जर युधिष्ठिराला ठार मारले असते तर पांडवसैन्य सैरभैर झाले असते. राजाच मारला गेल्यामुळे कदाचित, पांडव पराजितही झाले असते... पण तरीही त्याने तसे केले नाही. आपल्या पक्षाच्या विजयाचे मोल देऊनही कर्णाने आपले वैयक्तिक वचन पाळले.

असे असले तरी अंतिम निर्णायक क्षण येऊन ठेपला तेव्हा कर्णाचे वचनपालनाचे धर्माचरण मात्र कृष्णाला आठवले नाही. कर्णाने केलेल्या अधर्माचरणाचा उल्लेख करून त्याने अर्जुनाच्या प्रतिअधर्माचा बचाव केला आहे.

फक्त एक दृष्टिक्षेप टाकला असता जो अधर्म आहे असे वाटते, त्या कृष्णाच्या बचावाकडे जरा बारकाईने नजर टाकू या. पांडवांचा विजय व्हायला हवा असेल तर कर्णाचा वध करणे अगदी अनिवार्यच होते. भीष्मद्रोणांसारखे कौरव सेनानी पांडवांविरुद्ध आपल्या सर्वशक्तिनिशी लढत होते; परंतु त्यांच्या मनात पांडवांबद्दल नेहमी स्नेहभावच होता. दुर्योधनाच्या तुलनेत पांडवांचा पक्ष अधिक न्यायाचा आहे, असे ते सतत मानत आले होते. ह्याउलट, फक्त एकटा कर्ण नखशिखांत, पांडवांच्या विरुद्ध होता. पांडव-विरोध त्याच्या रोमरोमात भिनला होता. कर्ण जिवंत असेतो पांडवांचा विजय असंभवच होता. पांडवांचा विजय नाही म्हणजे धर्माचा विजय नाही. कौरवांचा विजय म्हणजे अधर्माचा विजय. अशा रीतीने अधर्माचा जय होऊ नये, म्हणून आणि धर्माचा विजय हाती यावा ह्यासाठी कर्णाला मारण्यावाचून गत्यंतरच

नव्हते. कर्णाचा वध करावा लागू नये, त्याविनाच कर्णाला युद्धापासून दूर ठेवावे ह्यासाठी ह्याआधी कृष्णाने भरपूर प्रयत्न केले होते. ते सगळे प्रयत्न निष्फळ झाल्यामुळे त्याला मारण्याचा एकमात्र उपाय शिल्लक राहिला होता. येथे कृष्णापुढे दोन धर्मांमधला संघर्ष होता. कर्णाने म्हटले त्या युद्धधर्माचे पालन करायचे, की पांडवांची बाजू धर्माची होती, त्या धर्माचा विजय व्हावा म्हणून अधर्माचरण करायचे! त्या वेळी कर्ण वाचला असता तर त्याने आणखी हजारो सैनिकांना मारले असते ते वेगळेच! धर्मयुद्धाचे नियम डावलून कृष्णाने एका अधर्माचे आचरण केले आणि त्यायोगे त्याहून अनेक पटींनी जास्त अशा मोठ्या धर्माचे रक्षण केले.

येथे कृष्ण आणि गांधी दोघांचाही त्याबद्दलचा अभिगम (approach) भिन्न आहे. आपापल्या परीने दोघांच्या भिन्न दृष्टिकोनांचे समर्थन आणि खंडन दोन्ही करता येईल; परंतु एकंदरीने पाहता कृष्णाने बहुधा, व्यक्तीला नगण्य मानून समष्टीला प्राधान्य दिले आहे. गांधीजींनी समष्टी विचारात घेतली आहे तरी व्यक्ती दोषी असेल तर समष्टीही दोषी ठरते, असा निष्कर्ष काढला आहे.

जनरल स्मट्सविरुद्ध गांधीजींनी ज्यप्रकारे सत्याचा पाठपुरावा केला तशाच प्रकारचा सत्याचा आग्रह त्यांनी पहिल्या महायुद्धाच्या वेळी हिंदुस्थानातल्या ब्रिटिश सरकारपाशी धरला आहे. जगभरातल्या युद्धआघाड्यांवर ब्रिटिश सरकार आकंठ बुडाले होते. त्या वेळी देशातल्या बहुसंख्य पुढाऱ्यांनी आणि आम जनतेनेही, अडचणीत आलेल्या सरकारचे आत्ताच नाक दाबून तोंड उघडावे, असा आग्रह धरला होता. गांधींनी त्याला विरोध केला, एवढेच नव्हे तर हिंदी लोकांनी लष्करी शिक्षण घेऊन युद्धासाठी भरती झाले पाहिजे आणि ब्रिटिश सैन्याच्या बरोबरीने युरोपात लढले पाहिजे, असा खास आग्रह धरला होता. गांधी स्वतःला ब्रिटिश तख्ताचा निष्ठावान प्रजाजन मानत होते. ब्रिटिश साम्राज्याकडून आपल्याला काही अधिकार हवे असतील, तर ब्रिटिश साम्राज्याचा नागरिक म्हणून असणारी आपली कर्तव्ये बजावणे आवश्यक आहे, असे त्यांना वाटत होते. २८ सप्टेंबरला गांधींनी डर्बनहून ब्रिटिश सरकारला पाठवलेल्या पहिल्या अर्जाच्या पहिल्या वाक्यात म्हटले होते-'माननीय सम्राटांच्या सेवेत आम्ही खाली सही करणारे नाताल वसाहतीचे, मुसलमान आणि हिंदी जमातींचे सदस्य, अत्यंत आदरपूर्वक...' (लक्षात घेण्याजोगी एक गोष्ट आहे. ह्या निवेदन-पत्रात मुसलमानांना इतर हिंदी जाती-जमातींच्या सभासदांपासून वेगळे मानले आहे. म्हणजे हा दुरावा आजकालचा नाही. थेट १८९३मध्ये दक्षिण आफ्रिकेतसुद्धा मुसलमानांची एक वेगळी, अलग अशी ओळख देण्यात आली होती. 'हिंदी' समाजाला राष्ट्रीयतेचा मापदंड लावला आहे आणि त्याच समाजाचा एक हिस्सा असलेले मुसलमान धर्माचा मापदंड लावून वेगळे मानले गेले आहेत.)

गांधींची निष्ठा सच्चा ब्रिटिश प्रजाजन ह्या नात्याने होती, हे स्पष्टपणे दिसून

येते. ब्रिटिश प्रजाजन म्हणून हक्क भोगायचे असतील तर आधी कर्तव्यांचे पालन केले पाहिजे ह्या परमसत्याला, गांधी उग्र विरोध सहन करूनही, चिकटून राहिले. त्यासाठी, गुजरातेत त्यांनी एकट्या हाती चळवळ उभारली, लढा दिला. त्यात त्यांना यश आले नाहीच; उलट जणू मृत्यूच्या दारीच पाहोचले म्हणण्याइतकी त्यांची प्रकृती बिघडली. एकवेळ मृत्यूचे दार ठोठावणे त्यांनी मान्य केले; पण एकदा जे सत्य मानले ते शेवटपर्यंत सोडले नाही.

१९४२ साली परिस्थिती पालटली. ब्रिटिश तख्ताचे निष्ठावान नागरिक गांधी आता जाहीरपणे राजद्रोही बनले. त्यांनी बंडाचे शिंग फुंकले. ब्रिटिश सरकार दुसऱ्या महायुद्धात, १९१४-१८च्या पहिल्या महायुद्धाच्या वेळेपेक्षाही जास्त बिकट परिस्थितीत सापडले होते. जर्मनी आणि जपान यांच्या मुसंडी मारणाऱ्या फौजांपुढून ब्रिटिश सैन्य रोज माघार घेत होते, त्या वेळी गांधींनी आपले जुने निकष बदलून टाकून विद्रोहाचा झेंडा फडकवला.

गांधींचे सत्य नेहमीच परिवर्तनशील होते, हे आपण ह्याआधी पाहिलेच आहे. स्वतःमध्ये झालेल्या बदलांची त्यांनी स्वतःच नेहमी वाजवी कारणे दिली आहेत. 'सत्य तेच असले तरी बदललेल्या परिस्थितीत ते तसेच्या तसे राहत नाही,' ही गोष्ट मान्य केली तर त्यात एक मोठा धोका आहे. कुणीही खोटारडा, लबाड माणूस आपला स्वार्थ साधण्यासाठी सरड्याप्रमाणे रंग बदलत राहील आणि आपला बचाव करण्यासाठी हीच गोष्ट पुढे करेल! आपल्या खोटेपणाचे समर्थन करताना असा माणूस युधिष्ठिराच्या, 'अश्वत्थामा हत:' (अश्वत्थामा मारला गेला) ह्या असत्याचा बेशरमपणे दाखला देत असतो. एखादा व्यभिचारी, आपल्या व्यभिचाराचे निर्लज्जपणे समर्थन करताना कृष्णाच्या रासलीलेचे उदाहरण द्यायला मागे-पुढे पाहत नाही. महमद अली जीना त्यांच्या राजकीय कारकिर्दीच्या अधिकतर काळात, आरंभी अत्यंत निष्ठावान राष्ट्रवादी होते-'First I am Indian and then Muslim.' असे ते अनेकदा उघडपणे, जाहीरपणे बोलले होते आणि त्यानुसार वागलेही होते. पुढे परिस्थिती बदलली आणि जे जीना कट्टर राष्ट्रवादी होते तेच कडवे जातीयवादी बनले. तुलना करण्याचा उद्देश नसला तरी नजरेत भरण्याजोग्या एका सत्याची नोंद घेतली पाहिजे. गांधीही आपल्या कारकिर्दीच्या आरंभी अधिकांश काळ ब्रिटिश साम्राज्याचे निष्ठावान नागरिक होते. आपली निष्ठा त्यागून ते उघडपणे राजद्रोही बनले ते खूप नंतर. आपल्या ह्या परिवर्तनाला गांधी जर बदललेल्या परिस्थितीतील सत्य म्हणत असतील, तर हाच तर्क जीनांच्या परिवर्तनालाही लागू करता येईल; पण खरोखरच असे करणे म्हणजे युधिष्ठिराच्या आणि कृष्णाच्या वरील उदाहरणांचाच अनर्थकारी वापर करण्यासारखे आहे. म्हणजे शाब्दिक खेळ फक्त होत राहतो आणि मूळ मुद्दा विपर्यस्त होत असतो.

'First I am Indian and then Muslim.' (मी आधी हिंदुस्थानी आहे, मुसलमान नंतर आहे) ह्या महमद अली जीनांच्या विधानाशी कट्टरपंथी मौलाना महमद अलींचे विधान आणि त्या विधानाचे गांधीजींनी केलेले समर्थन तपासून पाहण्यासारखे आहे. खिलाफत चळवळीत गांधीजींचा भरपूर फायदा करून घेतल्यानंतर, ती चळवळ अयशस्वी झाल्यावर मौलाना महमद अली गांधीजींपासून अलग झाले. आता त्यांना गांधीजींचा उपयोग नव्हता. हिंदू-मुस्लिम एकतेच्या घोषणांची त्यांना आता गरज नसल्याने त्यांनी म्हटले, की सगळ्यात आधी मी मुसलमान आहे आणि नंतर 'हिंदी' आहे. हे म्हणणे जीनांच्या त्या विधानाच्या अगदी विरुद्ध टोकाचे होते. महादेवभाईंच्या डायऱ्यांच्या सहाव्या पुस्तकात ४३६-३७व्या पानांवर असलेल्या नोंदींनुसार, गांधीजींनी मौलाना महमद अलींच्या ह्या विधानाचे समर्थन करताना म्हटले होते, "ह्या म्हणण्याचे मी समर्थन करतो, कारण मी सच्चा हिंदू नसेन तर स्वतःला 'सच्चा हिंदी' म्हणू शकणार नाही. हिंदी असण्यासाठी सर्वप्रथम, सच्चा हिंदू अथवा सच्चा मुसलमान बनणे जरुरीचे आहे." गांधीजींच्या ह्या म्हणण्याच्या खूप खोलात शिरलो तर त्यांच्या म्हणण्याचा अर्थ स्पष्ट करून सांगता येईलही; परंतु त्यांचा हा तर्क जसाच्या तसा मान्य केला तर मात्र जीनांसारख्या, मोठ्या ताकदीच्या अनेक नेत्यांना बाद करून टाकावे लागेल.

सत्यवादी हरिश्चंद्र नाटक पाहून आठ वर्षांच्या मोहनला प्रश्न पडला,की सगळ्यांनीच हरिश्चंद्रासारखे सत्यवादी का होऊ नये? ह्या वयाच्या एखाद्या सुशील मुलाच्या मनात फार तर असा प्रश्न उमटेल, की मी पण हरिश्चंद्रासारखा सत्यवादी का बनू नये; परंतु त्या वयात मोहनच्या मनात जो प्रश्न निर्माण झाला त्यावरून तो आपल्या समकालीनांपेक्षा वीतभरच नव्हे तर हातभर उंच होता, हे निःसंशय सिद्ध होते. एवढ्या लहान वयात मनाला असे प्रश्न पडण्याच्या वृत्तीचे गांधी, शेख महेताब नावाच्या वाया गेलेल्या माणसाला आपला मानून त्याच्यात सत्य शोधत असतील, तर ते एकवेळ समजण्यासारखे आहे; परंतु अगदी ऐंशीव्या वर्षी कलकत्त्यात आणि नौखालीत शहीद सुऱ्हावर्दीसारख्या शुद्ध लबाडाला, बदमाशाला आपल्याबरोबर ठेवून त्याला हरिश्चंद्र बनवायची धडपड करतात, त्या वेळी गांधींच्या अंगभूत शक्तिबद्दल, त्यांच्या चिकाटीबद्दल आश्चर्य व्यक्त केल्यावाचून राहवत नाही.

हरिश्चंद्र ही एक पुराणकथा आहे. आपल्या सत्यवादीपणामुळे त्याला सहन करावा लागलेला पराकोटीचा त्रास जवळजवळ अमानुष पातळीचा होता. अशा पुराणकथांची आपल्याकडे उणीव नाही. राजा श्रियाळ आणि राणी चांगुणेने आपल्या पोटच्या पुत्राचा-चिलया बाळाची-हत्या करून, त्याचा देह खलबत्त्यात घालून कुटला ती कथा परिचित आहे. दारी आलेल्या अतिथीला तृप्त करणे, ही त्यांची इच्छा होती आणि अतिथीला हवे ते, आवडेल ते शिजवून खाऊ घालणे, हा ते

आपला धर्म मानत होते. शिबि राजाच्या आश्रयाला आलेला होला पक्षी शिकारी ससाण्याचे भक्ष्य होता. राजाला होल्याला वाचवायचे होते, कारण तो राजाला शरण आला होता. शरण आलेल्याचे रक्षण करणे हा राजाचा धर्म होता. त्याचबरोबर, ससाण्याला उपाशी तर ठेवायचे नव्हते. ससाण्याची भूक भागवण्यासाठी शिबि राजाने होल्याच्या वजनाइतके मांस आपल्या शरीरातून कापून द्यायचे मान्य केले. होल्याचे वजन इतके भरले, की राजाला स्वतःचा संपूर्ण देहच देऊ करावा लागला. अशा अनेक कथा पुराणात आहेत. हे सर्व प्रतीकात्मक आहे. सत्याचे अनुसरण करणे हे किती कठीण, किती दुष्कर काम आहे, हे मनावर ठसवण्यासाठी अशा कथा रचल्या जातात. त्यांच्या शब्दार्थाला चिकटून राहायचे नसते. त्यातील लक्ष्यार्थ ओळखून त्यानुसार आपले वर्तन घडवणे ह्यालाच सारासार विवेक म्हणतात. शिवाला प्रसन्न करण्यासाठी कमळपूजेची गोष्ट अनेकदा सांगितली जाते. ही कमळपूजा म्हणजे शिरकमल पूजा-मस्तकपूजा-असे मानून आजच्या काळातही कुण्या अंधश्रद्धाळूने महाशिवरात्रीच्या रात्री आपले मस्तक कापून शिवलिंगावर वाहिले, अशा बातम्या कधीकधी वाचायला मिळतात. हरिश्चंद्राची अशी अघोरी परीक्षा घेणाऱ्या विश्वामित्रांना ऋषि म्हणताच येणार नाही. श्रियाळ-चांगुणेकडून अशा अमानुष आतिथ्याची अपेक्षा ठेवणाऱ्या तपस्व्याला धर्मराज कसे म्हणता येईल? आणि तरी, चुकूनमाकून कुणी अशा कथाकहाण्यांसारखे वागायचे ठरवले तर ते एक दुःस्वप्नच ठरेल.

माणूस म्हणजे ह्या समग्र जीवसृष्टीचा केवळ एक अंश आहे. जीवसृष्टीची स्वतःची अशी काही मूलभूत सत्ये आहेत. ज्याप्रमाणे आंब्याच्या झाडाला नारळ लागत नाहीत आणि नारळाच्या झाडांना केळ्यांचे घड येत नाहीत, त्याप्रमाणेच, सगळीच माणसे हरिश्चंद्र व्हावीत ही अतिदिव्य आणि अतिभव्य कल्पना असली तरी प्रत्यक्षात ती साकार होऊ शकत नाही.

पूर्ण सत्याची प्राप्ती म्हणजे ब्रह्मांडाच्या सम्यक ज्ञानाचे आकलन, असा अर्थ होतो. ब्रह्मांडात अस्तित्वात असणाऱ्या सर्वच्या सर्व गोष्टींचे पूर्ण आकलन जोपर्यंत शक्य नाही, तोपर्यंत संपूर्ण सत्यही कोणाच्या हाती गवसत नाही. ज्ञान सदैव असीमच आहे. ते कधीच पूर्णतया मिळवता येत नाही. 'आपण संपूर्ण ज्ञान प्राप्त केले आहे,' असे कुणी म्हटले तरी त्याचा अर्थ इतकाच, की ज्ञान नावाचे तत्त्व त्याला मुळात समजलेलेच नाही. अशा वेळी सत्यही असीम, अमर्याद होऊन जाते त्यामुळे ते हाती लागण्याच्या मर्यादेपलीकडचे असते.

सत्याबद्दल आणखी एक विचार केला पाहिजे. सत्य म्हणजे बघता-ऐकता येण्यासारखा, स्पर्श करता येण्यासारखा एखादा विशिष्ट पदार्थ नाही. माणसाला सामान्यतः इतिहासातील वास्तवांना सत्य मानण्याचा मोह होतो. रामाला किंवा कृष्णाला सत्य न मानणारा एखादा माणूस असू शकेल; कारण आपल्या पारंपरिक

ऐतिहासिक निकषांच्या चौकटीत अजूनपर्यंत आपण 'राम' आणि 'कृष्ण' ह्यांना चपखलपणे बसवू शकलेलो नाही. बुद्ध, महावीर, सम्राट अशोक, चंद्रगुप्त मौर्य, शंकराचार्य, अकबर किंवा वॉरन हेस्टिंग्ज ह्यांचे तसे नाही. ही सगळी ऐतिहासिक पात्रे आहेत. तरी सुद्धा आपण ज्याला इतिहास मानतो ते सर्व जसे घडले तसेच्या तसे खरोखरच आपल्यासमोर आले आहे का? आपण म्हणतो त्या इतिहासात तत्कालीन शासक आणि इतिहासकार दोघांचा दृष्टिकोन, त्यांचा एक विशिष्ट हेतू मिसळला गेला असण्याची शक्यता नाकारता येणार नाही. त्यांच्या मर्यादांमुळे ह्या तथाकथित ऐतिहासिक सत्यालाही मर्यादा असेल. त्यामुळे जे खरोखरच घडले ते निसटून गेले आणि जे मुळात घडले नव्हते, तेच जणू घडले असे समजून रूढ होऊन बसले असेही होत असेल. अशा रीतीने, सत्य डोळ्यांआड होते आणि असत्य सत्य बनून सिंहासनावर प्रस्थापित होत असते. असे म्हणतात, की एका इतिहासकाराने, जे खरोखरच घडले त्याचा मूलगामी अभ्यास करून एक बहुमोल ग्रंथ लिहिण्याचा निर्धार केला. आपला देश, आपला प्रदेश आणि एकूणातच सारे विश्व ह्याचा त्याने गाढा अभ्यास केला. त्या अभ्यासातून काढलेले निष्कर्ष प्रतिपादित करण्यासाठी त्याने अनेक संदर्भ तपासले. अशा शुद्ध इतिहासाच्या आलेखनासाठी त्याने आपले संपूर्ण आयुष्य वेचले. त्याचा ग्रंथ पूर्ण होत आला असताना, एके दिवशी सकाळी त्याला आपल्या घराबाहेर आरडाओरडा ऐकू आला. त्याने खिडकीबाहेर पाहिले. अगदी समोरच्या घराच्या ओट्यावर एका माणसावर खुनी हल्ला झाला होता. हा इतिहासकार धावत खाली गेला. आरडाओरडा करणाऱ्या बघ्यांचे टोळके तेथे जमले होते. झाले तरी काय, ते कळावे म्हणून त्याने त्यांच्यातल्याच एका माणसाकडे चौकशी केली.

"संपत्तीच्या वारशावरून दोघा भावांमध्ये भांडण झालं, त्यात एका भावानं दुसऱ्या भावाला मारून टाकलं," त्या माणसाने आपल्याकडची माहिती पुरवली.

ह्या खुलाशाने इतिहासकाराचे समाधान झाले नाही. त्याने आणखी एकाला तोच प्रश्न केला. "त्याचं काय आहे, हा जो मेला ना, त्याचे एका परस्त्रीशी गैरसंबंध होते. शेवटी आज तिच्या पतीनं त्याच्यावर हल्ला करून त्याचा काटा काढला." हा गृहस्थ होता इतिहासकार! परस्परविरोधी हकिकत समोर आली तर त्यांपैकी कोणती गोष्ट ग्राह्य आहे, ते जाणून घेण्यासाठी खोलात शिरण्याची त्याला सवय होती. त्याने तिसऱ्या माणसाला तोच प्रश्न विचारला. "फार वाईट झालं हो!" तिसरा म्हणाला, "बिचारा किती सज्जन होता. त्याच्या गळ्यात साखळी होती ना सोन्याची, ती पळवण्यासाठी एका गुंडानं त्यालाच मारून टाकलं!

आता मात्र इतिहासकार पुरता गोंधळून गेला. जो-जो तो अधिक चौकशी करू लागला, तो-तो आणखीच नवीनवी 'सत्ये' 'खात्रीपूर्वक' त्याच्यासमोर येत गेली. तो

विचारात पडला. इतिहासातील सत्ये शोधण्यासाठी आपण इतकी वर्षे धडपडलो. इथे तर जे नजरेसमोर घडले आहे त्याबद्दल प्रत्येकजण वेगळे सांगतो आहे, तेही अगदी छातीठोकपणे! आता डोळ्यांसमोर घडलेली ही गोष्ट इतिहास म्हणून नमूद करायची असेल, तर कशी करायची?

इतिहासकार घरी परतला. आयुष्यभर लिहिलेल्या ग्रंथाकडे बघत राहिला. हा शेकडो पानांचा मजकूर थोड्या वेळापूर्वी त्याच्या लेखी 'सत्य' होता. मघाशी स्वतःच्या डोळ्यांनी पाहिलेल्या घटनेचा विचार केल्यावर त्याला वाटले, हे सगळे तरी सत्य आहे कशावरून? आपले लिखाण त्याने तेथेच थांबवले. सत्याचा शोध कधीच पूर्ण होत नाही; नव्हे, 'सत्य' कधी कुणाला सापडतच नाही. सत्य म्हणजे एक सुरेखसा आदर्श आहे.

महाभारत अथपासून इतिपर्यंत लक्षपूर्वक वाचणाऱ्या कुणाही विचारी माणसाला कृष्णाची धर्मतत्त्वे-असंख्य गोष्टी उघडउघड अधर्म भासल्या तरी - समजून घेण्याची गुरुकिल्ली गवसते. ही गुरुकिल्ली म्हणजे, 'दोन धर्मांतील संघर्ष सोडवताना मोठ्या धर्माच्या रक्षणासाठी छोट्या धर्माचा त्याग करावा!' गरज पडलीच तर व्यक्तीचा बळी देऊनही समष्टीचे कल्याण साधावे. आता, मोठा धर्म कोणता आणि छोटा धर्म कशाला म्हणायचे, ह्याचे उत्तर त्या त्या माणसाची विचारशक्ती आणि विवेकबुद्धीच देऊ शकेल. गांधींचे सत्य शोधताना अशी कोणती गुरुकिल्ली हाती लागत नाही. गांधी सत्याचा पराकोटीचा आग्रह धरत असले, तरी शेवटी त्यांचे जीवन ही सत्याची प्रयोगशाळा आहे आणि प्रयोग म्हटले, की त्यात सगळे काही सहजतेने उलगडता येईलच असे नाही!

||१०||

कृष्णाची हिंसा आणि गांधींची अहिंसा-१

सत्याचा आग्रह धरणाऱ्याने अहिंसा धर्माचा स्वीकार केलाच पाहिजे, सत्याग्रहाची ती पूर्व अटच आहे, असे गांधीजींनी अनेकदा म्हटले आहे. सत्याग्रहीने जर अहिंसा अंगीकारली नसेल तर तो खऱ्या अर्थाने सत्याग्रही असूच शकत नाही, असे ते म्हणत; म्हणजे सत्यप्राप्तीसाठीसुद्धा अहिंसाधर्म अनिवार्य होतो. कुणाची हिंसा न करणे म्हणजे अहिंसा असा अर्थ सर्वसामान्यपणे आपण लावत असतो. गांधीजींना अभिप्रेत असलेली अहिंसा ह्या ढोबळ अर्थाच्या खूप पलीकडे जाते. त्यांनी लिहून ठेवले आहे, की ढोबळमानाने आपण जी मानतो तेवढीच अहिंसा नव्हे. कुणाला मारायचे नाही हे तर खरेच; पण नुसता कुविचार, ही सुद्धा हिंसाच आहे. उतावळेपणा; खोटे बोलणे, द्वेष करणे, कुणाचे वाईट चिंतणे हे सगळे म्हणजे हिंसाच आहे. आपण जे खातो ते इतरांनाही हवे असते. जेथे उभे असतो तेथे असणारे शेकडो जीव तुडवले जात असतात. ती जागा त्यांचीच असते.

अन्यत्र, गांधीजींनी असेही म्हटले आहे, की अहिंसा माणसाचा नियम आहे, धर्म आहे आणि म्हणूनच ती सहज आहे. ह्याउलट, हिंसा हे पशूचे लक्षण आहे. माणूस म्हणून जगण्यासाठी अहिंसा अत्यंत आवश्यकच नव्हे, तर अनिवार्य आहे.

गांधीजींच्या ह्या म्हणण्याचा प्रतिवाद करता येईल. हिंसा हे पशूचे लक्षण आहे असे मानले, तरी पशूला खरोखरच हिंसक म्हणता येईल का? आपण हिंसेला पशूचे 'लक्षण' म्हणतो; परंतु खरे पाहता ती त्याची प्रकृती आहे. ही प्रकृती त्याच्या अस्तित्वाचेच एक अंग आहे. त्याविना त्याचे अस्तित्व संभवतच नाही. असे असताना, पशूला हिंसक म्हणणे त्याच्यावर अन्याय करण्यासारखे होईल. सामान्यतः हिंसक शब्द निषेधात्मक अर्थाने वापरला जातो; त्यामुळे पशूला हिंसक म्हणता येणार नाही. म्हणूनच, पशूसाठी जे उचित असेल ते माणसासाठीही उचित ठरेल असे नाही.

कृष्ण अशा कोणत्याही प्रकारच्या अहिंसेबद्दल अर्थातच, अवाक्षरही काढत नाही. कृष्णाने आपल्या आयुष्यात हिंसेचा फार मोठा बाऊ केलेला दिसत नाही.

परिस्थितीला अनुरूप असेल त्यानुसार त्याने निर्णय घेतला आहे. युद्धच न करून हिंसा टाळण्याचा प्रयत्न करणाऱ्या अर्जुनाला कृष्णाने युद्ध करण्याचाच उपदेश केला आहे. प्रतिपक्षातील सेनानींचा वध करणे हाच त्याचा धर्म असल्याचेही त्याने समजावून सांगितले आहे. येथे कृष्ण हिंसेचा उघडपणे उपदेश करत आहे, असे वाटते. कृष्णाचा उपदेश शुद्ध हिंसाच शिकवतो असा आरोप करून, अहिंसेचा प्रखर पुरस्कार करणाऱ्या जैन परंपरेने कृष्णाला नरकवासाची शिक्षाही दिली आहे.

कृष्णाने केलेला तथाकथित हिंसेचा उपदेशही खोलात जाऊन तपासणे आवश्यक आहे. कोणत्याही प्रकारची हिंसा करण्याआधी, सर्वप्रथम त्या माणसाच्या मनात राग, द्वेष, अहंकार असले नकारात्मक भाव निर्माण व्हावे लागतात. मी ज्याला माझा शत्रू समजतो त्याच्याबद्दल आधी माझ्या मनात एक प्रकारची नाराजी, नापसंती, नावड किंवा घृणा निर्माण होत असते. हळूहळू ह्या नाराजीचे, नावडीचे, घृणेचे रागात, रोषात रूपांतर होत जाते. माझी ताकद, माझे सामर्थ्य जास्त असेल तर ह्या रोषामुळे मी शत्रूचा समूळ नायनाट करण्यासाठी उद्युक्त होतो. पण शत्रू जर अधिक प्रबळ असेल तर माझ्या दुर्बलतेमुळे मी आपला रोष तात्पुरता दाबून ठेवतो; पण प्रतिस्पर्ध्याची काही हानी करू शकत नसल्याकारणाने मी गप्प राहतो. ती अहिंसा नव्हे. अर्जुन समर्थ आहे. शत्रूचा नाश करण्याची त्याची कुवत आहे आणि तरी सुद्धा तो युद्ध करायला नकार देतो आहे, ह्यामागे अहिंसा हे कारण नाही. त्या क्षणी त्याच्या मनात एक विशिष्ट भावना बळावली आहे. विद्वानांनी ह्या भावनेला भ्रम किंवा संमोह असे म्हटले आहे. अर्जुनाचा हा संमोह दूर करून कृष्ण त्याला युद्ध करण्याची प्रेरणा देतो. युद्ध करायचे असेल तर वर म्हटल्याप्रमाणे शत्रूविषयी क्रोध, तिरस्कार इत्यादी दुर्भावना आणि ह्या सगळ्या शत्रुपक्षाला मी पराजित करू शकेन, ही अहंकारभावना असणे आवश्यक आहे.

गीतेमध्ये श्रीकृष्णाने अर्जुनाला स्थितप्रज्ञ होण्याचा, योगी, भक्त आणि ज्ञानी होण्याचा उपदेश केला आहे. असा स्थितप्रज्ञ, योगी, भक्त अथवा ज्ञानी कसा असावा, ह्याची लक्षणे सांगताना कृष्णाने म्हटलेच आहे, की त्याने क्रोधाचा त्याग करावा, अहंकार समूळ नष्ट करावा, त्याचे ठायी घृणा अथवा द्वेषाचा संपूर्ण अभाव असावा. कर्म केल्यानंतर जे काही फळ हाती येईल, त्याबद्दल त्याला हर्षही नसावा आणि शोकही नसावा. जे काही निष्ठापूर्वक केले असेल त्यात स्वत:च्या पराक्रमाचा भाव नसावा. अशा सर्व लक्षणांनी परिपूर्ण असा एखादा पुरुष शत्रूच्या वधाचे निमित्त ठरला तर त्याने हिंसा केली, असे कसे म्हणता येईल? हिंसेला प्रवृत्त होण्याआधी शरीरात जे रासायनिक बदल घडून यावे लागतात ते तर कृष्णाने नाकारलेच आहेत. अशा कोणत्याही रासायनिक प्रक्रियेविना एखाद्याने हिंसा केली असली तरी त्याबद्दल ती हिंसा करणाऱ्याला दोष देता येत नाही. कारण ती हिंसा त्याने एक सहजकर्म

म्हणून केली आहे; त्याच्यासमोर येऊन उभे राहिलेले अनिवार्य कर्म पार पाडण्याचा त्याचा धर्म असल्याने केवळ साक्षीभावाने केली आहे, असाच त्याचा अर्थ होतो. हिंसेच्या परिणामी होणारे वध आणि मिळणारे विजय ह्या दोहोंबद्दल तो माणूस तटस्थ असतो. अशाप्रकारे, त्याच्या हिंसेमागे कोणतीच दुर्भावना नसते. एवढेही हिंसाचरण त्याने केले नाही तर तो पळपुटा ठरेल. त्याच्या कर्माप्रती त्याची निष्ठा नाही, असे म्हटले जाईल. निष्ठावान नसलेल्या, पळपुट्या माणसाने अहिंसेचे जरी पालन केले असले तरी ते आचरण धर्म्य म्हणता येणार नाही. म्हणजे हिंसा असो की अहिंसा, ती डोळ्यांनी पाहता येण्यासारखी, बोट दाखवून निदर्शनाला आणून देता येण्यासारखी भावना नाही. ती एक मनोवृत्ती आहे.

अशा तऱ्हेने, कृष्णाची हिंसेबद्दलची भावना आणि गांधींची अहिंसेबद्दलची समजूत एका सर्वोच्च टोकापाशी एकमेकींत मिसळून जातात असे वाटते. कृष्णाप्रमाणेच गांधीही आपल्या अहिंसेला नितांत शुद्धीकरणाची भावना मानतात. ह्यात केवळ बाह्य आचरणच शुद्ध असावे लागते असे नव्हे तर आंतरिक पारदर्शकताही अत्यंत आवश्यक आहे. अहिंसेच्या ह्या सर्वोच्च हेतूने अंतर्बाह्य शुद्ध झालेल्या माणसाला स्वतःला, त्याच्या वागण्याने - त्या वागण्याचा इच्छित परिणाम होवो की न होवो - संपूर्ण समाधान मिळते. अहिंसा पाळणारा भ्याड नसावा. अहिंसा म्हणजे दुबळेपणा नव्हे. दुसरे काही करता येत नाही म्हणून नाइलाजाने, हात जोडून मस्तक झुकवणे म्हणजे शरणागती आहे, अहिंसा नव्हे. गांधींच्या अहिंसेचा अर्थ शरणागती असा कधीच होत नाही. दुर्बलाच्या शरणागतीपेक्षा सबलाचा प्रतिकार गांधींना अधिक भावला आहे.

एकदा कुणीसे गांधींना विचारले, की एखाद्याने माझा अपमान केला, तर मी त्याला कसे प्रत्युत्तर द्यावे? त्याच्याचसारखी शिवीगाळ करून त्याचा अपमान करावा, की हिंसक मार्गाने त्याला अद्दल घडवावी'? गांधीजींनी उत्तर दिले, "अहिंसेचा खरा अर्थ तुम्ही जाणला असेल, खरी अहिंसा अंगीकारली असेल तर तो माणूस तुमचा अपमान करूच शकणार नाही. दुसऱ्या शब्दांत सांगायचे तर, तो माणूस जे काही बोलेल, जे काही करेल त्यामुळे आपला अपमान झाला, असे तुम्हाला वाटणारच नाही. जो पराकोटीचा अहिंसक असतो, तो त्याच्या शुद्ध अंतःकरणामुळे अशा अवस्थेला पोहोचलेला असतो, की अपशब्दांसारख्या ढोबळ शब्दप्रहारांनी त्याला अपमान झाल्यासारखे वाटतच नाही. तरीसुद्धा, एखाद्या वेळी अपमानित झाल्याची भावना त्याच्या मनात उद्‌भवली तर त्याच्यातच काहीतरी त्रुटी राहून गेली आहे, त्याच्यातच काहीतरी उणीव आहे, असा त्याचा अर्थ होतो. आपल्यातली ही उणीव शोधून काढून ती दूर करण्याचा त्याने प्रयत्न केला पाहिजे."

ह्यापुढे जाऊन गांधींनी दिलेला अंतिम सल्ला लक्षात ठेवण्यासारखा आहे.

त्यांनी म्हटले, की समोरच्या माणसाचा हेतू जर खरोखरच अगदी खालच्या पातळीचा किंवा दुष्ट असेल तर अशा वेळी त्याला शरण जाण्याऐवजी म्हणजेच सच्च्या मनाने केलेला अहिंसक प्रतिकार शक्यच नसेल तेव्हा त्याला त्याच्याच भाषेत उत्तर देणे ही हिंसा नाही. अशा माणसाचा प्रतिकारच न करणे, ही अधिकच वाईट गोष्ट ठरेल.

म्हणजेच, येथेही असेच दिसते, की कृष्णाची तथाकथित हिंसा तिच्या परमोच्च बिंदूपाशी पोहोचल्यावर अहिंसकच आहे त्याचप्रमाणे गांधींची अहिंसेची भावनाही अंतिमत: कृष्णाप्रमाणे हिंसेकडेच वळते. कोणत्याही परिस्थितीत अधर्माला किंवा असत्याला शरण न जाणे हा मुख्य मुद्दा आहे. जेथे कुठे असत्य सामोरे येईल तेथे सच्चा अहिंसक, सत्याग्रही बनून ठाम उभा राहतो. त्या वेळचे त्याचे वागणे-मग ते कंसाचा वध करणे असो, की मिठाच्या सत्याग्रहात शीर अर्पण करणे असो-एकाच नाण्याच्या दोन बाजूंसारखे असते.

अन्याय, अनीती, अधर्म वा असत्य ह्या जगातून कधीच नाहीसे होणार नाही. जगात नेहमी न्यायाचा, नीतीचा, धर्माचा वा सत्याचाच विजय झाला आणि शेवटी सर्व काही सुरळीत झाले असेही, घडलेले नाही. न्याय-अन्याय, नीती-अनीती वगैरे द्वंद्वे म्हणजे एखादा विशिष्ट पदार्थ नाहीत. आधी म्हटल्याप्रमाणे, प्रत्येक माणूस हरिश्चंद्र बनू शकत नाही. आपापल्या स्वार्थानुसार,आपल्या समजशक्तीप्रमाणे आणि परिस्थितीनुसार माणूस आपले सत्य, आपला न्याय, आपली नीती आणि आपला धर्म निश्चित करत असतो. 'असे नसावे,' हा एक आदर्श झाला; परंतु प्रत्येक आदर्श प्रत्यक्षात सिद्ध होत नसतो, परिणामी संघर्ष अनिवार्यच नव्हे तर साहजिकच आहे. अशा संघर्षात शाश्वत तत्त्वे-सार्वत्रिकपणे स्वीकारली गेली नाहीत तरीही-एक विधायक मूल्य म्हणून जरी प्रस्थापित झाली तरी तेवढ्यानेही मनुष्यजातीचे दुःख हलके होईल. प्रत्येक माणसाला आपापल्या अनेक मर्यादा असतात. समजा, एखाद्या माणसाने चाळीस फूट लांब उडी मारली आणि दुसऱ्याने वीस फूट उंच उडी मारली म्हणजे प्रत्येक माणसाला अशा उड्या मारता येतात, असा त्याचा अर्थ नाही. प्रत्येकाची शक्ती ठरावीक असते तशाच त्याच्या मर्यादाही निश्चित असतात. हळूहळू त्या मर्यादा कमी करत आणता येतात आणि शक्तीही क्रमश: वाढवता येते; परंतु सरतेशेवटी त्याची जेवढी कुवत असेल तेथवर पोचल्यावर ह्या दोन्ही गोष्टी थांबतातच. त्यापलीकडे ना मर्यादा आणखी कमी करता येतात, ना ताकद आणखी वाढवता येते. आपल्या कुवतीची कमाल पातळी न ओळखता हे प्रयत्न सुरूच ठेवले तर अनर्थ घडतो. एखादे रबर एका मर्यादेपर्यंतच ताणता येते. अधिक ताणले तर ते तुटते. छोटे रबर मोठ्या कामासाठी उपयोगी नसते, त्यासाठी मोठ्या रबराचीच गरज असते. कोणत्याही कार्यसिद्धीचेही असेच असते.

गांधीजींच्या मते, अहिंसा मानवसुलभ आहे. वास्तविक मानव इतिहासाचा बारकाईने वेध घेतला तर असे दिसते, की खऱ्या अर्थाने माणूस कधीच अहिंसक नव्हता. आरंभीच्या काळात त्याने आपले अस्तित्व टिकवण्यासाठी हिंसात्मक संघर्षच केले आहेत. एका माणसाने दुसऱ्याला मारणे एवढ्यापुरती हिंसा मर्यादित नसते. सकल सृष्टीत असंख्य प्राणी आणि वनस्पती जगत असतात. आरंभी माणसाला स्वतःचे रक्षण करण्यासाठी पशू-प्राण्यांशी झगडावे लागलेच असेल. अरण्यात एकाच वेळी असताना माणसाने प्राण्यांची आणि प्राण्यांनी माणसांची शिकार केली असेल. आपल्या राहण्याच्या सोयीसाठी माणसाने वृक्ष तोडले असतील. ह्या वृक्षतोडीलाही हिंसाच म्हटले पाहिजे. आदिकाळापासून आत्तापर्यंत मांस हा माणसाच्या जेवणाचा एक अविभाज्य भाग आहे आणि हिंसेशिवाय मांस मिळणे अशक्यच आहे. माणसाची बुद्धी वाढत गेली आणि अहिंसा प्रस्थापित होत गेली, तसतसे, मांसाहार तर्कसंगत आहे, हे सिद्ध करण्यासाठी माणसाने अनेक कारणे पुढे केली. बंगालच्या ब्राह्मणांच्या मते, मासे खाणे अहिंसक आहे. न उबवलेल्या अंड्यात जीव नसतो ह्या सबबीखाली अशी अंडी खाणे अहिंसक मानले गेले. वैदिक परंपरेनुसार संसारात पाच हिंसास्थाने अनिवार्य मानली गेली आहेत -धान्य कांडणे, पाणी भरून ठेवणे, केरसुणीने अंगण झाडणे, अन्न शिजवण्यासाठी अग्नी चेतवणे आणि जात्यावर धान्य दळणे, ह्या पाच ठिकाणी हिंसा आवश्यकच आहे. ह्या सगळ्यांत कळत-नकळत हिंसा मिसळलेलीच आहे. साध्या डोळ्यांना दिसून येत नसले तरी ह्या सगळ्या क्रियांमध्ये अनेक सूक्ष्म जीवांचा बळी जात असतोच. जैनांच्या मते, माणूस जमिनीवर चालतो; फार काय, अगदी श्वास घेतो तेव्हा सुद्धा धूलिकणांत असलेल्या जीवांच्या हत्येला तो कारणीभूत असतो. ह्याच परंपरेत अगदी टोकाला जाऊन असेही म्हटले जाते, की स्त्री-पुरुषांच्या मिलनातून जेव्हा एक जीव जन्माला येतो तेव्हा त्या क्रियेचा परिणाम म्हणून दुसऱ्या असंख्य जीवांची जन्म घेण्याची क्षमता नष्ट होत असल्याने ती सुद्धा त्या जीवांची हत्याच आहे. ह्या सिद्धांतानुसार तर पती-पत्नीतील प्रत्येक संबंधालाही हिंसाच म्हणावे लागेल.

असो. अतिखोलात जाऊन शब्दच्छल करण्याने हिंसा-अहिंसा ह्याबद्दल आणखी गुंता वाढण्याचीच शक्यता अधिक. त्यामुळे अतिखोलवर विचार करून अतिसूक्ष्म गोष्टींच्या मुळाशी जाणे सोडून दिलेलेच बरे! काही असो, संस्कारहीन अवस्था टाकून माणूस सुसंस्कृत झाला तरी सुद्धा माणसांची आपसातील हिंसा ही एक मोठी शक्ती बनून राहिलीच आहे.

ईश्वराने माणसाला षड्रसांचे स्वाद बहाल केले तसेच ठरावीक प्रकारच्या अनेक आवडीनिवडी निर्माण केल्या. तिखट, आंबट, खारट, तुरट, कडू, गोड हे सहा केवळ स्वाद आहेत. माणसाने व्यक्तीशः काही स्वाद आवडते, काही नावडते

ठरवले. एखाद्याला आंबट चव आवडते, दुसऱ्याला आवडत नाही. हे कशामुळे होते ते आपल्याला सांगता येत नाही. ईश्वराने हे सहा स्वाद निर्माण केले त्याच वेळी ह्या सहा चवींचा आनंद घेता येण्यासाठी जिभेवर सहा बिंदू निर्माण केले. तरी सुद्धा एखाद्याला एक चव आवडते, तीच दुसऱ्याला आवडत नाही. प्रत्येक अनुभूतीबद्दल असेच म्हणता येईल. शिवाय, चव असो की दुसरी कोणती भावना असो, आज ती आवडते म्हणून सदासर्वदा ती तशीच प्रिय राहील, असेही नाही. सतत बदलत राहणाऱ्या ह्या जगात, स्थूल पदार्थांत जसे वेळोवेळी बदल घडत असतात तसेच भावभावनांतही होतच असतात.

चहूबाजूंनी वेढणाऱ्या अशा भिन्नतेमध्ये आणि बहुतांशी परस्पर-विरोधी भावनांमध्ये जगत असताना, आपल्याला आवडो वा न आवडो, संघर्ष अनिवार्य होत जातो. कुठल्याही संघर्षाला माणूस आपल्या पद्धतीने तोंड देत असतो. आपल्या मताला अनुसरूनच त्याचे निवारण करू पाहत असतो. त्यासाठी धर्म, न्याय, नीती आणि सत्य आपल्या सोबत आहे, अशी त्याची समजूत असते. एवढेच नाही, तर दुसऱ्यांनाही तसेच वाटावे ह्यासाठी तो प्रयत्नशील असतो. जेव्हा अन्य कोणत्याही मार्गाने झगडा सोडवता येत नाही तेव्हा हिंसा हा एकमात्र मार्ग शिल्लक उरतो. प्रत्येक विजेता अशा मार्गाने मिळवलेल्या तोडग्यालाच धर्म-न्याय-नीती आणि सत्य यांचा विजय असे नाव देतो. लक्षात घ्या, महाभारतातल्या युद्धामागच्या कारणांच्या मुळाशी सत्य आणि धर्म कोणाच्या पक्षात किती आहे, ह्याबद्दल कृष्ण आणि बलराम ह्यांच्यातही मतभेद होता. कृष्णाच्या मते, दुर्योधनाचा पक्ष पूर्णपणे अन्यायी होता तर बलराम, दुर्योधनाइतकाच युधिष्ठिरालाही युद्धाबद्दल जबाबदार धरत होता. किंबहुना, बलरामाच्या मते, महायुद्धाची परिस्थिती ओढवून आणायला युधिष्ठिरच जास्त जबाबदार होता.

||११||

कृष्णाची हिंसा आणि गांधींची अहिंसा-२

हे जग अपार वैविध्याने भरलेले आहे. माणूस ह्या जगाचाच एक भाग असल्याने माणसाच्या अंगी अशीच अनेक वैविध्ये असण्याची शक्यता असणारच. हे वैविध्य रंगरूपाचे, राष्ट्रीयतेचे, भाषेचे, शरीरयष्टीचे असे अनेक प्रकारचे असू शकते. ह्या बाह्यरूपातील विविधतेबरोबरच आंतरिक विविधताही तेवढ्याच मोठ्या प्रमाणात असणार. गेल्या हजारो वर्षांच्या इतिहासात वेगवेगळ्या भूभागांत जे वेगवेगळे धर्म उदयाला आले त्या तमाम धर्मांचे संस्थापक म्हणजे शेवटी माणसेच होती. त्यांनी मानवजातीचा समग्र विचार केला असला तरी त्यांचे चिंतन त्या काळातल्या आपल्या स्वतःच्या माणसांना आणि आपल्या भूमीला अनुलक्षूनच असणार. ती माणसे त्या त्या भूखंडावर ज्या पद्धतीने राहत असतील, जगत असतील त्यानुसारच धर्मसंस्थापकांचे मनोमंथन घडले असणार आणि त्या मंथनातून प्राप्त झालेले नवनीत त्यांनी आपल्या शब्दांत लोकांपर्यंत पोहोचवले असणार. अशा एकूण एक धर्मसंस्थापकांनी मानवजातीच्या कल्याणासाठी वेगवेगळी अनेक भाष्ये केली आहेत; परंतु त्यांत कोठेही कुणीही संपूर्ण अहिंसेची शिकवण दिलेली नाही. हिंसा सर्वांनीच त्याज्य मानली आहे आणि हिंसेपासून दूर राहण्यासही अधूनमधून बजावले आहे. असे असूनही त्यांच्यापैकी कुणीच आपल्या अनुयायांना 'अहिंसा हाच सत्यप्राप्तीचा परममार्ग आहे,' असे सांगितले नाही. ह्या सर्वांनी सत्य स्वीकारले आहे. सत्याबद्दल ह्यांपैकी कुणाच्याही मनात अजिबात शंका नाही; पण त्याचबरोबर स्वतः निर्धारित केलेल्या सत्याच्या मार्गातील अनिष्ट तत्त्वांचा एकतर नाश करण्याचा आपल्या अनुयायांना आदेश दिला आहे अथवा त्यासाठी ईश्वराची प्रार्थना करायला सांगितले आहे. असे, दोन्ही प्रकारे, स्वतःला जे अनिष्ट वाटले त्या अनिष्टाप्रती हिंसा आचरण्याला धर्म मानले आहे. काही एका मर्यादेपर्यंत जैन धर्म ह्याला अपवाद आहे, असे म्हणता येईल.

वैदिक धर्म विश्वातला प्राचीनतम धर्म मानला जातो. वेदांपेक्षा प्राचीन असलेला कोणताच ग्रंथ अजूनपर्यंत उपलब्ध नाही. वेदांमध्ये केलेला विचार इतक्या उच्च दर्जाचा आहे, की कोणताही निकष वापरला तरी त्याला मानवजातीची आरंभिक

किंवा प्राथमिक अवस्थेतील विचारधारा म्हणता येणार नाही. आदिमानवापासून विकास होत होत हजारो वर्षांनंतरच्या विकासाअंती, विकसित झालेल्या माणसाने चिंतन केले असेल तर त्याचा अर्थ असा, की त्याआधीच्या लोकांनी चिंतन केले आहे हे नक्की! आजकालच्या काळात अशी चिंतने आपल्या हाती येत नाहीत, ही गोष्ट वेगळी! तरीसुद्धा, वेद म्हणजे अगदी प्रारंभ-काळातील विचार-चिंतन नाही, हे निर्विवाद! वेद हे मानवजातीचे प्राचीनतम उपलब्ध साहित्य आहे एवढेच फार तर ठामपणे म्हणता येईल. वेदांच्या बहुतेक मंत्रांत शत्रूच्या नाशासाठी केलेल्या प्रार्थना तरी आहेत किंवा त्यासाठी इंद्राची केलेली विनवणी आहे. अशा शत्रूंमध्ये अनार्यांची गणना करावी, की दस्यूंची किंवा यज्ञ-विरोधकांची; ह्या शत्रूंना दानव म्हणावे, की असुर, अशाने काही फरक पडत नाही. काय शुभ आहे आणि काय अशुभ आहे, हा मूळ मुद्दा आहे. अशुभ गोष्टींचा नाश करण्यासाठी वेदांमध्ये अनेक प्रक्रिया सुचवल्या आहेत. अशा शत्रूंचा नाश करण्यासाठी आम्हांला बळ मिळो, ह्या शत्रूंचा इंद्र नाश करो वगैरे अनेक प्रकारे हिंसेची एका अर्थी, तरफदारी केली आहे. म्हणजे वेदांत अहिंसेची भावनाच नाही, असे नाही. अहिंसा निर्विवादपणे चांगलीच गोष्ट आहे. अहिंसेचा मार्ग निश्चितच अधिक चांगला आहे; पण त्या अहिंसेवरच घाला घालणाऱ्या हिंसाचाऱ्यांचा नाश केल्याविना अहिंसेसारख्या मंगल, कल्याणकारी, शुभ भावनेचे रक्षण तरी कसे होणार? फक्त वेदांतच ह्या शुभ-अशुभ तत्त्वांच्या संघर्षाची चर्चा आहे, असे नव्हे. इतर धर्मांनीही अशी द्वंद्वे मान्य केली आहेत.अशा शुभाशुभ तत्त्वांना वेदांच्या ऋचांमध्ये इंद्र आणि वृत्र अशी नावे आहेत; त्यालाच पारशांच्या धर्मात 'अहुरमझद' आणि 'अहिरमान' म्हणतात. ख्रिस्ती धर्मात त्याला येशू आणि सैतान ही नावे आहेत तर इस्लाम धर्म या जोडीला 'पैगंबर' आणि 'इब्लिस' म्हणतो. नावे-रूपे वेगळाली असली तरी शेवटी मूळ मुद्दा एकच आहे. अलंकारांची नावे-रूपे वेगळी असली तरी सोने ते सगळीकडे सोनेच असते त्याप्रमाणे येथेही नावे वेगवेगळी असली तरी सांगायचा मूळ मुद्दा एकच आहे. गंमत म्हणजे, ज्याला अहिंसेच्या समर्थनार्थ शास्त्रोक्त वचनांचा आधार घ्यायचा असेल, त्याला प्रत्येक धर्मात अशी वचने सहज सापडतात आणि त्याच शास्त्रांना वृत्र असो, की अहिरमान, सैतान असो, की इब्लिस, ह्या सगळ्यांना पराभूत करण्यासाठी हिंसेचे वावडे नाही.

नुसत्या एका दृष्टिक्षेपात असे दिसते, की अहिंसा हे अखिल मानवजातीच्या अस्तित्वाशी निगडित असलेले माणूसपणाचे लक्षण आहे, असे कुठेच मानले गेलेले नाही. गांधीजींच्या मते, मात्र अहिंसा ही माणसाची सहज प्रवृत्ती आहे. त्याच्या माणूस असण्याचे प्राथमिक लक्षण आहे; एवढेच नव्हे, इतर प्राण्यांपासून माणूस वेगळा आहे तो ह्या अहिंसेच्या लक्षणामुळेच, असे ते म्हणतात. पूर्ण अहिंसेविना

माणसाला सत्याची प्राप्ती होऊ शकत नाही, असे त्यांचे प्रतिपादन आहे. गांधींचे हे म्हणणे मान्य केले तर मग अनिष्टकारक तत्त्वांच्या नाशासाठी जगातील सर्व धर्मांच्या संस्थापकांनी हिंसेचाही पुरस्कार केला आहे, त्या सगळ्यांना अजून सत्यप्राप्ती झालेली नाही असा अर्थ निघेल, असा अर्थ काढणे हे फार जोखमीचे ठरेल. ह्या तमाम धर्मसंस्थापकांपेक्षा गांधीजींचे चिंतन वीतभर पुढे गेले आहे, असाही अर्थ काढता येईल. रोमां रोलांसारख्या तत्त्वज्ञानेसुद्धा गांधींना पाठिंबा देत म्हटले आहे, की मनुष्य जातीपुढे आता फक्त दोन पर्याय शिल्लक आहेत-गांधींची अहिंसा अथवा सर्वनाश! लुई फिशरसारख्या जागतिक दर्जाच्या पत्रकाराने गांधीजींबद्दल नोंद करून ठेवली आहे, की संपूर्ण जगभर हिंडल्यानंतर मी ह्या निष्कर्षाला आलो आहे, की आता लोकांना मार्गदर्शनासाठी आणि आध्यात्मिक आधारासाठी गांधींकडे वळण्यावाचून गत्यंतर नाही.

अहिंसात्मक प्रतिकाराने प्रतिस्पर्ध्याचे हृदयपरिवर्तन घडवून आणण्याचे गांधीजींचे म्हणणे एक प्रकारे अगदी अनोखेच आहे. गांधीजींच्या आधी थेट कृष्णापासून ते रामकृष्ण परमहंसांपर्यंत सगळ्या तत्त्वज्ञांनी अनिष्ट गोष्टींपासून बचाव करण्यासाठी आपल्या अनुयायांना अनेकविध मार्ग सुचवले आहेत. आपल्या अनुयायाने आपण सुचवलेल्या मार्गाने वाटचाल केली, आपली शिकवण अंगीकारली, तिचा प्रसार केला, तर तो कल्याण साधू शकेल असे सगळ्यांनीच म्हटले आहे. गांधीजी त्याहीपुढे जातात. आपण स्वत:चे कल्याण साध्य करून घ्यावे, फार तर आपल्या अनुयायांनाही ते साध्य व्हावे एवढ्यावर ते समाधान मानत नाहीत. जे आपल्यासोबत नाहीत, किंबहुना विचार आणि कृती दोन्ही प्रकारे जे आपल्या विरोधात आहेत त्यांचे हृदयपरिवर्तन करण्याची भाषा केवळ एकटे गांधीजीच बोलतात. समोरच्या माणसाला सद्भावना, सद्बुद्धी लाभो, अशी प्रार्थना सगळेच करतात; पण तसे न झाल्यास प्रसंगी स्वत: त्रास सहन करूनही त्याचे हृदयपरिवर्तन करायला पाहिजे, असा विचार फक्त गांधीच प्रत्यक्ष आचरणात आणू शकतात. कंसाचे वा शिशुपालाचे हृदयपरिवर्तन करण्यासाठी कृष्ण कधी उपोषण करेल, अशी कल्पनाही आपण करू शकत नाही. आपल्या आश्रमातली लहान मुले भजी खाण्यासाठी खोटे बोलली तर तेवढ्याने व्यथित होऊन गांधी मात्र लगेच उपवासाचे शस्त्र उपसतात. नौखालीच्या दंगलीच्या वेळी कुणीतरी गांधीजींना विचारले, की मुसलमान जर हिंदूंशी चांगले वागले नाहीत, तर हिंदूंनी काय करावे? जराही न अडखळता गांधींनी ताबडतोब उत्तर दिले, "हिंदूंनी मरायला तयार व्हावे!"

दुसऱ्या महायुद्धात मुसोलिनीने ॲबिसीनियावर कब्जा केला त्या वेळी गांधींनी ॲबिसीनियावासींना अहिंसक मार्गाने मुसोलिनीचा प्रतिकार करायला सांगितले होते. ॲबिसीनियाच्या नागरिकांनी हल्लेखोरांवर उलट शस्त्र चालवू नये; पण त्यांच्यावर

संपूर्ण बहिष्कार टाकावा, असा त्यांचा सल्ला होता. मग भले मुसोलिनीचे सैन्य असहकार करणाऱ्या नागरिकांवर अत्याचार करो! शेकडो माणसांनी सशस्त्र प्रतिकाराविना प्राणार्पण केले तर हल्लेखोर आणखी हत्या करायला धजावणार नाहीत. जिथे काहीच प्रतिकार नाही, केवळ संपूर्ण बहिष्कारच आहे, अशा ठिकाणी मिळालेला विजय, जुलूम करणाऱ्याला पचवता येत नाही. हिटलरच्या नाझी सैन्याने चिरडलेल्या चेकोस्लोव्हाकियाच्या नागरिकांनाही गांधीजींनी असाच संदेश दिला होता. त्यांनी म्हटले होते, की हिटलरचा अहिंसात्मक प्रतिकार केल्यामुळे कदाचित तुमची शरीरे नष्ट होतील; पण तरी, जय तुमच्या आत्म्याचाच होईल.

गांधीजी येथे शरीर आणि आत्मा वेगळे करतात. शरीरबल आणि आत्मबल ह्या दोन भिन्न गोष्टी आहेत, हे मान्य केले तरी माणूस म्हणजेच शरीर आणि आत्मा. हे दोन्ही मिळूनच माणूस बनतो, हे कसे विसरता येईल? शरीर आणि आत्मा भिन्न असू दे, शरीरबल आणि आत्मबल हेही वेगळे असू दे; पण येथे विचार चालला आहे तो माणसांचा! शरीर आणि आत्मा हे दोन घटक अलग करून 'माणसा'ची कल्पना तरी कशी करायची? गांधीजींनी ज्यू लोकांनाही हिटलरच्या विरोधात ह्या अहिंसेबद्दलच सांगितले आहे. त्यांनी म्हटले होते, की जर्मनांचा अहिंसक मार्गाने प्रतिकार करून, एकापाठोपाठ एक सगळे ज्यू जर्मन सैन्याच्या गोळ्यांची शिकार झाले असते किंवा पर्वतावरून समुद्रात उड्या टाकून मेले असते तरी सुद्धा जेवढ्या प्रचंड प्रमाणात हिटलरच्या हातून मारले गेले तेवढे मेले नसते आणि हिटलरचा पराभव झाला असता!

अहिंसेची गांधींची ही भावना अद्‌भुतच आहे. आपल्या मनातल्या ह्या भावनेला ते स्वतः मूर्त रूप देतातच, तिचे अत्यंत निष्ठापूर्वक पालन करतात; पण आपल्याबरोबर कोट्यवधी देशवासीयांनी सुद्धा आपल्याप्रमाणेच अहिंसेचे अनुसरण करावे, असा ते आग्रह धरतात. अहिंसेच्या त्यांच्या कल्पनेपेक्षाही हा आग्रह अद्‌भुत आहे. लाखो देशवासीयांनी गांधींनी दाखवलेल्या अहिंसेच्या मार्गाने ब्रिटिश सरकारशी लढा दिला, शेवटी स्वराज्यही मिळवले; परंतु स्पष्टच सांगायचे तर गांधी आणि त्यांचे हाताच्या बोटांवर मोजण्याइतके सहकारी एवढे सोडले तर बाकी कुणीही अहिंसेचा 'धर्म' म्हणून स्वीकार केला नव्हता. ज्या काँग्रेस पक्षाच्या झेंड्याखाली हा अहिंसक लढा सुरू होता त्या काँग्रेस पक्षानेही अहिंसा हा आपला धर्म बनवला नव्हता. त्या सगळ्यांच्या दृष्टीने अहिंसा म्हणजे आपल्यापेक्षा अधिक ताकदवान, अधिक समर्थ शक्तीशी त्या वेळी लढण्याचा एक राजकारणी डाव होता. प्राप्त परिस्थितीच्या संदर्भात एखादी नीती स्वीकारता येते तशीच, परिस्थिती बदलल्यावर ती नीती त्यागताही येते. गांधींच्या लेखी अहिंसा म्हणजे एखादी नीती नव्हती, कुठले तरी एक धोरण नव्हते. तो त्यांचा धर्म होता. त्यांच्या हाडीमाशी खिळलेली, रक्तात

मिसळलेली एक भावना, एक विचार होता. म्हणूनच चहूबाजूंनी हिंसाचाराचा नंगा नाच सुरू असताना ते एका हाती, आपला जीव धोक्यात घालून, स्वतः स्वीकारलेल्या अहिंसा धर्माचे रक्षण करतात. त्यांचा अहिंसा धर्म सफल झाला नाही, कारण गांधींनी अंगीकारलेल्या अहिंसा धर्माला वैश्विक परंपरेच्या तमाम संप्रदायांनी -दुर्दैवाने ह्या सगळ्या संप्रदायांनाच आपण धर्म म्हणतो-कधीच पाठिंबा दिला नव्हता. त्याहूनही मोठे दुर्दैव म्हणजे ह्या सगळ्या धर्मांच्या संस्थापकांनी ज्या अहिंसेची शिकवण दिली होती ती इतक्या वर्षांनंतर त्यांच्या अनुयायांनी पार विकृत करून टाकली होती.

'अहिंसा' संकल्पनेला गांधींनी आपला धर्म मानले असले तरी त्यांच्या आयुष्यातल्या एक-दोन घटना ह्या संदर्भात पाहण्याजोग्या आहेत. आश्रमातील एक वासरू कुठल्याशा असाध्य रोगाने आजारी होते. औषधोपचारांनी ते बरे होण्याची शक्यता नव्हती. असह्य यातनांतून वासराला सोडवण्यासाठी त्याला इंजेक्शन देऊन मारून टाकण्याचा एकमात्र उपाय डॉक्टरांनी सुचवला. वासराच्या यातना गांधीजींनी पाहिल्या आणि त्याला मारायची संमती दिली. इंजेक्शन देऊन वासराला मारण्यात आले आणि शेवटी त्याचे शरीर पीडामुक्त झाले, शांत झाले. ह्या घटनेबद्दल नंतर बरीच चर्चा झाली होती आणि वासराला मारणे आपल्या अहिंसेच्या भावनेशी सुसंगत असल्याचा बचाव करणारा एक लेखही गांधींनी लिहिला होता.

ह्याआधी आपण पाहिले आहे, की अंबालाल साराभाईंनी अहमदाबाद मिलच्या आवारातील पिसाळलेली कुत्री मारून टाकली तेव्हा गुजरातच्या भूतदयाप्रेमी लोकांमध्ये, विशेषत: जैनांमध्ये त्याबद्दल प्रचंड उहापोह झाला होता. गांधीजींचे साराभाई कुटुंबीयांशी जवळचे संबंध होते. गांधीजींनी आपल्या पत्रिकांमधून,कुत्री मारण्याच्या कृत्याचे समर्थन करणारे लेख लिहिले होते. ह्या दोन्ही घटना लक्षात ठेवण्यासारख्या आहेत. शेवटीशेवटी काश्मीर प्रश्नावरून जेव्हा पाकिस्तानशी लढाई झाली आणि पाकिस्तानी हल्लेखोर टोळ्यांना रोखण्यासाठी भारतीय सैन्यदल पाठवण्यावाचून कोणता पर्यायच शिल्लक राहिला नाही, त्या वेळी गांधीजींनीही ह्या सशस्त्र कारवाईला आशीर्वाद दिले होते.'नामर्दाच्या अहिंसेपेक्षा मर्दाचा सशस्त्र प्रतिकार मला माझ्या अहिंसेपेक्षा अधिक जवळचा आहे,' असे त्यांनी म्हटले आहे.

वासराला मारून टाकण्यामागे जी भावना होती ती विशुद्ध अहिंसेच्या दृष्टीने पूर्णतया सार्थ म्हणता येईल? वासराला यातनांतून सोडवणे हाच एकमात्र उद्देश त्यामागे होता. ह्या पीडामुक्तीशी देहाचा संबंध होता. त्रास होत होता फक्त देहाला, आत्म्याला नव्हे. गांधीजी वारंवार आत्मबलाबद्दल बोलतात. शरीरबलावर आत्मबलाद्वारे विजय मिळवावा, असे म्हणतात. ह्या घटनेच्या संदर्भात त्यांचे म्हणणे तपासून पाहण्याची गरज आहे. माणूस असो की पशू, जे दृश्यमान आहे, जे दिसते आहे, ते शरीर आहे. सुख-दुःखांची अनुभूती शेवटी शरीरालाच होत असते. शरीराच्या

बदल्यात आत्म्याचे रक्षण करावे वगैरे म्हणणे एक तत्त्व म्हणून आध्यात्मिक पातळीवर कितीही श्रेष्ठ असो; परंतु ते प्रत्यक्ष स्वीकारणे सोपे नाही, सहजही नाही. तरीही, पीडामुक्तीसाठी आत्म्याला शरीरातून मुक्त करण्याच्या भावनेत कोणत्याही प्रकारचा वैरभाव, द्वेषभाव किंवा दयाभावही नाही. आहे ती फक्त करुणा आणि करुणेपोटी घडणाऱ्या हिंसेला हिंसा म्हणता येत नाही. कृष्णाने अर्जुनाला गीतेमध्ये हेच समजावले होते. गांधींनी वासराला मारण्यासाठी जी हिंसा आचरली ती खऱ्या अर्थाने कृष्णाची अहिंसा होती. वासराला मारण्यामागे निव्वळ करुणा होती तीच मिलच्या आवारातील कुत्री मारण्यामागे होती, असे निखालसपणे म्हणता येणार नाही. कुत्री पिसाळलेली होती, रोगिष्ट होती. मिलच्या आवारात राहणाऱ्या माणसांना त्यांच्यापासून धोका होता. अहिंसेचे जे विस्तृत विवेचन ह्या प्रकरणाच्या प्रारंभी गांधीजींच्या शब्दांत मांडले आहे, ते लक्षात घेतले तर मग मिलच्या आवारात राहण्याचा हक्क कुत्र्यांनाही माणसांइतकाच होता. कुत्र्यांना रोगाची लागण झाल्यामुळे त्यांच्याबद्दल अनुकंपा उत्पन्न होऊन त्यांना वाचवण्यासाठी माणसाने काही मदत केली तर ते एक सत्कृत्य झाले; परंतु पिसाळलेली आजारी कुत्री माणसांना चावून त्यांचा अत्यंत क्लेशकारक मृत्यू ओढवणार असेल, तर कुत्री मारण्यावाचून गत्यंतर नाही. म्हणजे ह्या मारण्यामागे स्वसंरक्षणाचीच भावना आहे. त्यात कोणतीही सहानुभूती नाही की करुणा नाही. केवळ आपला बचाव व्हावा म्हणून, आपण ज्याला धोकादायक मानतो त्याचा नाश करण्याची वृत्ती आहे. कुत्र्यांपेक्षा माणूस जास्त समर्थ होता म्हणून त्याने कुत्र्यांना मारून टाकले. कुत्री समजा अधिक समर्थ असती, तर हाच नियम आपण कुत्र्यांना लागू केला असता का? त्यांना मारायचा आपल्याला जर नैतिक अधिकार असेल तर पिसाळलेल्या अवस्थेतल्या आनंदासाठी आपल्याला चावण्याचा त्यांना अधिकार नाही, असे कसे म्हणता येईल?

येथे हिंसा-अहिंसेच्या मूळ संकल्पनांचीच कठोर तपासणी करावी लागते. अहिंसा श्रेष्ठच आहे. कुत्री चावत नसती तर अंबालालभाईंनी त्यांना मारलेच नसते. उलट तेथे राहणाऱ्या लोकांनीच त्यांना खाऊपिऊ घातले असते. पूर्वी त्यांनी तसे केलेही असेल. कदाचित त्यातली काही ह्या माणसांची आवडती असतील, ती त्यांनी पाळली असतील. चांगली असताना त्या कुत्र्यांनीही त्या लोकांसाठी राखण केली असेल, कधी चोराचिलटांपासून वाचवले असेल, हे चांगुलपणाचे नाते संपले, परिस्थिती पालटली, माणसांचे आणि कुत्र्यांचे हित एकमेकांविरुद्ध उभे ठाकले त्या वेळी शक्ती हाच अखेरचा उपाय ठरला. हिंसेनेच समस्येचे निराकरण केले आणि त्या हिंसेचे गांधीजींनी समर्थन केले. ही हिंसा म्हणजे सुद्धा कृष्णाने अर्जुनाला समजावून सांगितलेली अहिंसा नव्हे असे कोण म्हणेल?

||१२||

कृष्णाची हिंसा आणि गांधींची अहिंसा-३

अहिंसेच्या सूक्ष्मातिसूक्ष्म अर्थांची थोडी चर्चा केल्यानंतर आता अहिंसेचे आपल्याला सकृत्दर्शनी जे स्वरूप दिसते त्याच्या व्यवहारातील आकलनाबद्दल थोडेसे बोलूया.

मातेच्या गर्भात असताना बाळ डोके खाली करून, मुठी बंद करून वाढत असते. ह्या अवस्थेत अगदी प्राथमिक आकलन होऊ लागल्यानंतर ते जन्माला येते त्या वेळी असुरक्षितपणाची एक भावना त्याच्या असंप्रज्ञात (subconscious) मनात असते. त्यामुळेच कसलीही भीती वाटल्यासारखे झाले, की ते सुरक्षितपणासाठी मुटकुळे करून, डोके खाली घालून, तळवे आवळून घेते. हे सर्व त्या अबोध (subconscious) मनातील भावनेमुळे स्वाभाविकपणेच होत असते. स्वसंरक्षणाची भावना शिकवावी लागत नाही. स्तनपान करणे ही जशी कोणत्याही बाळाची सहज प्रवृत्ती आहे, तितकीच स्वसंरक्षण ही त्याला मिळालेली नैसर्गिक देणगी आहे. माणूस मोठा झाल्यावरही एखादी भीती, एखादे संकट त्याच्यासमोर येऊन उभे राहिले तर स्वसंरक्षणाची त्याची भावना एकदम बळावते. अशा वेळी तो समर्थ असला तर उलट वार करतो. असा प्रहार करण्यातील हिंसा हा आनुषंगिक परिणाम आहे. मुळात त्याला हिंसा करायची असते असे नाही; पण ती स्वसंरक्षणासाठी केलेली हिंसा असते. जगातला कोणताच धर्म त्याचा हा स्वसंरक्षणाचा अधिकार नाकारू शकत नाही; परंतु एकदा स्वतःचे रक्षण करून झाल्यावरही तो आपल्या अधिकाराचा वापर करतच राहिला तर त्याने आपला अधिकार निरंकुशपणे वापरला असे होईल. ह्या अनियंत्रित उपयोगालाच हिंसा असेही म्हणता येईल.

त्याउलट, माणूस एखाद्या विशिष्ट हेतूने आत्मसमर्पण करण्यासाठी जेव्हा देह ठेवतो तेव्हा त्याने एक विशिष्ट प्रकारचा प्रतिकारच केलेला असतो. उदाहरणार्थ, स्वातंत्र्याच्या चळवळीतील मिठाचा सत्याग्रह असो अथवा सभा मिरवणुकींवरील बंदीचा कायदा असो, अगदी जाणूनबुजून तो कायदा मोडणे आणि त्यामुळे गोळीबार झाला तरी शांतपणे मृत्यूला सामोरे जाणे, हा अहिंसेचाच एक विशेष प्रकार

आहे. एक लक्षात ठेवले पाहिजे, की ह्या ठिकाणी शत्रूचा प्रतिकार करण्यासाठी एखाद्या शस्त्रासारखा अहिंसेचा वापर करण्यात आलेला असतो आणि शस्त्र नेहमीच शत्रूला मारण्यासाठी असते. अशा लढ्यात अहिंसारूपी शस्त्राचा प्रयोग होतो तेव्हा आघात-प्रत्याघात होण्याची शक्यता असतेच. अशा वेळी शत्रूची हिंसा होणार नसून आपलीच हिंसा होणार आहे, अशी मनाची पूर्वतयारी ठेवूनच ह्या शस्त्राचा उपयोग करण्यात येतो. म्हणजे त्याचाच अर्थ असा, की ही सकृतदर्शनी वाटणारी अहिंसासुद्धा हिंसेपासून मुक्त नाही. येथेही हिंसा अभिप्रेत आहेच; फक्त ती शत्रूच्या हातून व्हायची असते एवढेच!

मानवजातीचा इतिहास उपलब्ध झाला त्या काळापासून पाहिले तरी, कुठे ना कुठे दोन सीमप्रदेशांमध्ये युद्धाविना एकही दिवस मावळला नसेल. दोन देशांच्या युद्धाखेरीज, दोन जातींमध्ये, दोन धर्मांमध्ये असे अनेक झगडे अविरत सुरूच असतात. ते संपूर्णपणे कधीच थांबवता येत नाहीत. प्राचीन काळी दोन्ही पक्षांची सैन्ये एका विशिष्ट जागी येऊन आपापले बलाबल आजमावून बघत असत. संपूर्ण विश्वाच्या इतिहासातील ज्ञात असलेल्या युद्धांपैकी, प्राणहाना-वित्तहानीच्या दृष्टीने मोठ्यात मोठे म्हणता येईल, असे युद्ध महाभारतातले होते. महाभारतातील उल्लेखानुसार, युद्धाच्या अठरा दिवसांत एकूण अठरा अक्षौहिणी म्हणजे जवळपास सत्तेचाळीस लाख जीवांची हत्या झाली होती. ह्यात सैनिकांव्यतिरिक्त घोडे, हत्ती आणि इतर प्राणी होते. युद्धाशी त्यांचा काही संबंध नव्हता. त्यांच्या हिंसेला आपण अकारण हिंसा म्हणू शकू; पण अशा अकारण हिंसेचेही आता काही नावीन्य उरले नाही. सार्वजनिक रस्ते बांधण्यासाठी आपण वृक्ष तोडतो तेव्हा आपल्या स्वार्थासाठी आपण ते एक हिंसाचरण केलेले असते. आपली घरे वृक्षांच्या फांद्यांच्या वाढीच्या आड येत असतील तर वृक्ष ती घरे पाडून टाकू शकत नाहीत; कारण त्यांचे सामर्थ्य अपुरे पडते; उलट, अधिक समर्थ असल्याने आपण मात्र झाडे तोडून टाकतो. भारतीय युद्धात मारल्या गेलेल्या प्राण्यांबद्दलही असेच म्हणता येईल. जे लोक समजूनउमजून युद्ध करण्यासाठीच एकत्रित झाले होते, म्हणजे मरू किंवा मारू असे ठरवूनच आले होते, त्यांनी आपला हेतू साध्य केला-म्हणजे शत्रूला मारले किंवा स्वतः मेले-तर एका अर्थी त्याला हिंसा म्हणता येणार नाही. ती त्यांची उद्देशपूर्ती म्हटली जाईल. ह्याच वेळी दोन्ही सैन्यांच्या मधोमध उभ्या असलेल्या श्रीकृष्णाने मोकळ्या मैदानात, पुरते पंखही न फुटलेली टिटवीची लहानगी पिल्ले जमिनीवर अडखळताना पाहून जे केले ते खऱ्या अर्थाने अहिंसेचे रूप होते. कृष्णाने टिटवीच्या त्या निरपराध पिल्लांना एका घंटेखाली झाकून ठेवले अशी कथा आहे. संध्याकाळी युद्ध संपल्यावर कृष्णाने आठवणीने तेथे जाऊन ती घंटा उचलली आणि पिल्लांना सुरक्षित जागी नेऊन ठेवले. घोडे

निरपराध असले तरी युद्धात त्यांचा उपयोग करणे अनिवार्य होते; परंतु संध्याकाळी युद्ध थांबताच, दिवसभरात जखमी झालेल्या घोड्यांची देखभाल केल्यावाचून कृष्ण कधी राहिला नाही. ह्याला अहिंसा म्हणा अथवा करुणा म्हणा!

गांधी ज्या अहिंसेची भलावण करतात ती अहिंसा समर्थांची अहिंसा आहे. ती अहिंसा म्हणजे शत्रूला पराजित करण्यासाठी शस्त्र म्हणून वापरलेली कामचलाऊ नीती नाही. शत्रूचा प्रतिकार करण्यासाठी आपले शीर अर्पण करायला गांधींनी जेव्हा ॲबिसीनिया आणि चेकोस्लोव्हाकिया यांच्या नागरिकांना सांगितले, त्या वेळी अखिल मानवजातीला वाचवण्याचा अहिंसा हा एकमात्र शाश्वत मार्ग आहे, हेच त्यांना अभिप्रेत असणार. हिंसेचा प्रतिकार हिंसेनेच केला तर त्यामुळे फार तर विजय प्राप्त होईल; पण त्यामुळे मानवजात सुरक्षित होऊ शकणार नाही.

दुर्दैवाने आताची आधुनिक युद्धे पूर्वीसारखी मैदानी युद्धे राहिली नाहीत. ज्यांचा युद्धाशी प्रत्यक्ष काहीच संबंध नाही, युद्धाशी ज्यांना काहीच देणे-घेणे नाही, अशा निरपराध नागरिकांची हत्या करणे, हा आधुनिक युद्धाचाच एक प्रकार समजला जातो. सर्वांत दयनीय भाग असा, की शांततेच्या काळात युद्धाबद्दल पुष्कळ नियम ठरवले जातात; पण युद्ध खरोखर सुरू होते तेव्हा त्यांपैकी एकही नियम पाळला जात नाही. प्रत्यक्ष युद्धात सैनिकाची हत्या होण्याआधीच अशा नियमांची हत्या झालेली असते. भारतीय-युद्धातही दोन्ही पक्षांनी युद्धाच्या आरंभी नियम ठरवले होते; परंतु नंतर दोन्ही पक्षांकडून त्या नियमांचे भरपूर उल्लंघन झाले आहे. रामायणातही, लंकेच्या सीमेवर राम-रावणाची सैन्ये एकमेकांना भिडली होती तेव्हा लंकेचे नागरिक -बायकामुलांसकट-सुरक्षित नव्हते. लंकेच्या दुर्गाच्या बाहेरून रामाच्या सैन्याने लंका नगरीत अग्न्यास्त्रे फेकून लंकावासियांना पेटवले, जाळले आहे. वाल्मीकी रामायणाच्या युद्धकांडात ह्याचे सविस्तर वर्णन आहे. युद्धात फक्त एकच नियम काटेकोरपणे पाळला जातो, तो म्हणजे विजय!

राम-रावणाच्या युद्धाबद्दलच बोलायचे तर रावणाने रामपत्नी सीतेचे तिच्या इच्छेविरुद्ध आणि रामाला फसवून अपहरण केले होते. रावणाला समजावण्याचे सगळे प्रयत्न निष्फळ ठरले होते. रावणाशी युद्ध करण्यामागे, आपली पत्नी मिळवणे, एवढाच रामाचा हेतू होता. युद्ध झाले आणि रामाने रावणाचा वध केला. रावणवध झाल्यावर त्याच्या मृतदेहाचा विधिवत आणि सन्मानपूर्वक अग्निसंस्कार व्हावा, अशी रामाने बिभीषणाला आज्ञा केली होती. युद्धापुरता, एका उद्देशापुरता त्याचा वध अनिवार्य होता; पण हा वध द्वेषप्रेरित नव्हता. द्वेष, क्रोध किंवा अहंकारापासून मुक्त राहून केलेल्या हिंसेला-कृष्णाने जिचा गीतेमध्ये उपदेश केला आहे तशी-अहिंसाच म्हणावे लागेल. ह्याच्या अगदी उलट, 'इलियड' ह्या ग्रीक महाग्रंथाचा विचार केला तर ट्रॉयच्या किल्ल्याचे पतन झाल्यानंतर विजेता ॲचिलिस

पराजित हेक्टरच्या मृतदेहाचे पाय हातात धरून त्याला गोलगोल फरफटत फिरवतो. हेक्टरबद्दल ॲचिलिसच्या मनात खदखदणारा द्वेषच येथे प्रगट होतो. येथेही हेक्टरने हेलनचे अपहरणच केले होते आणि हेलनला परत मिळवण्याचाच ॲचिलिसचा हेतू होता. ॲचिलिस जिंकला हे खरे; पण त्याचे वर्तन हिंसेशिवाय काही वेगळे नव्हते.

अहिंसेची जणू पूर्वअटच असावी, असा गांधीजी अभयाचा आग्रह धरतात. गांधीजींच्या लेखी अ-भयाचे स्थान अहिंसेच्याही आधी आहे-पूर्व अटच जणू! प्रतिकार करण्याची ज्याच्यात हिंमतच नाही, अशा एखाद्या भेकड, असमर्थ, अगतिक माणसाने आपले वागणे अहिंसाधर्माला अनुसरून आहे, असे म्हटले तरी ती अहिंसा नव्हे. गांधीजींच्या व्याख्येनुसार अहिंसक व्यक्ती पूर्णपणे निर्भय असली पाहिजे. भयरहित झाल्यानंतरच अहिंसेचे परिशीलन करणे शक्य आहे. अखिल मानवजातीच्या रक्षणासाठी, उद्धारासाठी गांधीप्रेरित अहिंसा हाच एकमेव पर्याय आता आपल्यापुढे आहे, असे आज जगभरातील विचारवंत म्हणत आहेत. अद्ययावत शस्त्रे मिळवण्याच्या हव्यासापायी, समग्र जीवसृष्टी नष्ट करू शकतील, अशी असंख्य शस्त्रे आज विश्वातील अनेक देश बाळगून आहेत. आपल्या शत्रूच्या विनाशाच्या हेतूने केलेल्या तुरळक आत्मघाती हल्ल्यांची वाढती संख्या पाहता, असे भयंकर संहारक शस्त्र एखाद्या माथेफिरूच्या हाती लागावे आणि त्याने सगळ्या जीवसृष्टीचाच संपूर्ण नाश करून टाकावा हा आता केवळ कल्पनेचा खेळ उरला नाही. अखिल मानवजातीला ही भीती आज भेडसावत आहे. 'गांधींची अहिंसा हा एकच पर्याय शिल्लक आहे,' म्हणणारे विचारवंत आणि तत्त्ववेत्ते ह्याच दुःस्वप्नाच्या सावटाखाली भयचकित झाले आहेत. खरे तर, छाती दडपून टाकणाऱ्या ह्या दुष्टस्वप्नांच्या भयामुळे नाइलाजाने स्वीकारलेली ही अहिंसा नैष्ठिक आणि गांधींच्या अहिंसेच्या मूळ स्वरूपाशी सुसंगत नाहीच. निर्भय असणे ही अहिंसेची मुख्य अट आहे आणि येथे तर ज्या अहिंसेचा आसरा घेतला जात आहे, त्या अहिंसेचा जन्मच भयापोटी झाला आहे. मूळ तत्त्व अंगीकारल्याविना भयापोटी जर अहिंसा स्वीकारली तर तेथे परस्पर अविश्वास आणि भीती सतत असणारच आणि त्याचा परिणाम म्हणून प्रच्छन्नपणे शस्त्रास्त्र-स्पर्धा सुरूच राहणार!

प्रेमापोटी केलेली हिंसा असेही अहिंसेचे एक रूप व्यवहारात दिसून येते. गांधीजींनी असे प्रेमप्रेरित हिंसाचरण केलेही आहे. एका वासराच्या आणि कुत्र्यांच्या हत्यांचे गांधीजींनी समर्थन केले होते ते आपण पाहिलेच आहे. अशी प्रेमप्रेरित हिंसा हे एक आगळेच स्वरूप आहे. गांधीजी दक्षिण आफ्रिकेत असताना मिस श्लेशिन नावाची एक मुलगी त्यांची सहकारी होती. गांधीजींच्या सार्वजनिक आणि व्यावसायिक जीवनात ती त्यांचा अगदी उजवा हात बनली होती. श्लेशिन अतिशय

तेजस्वी, बुद्धिमान, प्रेमळ होती. गांधीजींच्या कार्याला तिने वाहून घेतले होते. ती धूम्रपान करत असे तेवढे मात्र गांधीजींना आवडत नव्हते. धूम्रपानाच्या आहारी जाऊन श्लेशिनने स्वतःच्या आरोग्यावर दुष्परिणाम होऊ द्यावा, हे गांधीजींना सहन होत नव्हते. वारंवार समजावून देखील ती धूम्रपान सोडत नव्हती. शेवटी एके दिवशी गांधीजींचा स्वत:वरील ताबा सुटला आणि त्यांनी श्लेशिनच्या गालावर सणसणीत चपराक लगावली. श्लेशिन अवाक् झाली. तिला रडू फुटले; परंतु गांधीजींच्या चेहऱ्यावर उमटलेली त्यांची अंतरीची व्यथा तिच्या लक्षात आली. त्या दिवसापासून तिने धूम्रपान सोडले ते कायमचे. श्लेशिनच्या थोबाडीत मारणे ही अर्थातच हिंसा होती; पण ही हिंसा द्वेषाने किंवा रागाने प्रेरित नव्हती, तर प्रेमप्रेरित होती. त्यामुळे हिंसा वाटणारे हे आचरण प्रत्यक्षात अहिंसेचेच एक रूप मानले पाहिजे.

...परंतु बलात्कारासारख्या गोष्टीतही जेव्हा गांधीजी अहिंसेचा मार्ग सुचवतात तेव्हा, ते मात्र समजणे किंवा आचरणात आणणे कठीण आहे. गांधीजी लिहितात - 'खरे तर आपल्याला सर्वांत जास्त भीती मरणाची असते. त्यामुळे शेवटी आपण स्वतःला वाचवण्यासाठी अधिक बलवान असेल त्याला शरण जातो. त्यासाठी कुणी लाच देऊ करतो, कुणी पोटावर सरपटत जातो किंवा असलेच काहीतरी नामुष्कीचे वर्तन करतो; कित्येक स्त्रिया मरण पत्करण्यापेक्षा आपला देह अर्पण करायला तयार होतात. पोटावर सरपटणे काय आणि एखाद्या स्त्रीने पुरुषाच्या विषयवासनेचा बळी व्हायला तयार होणे काय, दोन्हींत एकच गोष्ट दिसून येते-आपली जिगिविषा! जगण्याची ही अत्यंतिक ओढच आपल्याला कसलेही हीन वर्तन करायला लावते.' (हरिजन, १ मार्च १९४२)

ह्याचा अर्थ असा, की बलात्काराचा बळी झालेल्या तमाम स्त्रियांनी आपला प्राण वाचवण्यासाठी बलात्कार करणाऱ्याची सोय पाहिली आहे. ह्याउलट, आपल्या अत्याचाऱ्याला वश होण्याऐवजी, आपल्या देहाच्या पावित्र्याचे रक्षण करण्यासाठी आत्महत्या करायला स्त्रियांनी मागे-पुढे पाहिले नाही, असे अनेक प्रसंग इतिहासात घडले आहेत. परंतु आत्महत्या करायला देखील विशिष्ट परिस्थिती असावी लागते. एखादी स्त्री जेव्हा दणकट, दांडग्या पुरुषांच्या टोळीच्या तावडीत सापडते तेव्हा ती एकटी काहीच करू शकत नाही. तिचा अगदी नाइलाज होतो आणि आपल्या देहाचे पावित्र्य राखण्याचा प्रश्नच उरत नाही. फारफार तर आपली जीभ हासडून जीव देणे एवढेच काय ते तिच्या हाती असते. पण... त्या तथाकथित पावित्र्यासाठी तिला जीभ हासडून प्राण देण्याइतकी क्रूर गोष्ट करायला लावणे, हीच मुळात हिंसा नाही का? हे म्हणजे, पाण्यात बुडणाऱ्या माणसाला, आपण काठावर बसून 'तू असे असे हात-पाय मार, म्हणजे पोहू शकशील आणि बुडणार नाहीस,'

असे म्हणण्यासारखे आहे. बुडणाऱ्याच्या नाकातोंडात पाणी शिरले आहे, दम कोंडला आहे, त्याचा जीव घाबराघुबरा होऊन त्याला काही सुचेनासे झाले आहे, अशा वेळी त्याच्याकडून अशी अपेक्षा ठेवणे स्वाभाविक नाही.

अहिंसा ही गोष्ट मनुष्यस्वभावाशी कुठवर सुसंगत आहे, ते कळण्यासाठी एक उदाहरण आठवण्याजोगे आहे. गांधींनी जवाहरलाल नेहरूंना आपले राजकीय वारस म्हटले होते. 'मी हजर नसेन तेव्हा जवाहरलाल माझे म्हणणे मांडेल,' असे प्रमाणपत्र गांधींनी जवाहरलालांना दिले होते. जवाहरलाल गांधीजींचे फक्त अनुयायीच नव्हते, तर भक्त होते, हे सगळ्यांना माहीतच आहे. म्हणजेच, अहिंसेचे तत्त्वही जवाहरलालांनी पूर्णपणे अंगीकारले असेल, अशी अपेक्षा करता येईल. आपल्या आत्मकथेत जवाहरलालांनी म्हटले आहे, बंदी असलेल्या कुठल्याशा सभेचे की मोर्च्याचे नेतृत्व त्यांची आई स्वरूपराणी ह्यांच्याकडे होते आणि त्या वेळी पोलिसांनी लाठीमार केला होता, त्यात स्वरूपराणी जखमी झाल्या होत्या. आपल्या आईवर लाठीमार होत आहे, अशा कल्पनेने सुद्धा जवाहरलाल अतिशय व्यथित झाले. त्या वेळी ते तुरुंगात होते. त्या वेळच्या आपल्या मनोदशेचे वर्णन करताना त्यांनी लिहिले आहे, की लाठीमाराच्या त्या क्षणी मी तेथे हजर असतो तर माझ्याकडून अहिंसेचे कितपत पालन झाले असते, ते सांगणे कठीण आहे. अहिंसा पाळण्यासाठी जवाहरलालांनी स्वत: लाठीमार सहन केला असता; पण तोच प्रसंग आपल्या आईवर आल्यावर मात्र अहिंसा पूर्णपणे आत्मसात करणे, त्यांना शक्य झाले नाही. गांधींच्या अहिंसेच्या शेकडो अनुयायांमध्ये जवाहरलाल अग्रणी होते. तरी सुद्धा केवळ कल्पनाचित्रानेही त्यांचे अहिंसेचे व्रत डगमगू लागत असेल, ठेचकाळू लागत असेल, अहिंसेचे स्खलन होत असेल तर मग अहिंसा ही संकल्पनाच मुळात कितपत नैसर्गिक आहे, ह्याचा विचार केला पाहिजे.

बायबलचा 'जुना करार' ज्यांनी वाचला असेल त्यांना 'टेन कमांडमेंट्स' (Ten Commandments) आठवत असतील. सीनाई पर्वतावर ईश्वराने मोझेसला दिलेल्या दहा आज्ञांपैकी एक आज्ञा आहे, की 'तू कुणाची हत्या करू नकोस.' अहिंसेच्या ह्या आज्ञेनंतर ईश्वराने इतर नऊ आज्ञा दिल्या होत्या. त्यानुसार मोझेसने पॅलेस्टाईनला जाऊन ईश्वराच्या आज्ञेच्या नावाखालीच रक्ताचे पाट वाहवले होते आणि विजय मिळवला होता.

सत्यासारखीच अहिंसा ही संकल्पनाही कुठल्यातरी निश्चित अशा गणिती निकषाने समजून घेता येत नाही, किंवा समजावूनही देता येत नाही.अहिंसेचा सिद्धांत कळतो; पण प्रत्यक्ष व्यवहारात ते तत्त्व अमलात आणणे माणसाच्या विवेकबुद्धीवर अबलंबून आहे. गांधीजी हे जाणून होते. सत्य आणि अहिंसा दोन्हींबद्दल त्यांनी जे चिंतन-मनन केले ते आपल्या वागण्यातही उतरवले आहे; पण तरीही

त्यात ते यशस्वी झाले असे म्हणता येणार नाही. आपण जे म्हणतो, जे सांगतो त्यातून त्या गोष्टीच्या तत्त्वाचे संपूर्ण आकलन दिसून येत नाही, ह्याची त्यांना जाणीव होती. म्हणूनच, 'यंग इंडिया'च्या १ जून १९२१च्या अंकात त्यांनी लिहिले आहे -'जीवन अतिशय वैविध्यपूर्ण आहे तसेच अतिशय गुंतागुंतीचे आहे. सत्य आणि अहिंसा पुष्कळ वेळा असे काही प्रश्न उपस्थित करतात, की त्यांचे काही विश्लेषण करता येत नाही आणि त्याबद्दल काही ठाम निर्णयही घेता येत नाहीत.'

||१३||

कृष्णाची ब्राह्मी अवस्था आणि गांधींचे ब्रह्मचर्य-१

सत्याचा आग्रह धरणाऱ्याने अहिंसेचे पालन करणे आवश्यक आहे, ह्याची चर्चा आपण ह्याआधी केलीच आहे. सत्याप्रमाणेच अहिंसेचे पालन करण्यासाठी ब्रह्मचर्य आवश्यक आहे, ब्रह्मचर्याविना अहिंसेचे पूर्ण पालन शक्यच नाही, असे गांधीजी मानत होते. (माझे जीवन हाच माझा संदेश-खंड २, लेखक-नारायण देसाई, पृ. ३५३) गांधीजींबद्दल बोलायचे झाले तर त्यांनी ब्रह्मचर्याबद्दल पुष्कळच चिंतन केले आहे. त्याबद्दलचे आपले मनोगत त्यांनी अधूनमधून मोकळ्या मनाने शब्दबद्धही केले आहे. ते विचार प्रत्यक्षात आणून स्वतःशीच तसे प्रयोगही करून पाहिले आहेत. ब्रह्मचर्य शब्दाचा पारंपरिक रूढ अर्थ पाहिला, तर श्रीकृष्ण आणि ब्रह्मचर्य हे दोन शब्द एकमेकांशेजारी पाहताक्षणीच काही वाचकांच्या चेहऱ्यावर हलकेच हसू उमटण्याची शक्यता आहे. श्रीकृष्णाच्या जीवनसंदेशाचे सार म्हणजे गीता. संपूर्ण गीतेमध्ये श्रीकृष्णाने फक्त दोन वेळा ब्रह्मचर्य शब्दाचा वापर केला आहे. आठव्या अध्यायाच्या अकराव्या श्लोकात त्यांनी परब्रह्माची अवस्था प्राप्त करण्याची इच्छा करणाऱ्यांसाठी 'यदिच्छन्तो ब्रह्मचर्य चरन्ति' असे म्हटले आहे. म्हणजे, अशी अवस्था प्राप्त करण्याची इच्छा करणाऱ्याने ब्रह्मचर्याचे पालन केले पाहिजे, असे लक्षण सांगितले आहे. तसेच, सतराव्या अध्यायाच्या चौदाव्या श्लोकात ब्रह्मचर्य आणि अहिंसा ह्या दोहोंना शरीरासंबंधीचे तप असे म्हटले आहे. तप शब्दाची मूळ संकल्पना अशी आहे-तप म्हणजे आत्मस्वरूपाच्या प्राप्तीसाठी करायचे शरीराचे शोषण. जगतातील मूलभूत तत्त्वे जाणून घेण्यासाठी करायचा विवेकयुक्त विचार. तपाच्या साहाय्याने आत्मिक उन्नयन होणे अभिप्रेत आहे. माणूस म्हणजे देह अधिक आत्मा हे आपण पाहिलेच आहे. देह इंद्रियांनी बनला आहे आणि इंद्रिये नेहमीच अनियंत्रित असतात. इंद्रियांवर सदैव नियंत्रण ठेवणे कठीणच असते. अशा इंद्रियांवर आत्म्याचे नियंत्रण ठेवता आले तर तेवढी अधिक आत्मिक उन्नती आपोआपच साधली जाते. तपाचा हा मूलभूत सिद्धान्त लक्षात घेता, श्रीकृष्णाने शरीराच्या

तपाबद्दलची जी लक्षणे सांगितली आहेत त्यांत ब्रह्मचर्यालाही स्थान आहे. ह्याखेरीज अन्य कुठेही श्रीकृष्णाने ब्रह्मचर्याबद्दल प्रत्यक्ष उपदेश केला आहे किंवा निश्चितपणे काही म्हटले आहे, अशी अधिकृत घटना किंवा विशेष प्रसंग सापडत नाही. आठ राण्या ज्याच्या अंतःपुरात होत्या (सोळा सहस्त्र एकशे आठ होत्या, असेही कधी म्हटले जाते) आणि ज्याच्या प्रत्येक राणीला दहादहा पुत्र होते तो श्रीकृष्ण ब्रह्मचर्याबद्दल काही सांगतो ह्याची सर्वसामान्य बुद्धीला गंमत वाटणे स्वाभाविक आहे. तरी सुद्धा, जरा खोलात शिरून श्रीकृष्णाच्या समग्र जीवनाचा वेध घेतला, तर श्रीकृष्ण आजीवन ब्रह्मचारी होता, असे वाटल्यावाचून राहत नाही. 'ब्रह्मचर्य म्हणजे स्त्री-पुरुषांतील परंपरागत शारीरिक संबंधांचा अभाव' एवढाच त्याचा अर्थ नाही. वर उल्लेखलेल्या आठव्या अध्यायातील अकराव्या श्लोकात ज्या परब्रह्म अवस्थेचा उल्लेख आहे, ते ब्रह्म प्राप्त करण्यासाठी अनिवार्य असलेल्या अनेक आचरणांपैकी आणि लक्षणांपैकी हे शारीरिक संबंधांबद्दलचे ब्रह्मचर्य हे एक फक्त लक्षण आहे.

तरी पण, आपण आता ज्याचा विचार करणार आहोत, श्रीकृष्ण आणि गांधीजी ह्यांच्या तुलनात्मक अध्ययनाच्या ज्या पैलूचा विचार करणार आहोत त्यात मात्र, मुख्यत्वे हे परंपरागत, रूढ ब्रह्मचर्यच अभिप्रेत आहे.

तैत्तरीय उपनिषदाच्या अकराव्या अनुवाकात* आचार्यांनी दीक्षान्त शिष्यांना केलेल्या उपदेशात स्पष्टपणे म्हटले आहे, की 'प्रजातन्तुं मा व्यवच्छत्सीः' शब्दार्थ आणि भावार्थ दोन्ही लक्षात घेता, गृहस्थाश्रमाच्या उंबरठ्यावरच्या ह्या शिष्याला 'प्रजातंतूचा विच्छेद करू नकोस' असा स्पष्ट आदेश गुरूने दिला आहे. म्हणजेच, तुझ्या पूर्वजांनी, तुझ्या आजोबांनी, तुझ्या पित्याने ज्याप्रमाणे आपला वंशविस्तार तुझ्यापर्यंत आणून पोहोचवला आहे, तसाच तो तू पुढे ने. थोडक्यात, तूही अपत्य-निर्मिती कर. उपनिषदकार ऋषींनी आध्यात्मिक रूपात, अपत्यनिर्मितीचा हा मूलभूत आदेशच दिला आहे. ब्रह्मचर्याच्या अपार महिम्याचे पुष्कळ गुणगान झाले आहे आणि तरी सुद्धा मनुष्यजातीच्या अस्तित्वाचा धागा खंडित न होता तसाच पुढे जात राहावा, म्हणून त्याला असे आध्यात्मिक स्वरूप दिले गेले असेल तर सकृत्दर्शनी तरी तो विरोधाभास वाटतो. आपल्या शास्त्रोक्त परंपरेनुसार पंचवीस ते पन्नास वर्षे वयाचा अवधी गृहस्थाश्रमाचा आहे. पुरुषाचे वय लक्षात घेऊनच हा वयोगट ठरवला आहे, हे उघडच आहे. पतीपेक्षा पत्नी वयाने साधारणतः पाच एक वर्षांनी लहान असते. पतिपत्नीच्या वयामध्ये सुमारे दहा वर्षांचे अंतर असावे, असेही शास्त्रात म्हटले आहे. स्त्री-पुरुषांच्या शारीरिक अवस्थांचा आणि मनोवृत्तीचा विकास लक्षात घेऊनच त्यांच्या वयांतील अंतर सुचवले आहे. स्त्रीची माता होण्याची क्षमताही

---

* अनुवाक : अध्यायाचा एक भाग

लवकर संपत असल्याने तिचा गृहस्थधर्मही पुरुषापेक्षा थोडा आधीच पूर्ण होतो, असा काहीतरी हिशोब त्यामागे असावा. हे वय उलटल्यानंतर प्रजोत्पत्तीपासून दूर राहणे वैयक्तिक, कौटुंबिक तसेच सामाजिक दृष्ट्याही हितावहच आहे. गृहस्थाश्रमाच्या शेवटी किंवा त्यानंतरच्या काळात अपत्याचा जन्म झाला तर ते मूल तरुण होईपर्यंतचा काळ उतारवयात त्या मातापित्यांना कठीण जाईल. अशा उतारवयात मातापित्यांचा मृत्यू झाला तर त्या मुलाचे संगोपन करणे, ही सामाजिक समस्या बनून जाईल. म्हणजेच, आपण पूर्ण ब्रह्मचर्य नव्हे, पण नियंत्रित वैवाहिक जीवन आदर्श मानले आहे. ब्रह्मचर्य हीच जर परमसिद्धी असती आणि ती सिद्धी मिळवण्यासाठी माणूस झटत राहिला तर पन्नास शंभर वर्षांतच समग्र मानवसृष्टीचा अंत होईल.

उपनिषदांमध्ये ज्याचा उपदेश केला आहे, त्या वंशसातत्यासाठी परमात्म्याने ज्या प्रक्रियेची रचना केली आहे, त्या प्रक्रियेला गांधीजींनी उत्तरायुष्यात 'घाणेरडी क्रिया' म्हटले आहे. फार काय, प्रजोत्पत्ती हे आपले कर्तव्य नाही, अथवा अशी उत्पत्ती न झाली तर त्यात जगाचे काही नुकसान आहे असे मी मानत नाही, असे गांधीजींनी लिहिले आहे. (गांधीजींचा अक्षरदेह-पु. २३, पु. ९५.) 'लेडी चटर्लीज लव्हर' नामक बहुचर्चित आणि स्त्री-पुरुष संबंधच रेखाटणाऱ्या इंग्रजी पुस्तकाच्या डी. एच. लॉरेन्स ह्या लेखकाने असेच एक अजब मत मांडले आहे. तो म्हणतो, की वैषयिक गोष्टींचे नुसते नाव काढले तरी मला ओकारी येते. मूलतः मला दैहिक वास्तवांचा अंतर्मनाशी मेळ घालायचा आहे. त्याही पुढे जाऊन, 'संभोग-क्रिया म्हणजे विधात्याने आपल्यावर आजमावून पाहिलेली एक क्रूर चेष्टा आहे,' हे विख्यात फ्रेंच साहित्यिक मोपासांचे विधान लारेन्सने उद्धृत केले आहे. 'आपल्या सगळ्यांमध्ये प्रणयाची अशी सुंदर, कोमल भावना निर्माण करण्यामागे, बुलबुलांसारख्या पक्षिगणांना गोड गळ्यांनी गायला लावण्यामागे, आपल्याला अशा किळसवाण्या क्रियेला प्रवृत्त करणे एवढाच एकमात्र हेतू असेल तर, एखाद्या दैत्याला शोभेशी ही 'क्रूर थट्टा आहे, असेच म्हणावे लागेल.'

आपल्या वैदिक परंपरेनुसार, प्रजापिता ब्रह्माने सृष्टीच्या आरंभी उजव्या अंगातून मनूची निर्मिती केली आणि डाव्या अंगातून शतरूपा निर्माण केली. मानवजातीचे हे आद्य स्त्री-पुरुष. त्यांच्या निर्मितीनंतर ब्रह्माने आदेश दिला, की आता तुम्ही प्रजोत्पत्ती करा. अशाप्रकारे, आपल्या परंपरेप्रमाणे, स्त्री आणि पुरुष ह्यांची स्वतंत्र उत्पत्ती आणि नंतर प्रजोत्पत्तीची प्रक्रिया नैसर्गिक आणि ईश्वरदत्त आहे. ह्याउलट, पाश्चिमात्य परंपरेनुसार, यहुदी आणि ख्रिस्ती धर्म मानतो तसे, ॲडम् आणि ईव्ह् उत्पन्न होताना आणि नंतरही ते विवस्त्र अवस्थेत फिरत होते आणि पुनर्निर्माणाच्या प्रक्रियेबद्दल अगदी अनभिज्ञ होते. अशा वेळी सैतानाने त्यांना गाठले आणि ह्या प्रक्रियेकडे जाण्यास भाग पाडले. म्हणजे पाश्चिमात्य समजुतीनुसार, स्त्री-पुरुष संबंधांचा उगम

पाप-भावनांमध्ये आहे आणि आपल्या वैदिक मान्यतेप्रमाणे असे संबंध सृष्टिक्रमाचे सातत्य राखण्याच्या दैवी आदेशानुसार एक कर्तव्य म्हणून आपल्यापर्यंत आले आहेत.

मुद्दा एवढाच आहे, की असे संबंध कधीच स्वैर असू नयेत. त्यांवर नियंत्रण असले पाहिजे. ब्रह्मचर्याचा महिमा गाणाऱ्यांनाही कदाचित हेच अभिप्रेत असावे. परंतु आधुनिक शरीरशास्त्र आणि मानसशास्त्र मात्र ब्रह्मचर्याला सामर्थ्य मानत नाहीत, तर एक आजारी मानसिक अवस्था मानतात. असे संबंध असणे हे जर नैसर्गिक असेल, तर त्याचे दमन कसे होऊ शकेल? देह इंद्रियजन्य आहे म्हणूनच इंद्रियांचा कोणत्याही प्रकारचा अतिरेक होऊ न देता, तो मर्यादित ठेवणे ही शिस्त आहे. अनुशासनाला सहजधर्म म्हणून स्वीकारणे सुरुवातीस त्रासदायक वाटणारच; परंतु त्याचा शेवट नेहमी सुखदच असतो. अनुशासन म्हणजे लष्करी शिस्त नव्हे. ती समजून-उमजून करण्याची सहज प्रक्रिया आहे. ह्यालाच जर ब्रह्मचर्य म्हणत असतील तर स्वतःला सुसंस्कृत अथवा आध्यात्मिक म्हणवून घेण्यासाठी प्रत्येक स्त्री-पुरुषाला असे ब्रह्मचर्य नितांत आवश्यक आहे. संधीच न मिळाल्याने पाळलेला संयम म्हणजे ब्रह्मचर्य नव्हे. ब्रह्मचर्य ही मनाची एक अवस्था आहे. ही मानसिक अवस्था सहजसाध्य नाही. त्यामुळे त्यावर ताबा ठेवून त्याचे सामाजिक सौंदर्य सुरक्षित ठेवणे हाच श्रेयस्कर उद्देश आहे. श्रीकृष्णाने स्वतः 'श्रीमद्‌भगवद्‌गीते'तील आपल्या उपदेशात, आपली विविध रूपे वर्णन करताना म्हटले आहे, की धर्माने अवरोधलेला 'काम' मी आहे. अशा प्रकारे 'धर्मसुसंगत' कामाला 'कृष्णत्व' अशी संज्ञा देण्यात आली आहे. ब्रह्मचर्याचे स्वरूप विशद करून सांगताना म्हटले आहे, की आपल्या स्वतःच्या स्त्रीशिवाय अन्य कोणत्याही परस्त्रीबद्दल विचारांतूनही शुद्ध भावना बाळगणे, हेही एक प्रकारचे निरोगी ब्रह्मचर्यच आहे. 'तो काम म्हणजे माझेच रूप आहे,' असे श्रीकृष्णाने ज्याच्याबद्दल म्हटले तो काम स्त्री-पुरुष दोघांचा आहे. हे मुद्दाम सांगण्याचे कारण असे, की जे कुणी विचारवंत, चिंतक, तत्त्वज्ञ 'कामा'चा जेव्हा जेव्हा उल्लेख करतात त्या वेळी त्यांच्या नजरेसमोर नेहमी पुरुषच असतो. हे सगळेजण 'काम' शब्दाचा उल्लेख करताना त्याची ब्रह्मचर्याशी सांगड घालतात आणि त्या ब्रह्मचर्याचे त्यांचे विचार नेहमी पुरुषाला केंद्रस्थानी ठेवूनच केलेले असतात. वास्तविक ब्रह्मचर्य शब्दामागची संकल्पना स्त्री आणि पुरुष दोघांची एकत्रितच असली पाहिजे. ब्रह्मचर्य जर पुरुषाचे उन्नयन करणारे असेल तर ते स्त्रीचेही तेवढेच उन्नयन करणारे असले पाहिजे. पण स्त्रीच्या बाबतीत असा विचार क्वचितच झाला आहे. ह्या विषयाचा विचार करणारे एकजात सगळे पुरुषच होते, हेही त्यामागचे कारण असू शकेल किंवा असेही असेल, की स्त्री-पुरुषांच्या शरीरसंबंधांच्या प्रक्रियेत पुरुष भोक्ता समजला जातो, कर्ता मानला जातो आणि स्त्रीला भोग्य अथवा निष्क्रिय मानले आहे.

त्यात कदाचित तथ्य असेलही; परंतु महाभारतकार महर्षी व्यासांनी ह्याबद्दल जे म्हटले आहे ते दखल घेण्याजोगे आहे. मृत्यूची प्रतीक्षा करत शरशय्येवर पहुडलेल्या भीष्मांनी शांतिपर्वात युधिष्ठिराच्या प्रश्नाचे उत्तर देताना भङ्गाश्वाची कथा सांगितली आहे. पुरुष आणि स्त्री असे दोन्ही देह आळीपाळीने धारण करून दाम्पत्यसुखाचा अनुभव घेणारा हा राजा म्हणतो, की मला स्त्रीदेह अधिक आवडतो कारण एक स्त्री म्हणून पुरुषापेक्षा आठ पटीने अधिक दाम्पत्यसुख अनुभवता येते. सुखाचा असा गणिती हिशोब नक्कीच विवादास्पद असेल. असे गणित कितपत अचूक आहे ते तपासून पाहण्याचे आपल्यापाशी काही साधनही नाही; पण राजा भङ्गाश्वाच्या अनुभवाचे हे सार किमान एवढे तर सांगतेच, की ह्या संबंधांमध्ये स्त्रीला निष्क्रिय मानून, केवळ एक साधन म्हणून तिचा विचार करता येणार नाही. ब्रह्मचर्याबद्दलचा कोणताही विचार ह्या दोन्ही समसमान भागीदारांना ध्यानात ठेवूनच केला पाहिजे.

'यंग इंडिया'च्या १६.९.१९२६च्या अंकात गांधीजींनी म्हटले आहे, की स्त्री-पुरुष मिलन केवळ गर्भसंभवाच्या इच्छेनेच झाले पाहिजे. अपत्याचा जन्म व्हावा, ह्या इच्छेविना होणारा प्रत्येक शरीरसंबंध म्हणजे पापकर्म आहे. गांधीजींच्या ह्या विचारावर प्रतिक्रिया व्यक्त करताना जवाहरलाल नेहरूंनी आपल्या आत्मकथेत म्हटले आहे, की गर्भसंभवाच्या इच्छेविनाचा संबंध जर पापकर्म असेल तर मी सुद्धा पापी आहे. आपल्या धर्मग्रंथातील अनेक पात्रांना पुष्कळ मुले होती. त्यांनी कदाचित प्रत्येक वेळी अपत्यसंभवाच्या इच्छेनेच संबंध केला असेल; परंतु एक -दोनापेक्षा अधिक मुले होऊ देणे शक्य नसलेल्या आजकालच्या काळात गांधीजींचे म्हणणे ऐकले तर जवळजवळ सर्वच स्त्री-पुरुषांना एकतर ब्रह्मचर्य तरी पाळावे लागेल अथवा 'पापकर्मा'त सहभागी व्हावे लागेल. मिलनाची इच्छा होणे नैसर्गिक आहे. ती प्रत्यक्ष कृतीत उतरवणे कदाचित जबरदस्तीने थांबवता येईल; पण अशी इच्छा मनात उत्पन्नच न व्हावी, ह्यासाठीची जडीबुट्टी अद्याप कोणाच्याच हाती लागली नाही. एक प्रचंड नैसर्गिक आवेग म्हणून आपल्या शास्त्रांनी 'काम' मान्य केला आहे. धृताची नावाच्या एका अप्सरेला पोपटीणीच्या रूपात एकांतात पाहताक्षणी उतारवयात स्वतः महर्षी व्यासही कामवश झाले होते. परिणामी शुकदेवाचा जन्म झाला आहे. प्रचंड तपस्या आणि नैष्ठिक ब्रह्मचर्याचा गाढा अभ्यास असतानाही व्यासाचे पिता पराशर ऋषी, सोळा वर्षांच्या अबोध मत्स्यकन्येच्या सहवासात आल्यावर, आजूबाजूला कितीतरी लोक असूनही एका नाजूक क्षणी स्वतःवर ताबा ठेवू शकले नाहीत, तो क्षण जिंकू शकले नाहीत. त्यांचे चित्त विचलित झाले आणि कृष्ण द्वैपायन व्यास जन्माला आले अशी कथा आहे. भागवतातील सौभरी मुनींची कथा तर आणखीच आगळी आहे. त्यांनी जन्मभर उग्र तपश्चर्या केली. विचारातही कधी शिथिलता येऊ दिली नाही. असे हे मुनी प्रातःकाळी गंगास्नान करत होते. त्या वेळी गंगेच्या प्रवाहात संग करणारी

माशांच्या नर-मादीची जोडी पाहून त्यांनी पुनश्च संसारी होण्याचा संकल्प केला. राजा मांधातीच्या पन्नास तरुण मुलींशी ह्या सौभरी मुनींनी उतारवयात लग्न केले आणि त्या पन्नासही बायकांशी वैवाहिक जीवनाचा उपभोग घेतला. अशी अनेक उदाहरणे देता येतील.

आपल्या वैदिक संस्कृतीचा पाया मानल्या जाणाऱ्या चार पुरुषार्थांमध्ये 'कामाचा' निःसंकोचपणे समावेश केला गेला आहे. केवळ वैदिक दृष्टीनेच नव्हे तर मानसशास्त्रीय तसेच सामाजिक दृष्टिकोनातूनही 'कामाचा' विशुद्ध विचार करणारा वात्स्यायन इसवी सनापूर्वी अंदाजे पाचव्या शताब्दीत केव्हातरी होऊन गेला असे कुणी मानतात तर कुणी त्याला इसवी सनाच्या पहिल्या शतकातला मानतात. बौद्ध भिक्षू पद्मश्रीनेही कामशास्त्रावर 'नागर-सर्वस्वम्' नावाचा ग्रंथ लिहिला असे म्हटले जाते. ह्या विषयावर, शास्त्र म्हणता येईल असे संस्कृत भाषेतील अनेक ग्रंथ उपलब्ध आहेत. हे सर्व पाहता, स्त्री-पुरुष संबंध त्याज्य मानणे, ब्रह्मचर्य हेच मानवाचे लक्षण समजणे किंवा स्त्री-पुरुष संबंधांना घाणेरडी क्रिया मानणे हे मोठे धाडसच आहे.

गांधीजी ब्रह्मचर्य ही अहिंसेची पूर्वअट मानतात; पण ब्रह्मचर्य म्हणजे सहजासहजी कळण्यासारखी सोपी गोष्ट नाही, हे गांधीजीही चांगले जाणतात. ब्रह्मचर्याचे कितीही गोडवे गायले तरी, ती एक संकल्पना आहे, एक भावना आहे, एक असा आदर्श आहे जो पूर्णतया प्राप्त करणे शक्य नाही, ही गोष्ट गांधीजींच्या ध्यानातून सुटलेली नाही. आपले आकलन त्यांनी ह्या शब्दांत मांडले आहे-'ते (ब्रह्मचर्य) भूमितीतल्या त्या सरळ रेषेसारखे आहे, जी फक्त कल्पनेत असते, प्रत्यक्ष आखता येत नाही.'

भूमितीचे प्राथमिक ज्ञान असणाऱ्यालाही माहीत आहे, की जिला आपण सरळ रेषा मानतो तसे काहीच पृथ्वीवर सिद्ध करून दाखवता येणार नाही. कारण पृथ्वीची पातळीच सरळ नाही; ती गोलाकृती आहे. गुरुत्वाकर्षणाच्या केंद्रीय बिंदूमुळे जे गोलाकार असते ते त्याच्या पृष्ठभागावर आखलेल्या कोणत्याही सरळ रेषेला तत्त्वतः किंचितसे गोलसर वळण देतेच. म्हणजे जे सरळ दिसते ते वास्तविक सरळ नसतेच.

ब्रह्मचर्याचेही तसेच आहे. तो एक सिद्धान्त आहे, एक आदर्श आहे. केवळ मनोभूमिकेचाच विचार केला तर स्वतःशी संघर्ष करून विजयाची अनुभूती मिळवण्याने अहम् सुखावता येतो; पण त्यातून काही फार मोठी सिद्धी प्राप्त होते अशातला भाग नाही. तमाम इंद्रियांचा निग्रह करून-केवळ वर्तनापुरता मर्यादित निग्रह नव्हे तर वैचारिक पातळीवरही-जर ब्रह्मचर्य सहजसाध्य अवस्थेप्रत नेता आले तर ती खऱ्या अर्थाने परब्रह्माची अवस्था आहे आणि परब्रह्माच्या अवस्थेचा अगदी टोकाचा बिंदू म्हणजे ब्रह्मचर्य आहे.

||१४||

कृष्णाची ब्राह्मी अवस्था आणि गांधींचे ब्रह्मचर्य-२

१९०६ साली वयाच्या सदतिसाव्या वर्षी गांधीजींनी एक व्रत म्हणून ब्रह्मचर्य स्वीकारले. हे व्रत घेण्याआधी त्यांनी कस्तुरबांशी कोणत्याही प्रकारची चर्चा केली नव्हती. गांधीजी स्वतः लिहितात-'व्रत घेईपर्यंत मी धर्मपत्नीशी काहीच सल्लामसलत केली नव्हती; पण घेतेवेळी केली. तिच्याकडून मला कसलाही विरोध झाला नाही.' गांधीजींनी अशा व्रताचा मनोमन निर्णय घेतल्यानंतर, त्यांचा तो एकतर्फी निर्णय कळल्यानंतर पत्नीने विरोध केला नसावा आणि त्या विरोध न करण्यालाच तिची संमती असे मानले गेले असावे, असे वाटते. ह्या व्रतानंतर पूर्ण चार दशके इतके गांधीजींचे आयुर्मान लांबले होते आणि वयाच्या ७९व्या वर्षी मृत्यू येईपर्यंत ह्या व्रताचे पालन करण्यासाठी झगडण्याचे त्यांचे प्रयास अखंड सुरूच होते. व्रत घेतले म्हणजे सहजासहजी अनुसरण झाले असे नाही. हे व्रत कसे असिधाराव्रतासारखे आहे, ते गांधीजींनी स्वतःच अत्यंत मोकळेपणाने लिहिले आहे.एकदा व्रत घेतल्यानंतर गांधीजी ते पाळू शकले नाहीत आणि पत्नीसह अथवा अन्य कुणा स्त्रीसह त्यांचे पतन झाले असा ह्याचा ढोबळ अर्थ नाही. गांधीजींच्या बाबतीत अशा कसल्या ढोंगाची कल्पनाही करणे शक्य नाही. ढोबळ मानाने त्यांचे व्रत अभंग राहिले असेलही; पण 'वैचारिक ब्रह्मचर्या'च्या संदर्भात थेट ७८व्या वर्षीही 'मनात वाईट विचार येतात,' अशी स्पष्ट कबुली देताना त्यांना संकोच वाटला नाही.

ब्रह्मचर्याबद्दल गांधीजी स्वतः अतिशय उत्सुक होते तसेच त्याबद्दल दक्ष होते. आपल्या निकटच्या सहकाऱ्यांनीही त्याबद्दल आपल्याइतकेच दक्ष असावे, अशी त्यांची अपेक्षा होती; तसा त्यांचा आग्रह होता. वयाच्या विसाव्या वर्षी प्रभावतीदेवी गांधीजींच्या आश्रमात राहू लागल्या त्या वेळी त्यांचे पती जयप्रकाश नारायण शिक्षणानिमित्ताने अमेरिकेत राहत होते. गांधीजींनी जवळजवळ पंचवीस वर्षांच्या आपल्या वैवाहिक जीवनानंतर ब्रह्मचर्याचे व्रत घेतले तेव्हा कस्तुरबांना विश्वासात घेण्याची त्यांना गरज वाटली नव्हती, परंतु वैवाहिक जीवनाच्या उंबरठ्यावर अजून

जिने पाऊलही पुरते टाकले नाही, दाम्पत्यसुखाचा जिला काही अनुभवही नाही, अशा वीस वर्षांच्या अजाण मुलीसारख्या प्रभावतींना गांधीजींनी आजीवन ब्रह्मचर्याची प्रतिज्ञा घ्यायला लावली होती-ती सुद्धा त्यांचे तरुण पती जयप्रकाश ह्यांना अंधारात ठेवून! अमेरिकेहून परतल्यावर जयप्रकाशांना जेव्हा हे कळले तेव्हा ते अवाक् झाले. गांधीजींच्या व्रतनिष्ठेच्या पुराच्या लोंढ्यात नखशिखांत न्हाहून निघालेल्या प्रभावतींनी पतीच्या भावनांची जाण ठेवून त्यांना मोकळे करण्यासाठी घटस्फोट देण्याची तयारी दर्शवली होती; पण केवळ शारीरिक सुखासाठी प्रभावतींच्या प्रेमाला मुकण्याची जयप्रकाशांची इच्छा नव्हती. परिणामी, त्यांनीही आजीवन ब्रह्मचर्य पाळले. प्रभावती आणि गांधीजी दोघेही जयप्रकाशांशी निर्दयपणे वागले, असा आक्षेप एखादा मानसशास्त्रज्ञ घेऊही शकेल.

एक अविवाहित इंग्रज मुलगी मिस स्लेड-ज्यांना आपण मीराबेन म्हणतो - वयाच्या एकतिसाव्या वर्षी आश्रमात राहायला आली. गांधीजींनी त्या वेळी तिच्याकडूनही ब्रह्मचर्याची शपथ घेववली. पुढे थेट ४६व्या वर्षी ह्या मीराबेन सरदार पृथ्वीसिंहांच्या प्रेमात पडल्या. सरदार पृथ्वीसिंह मूळचे पंजाबी क्रांतिकारक. ब्रिटिश सरकारने त्यांना फरारी गुन्हेगार ठरवले होते. गांधीजींच्या आश्रमाच्या सगळ्या व्रतांचे पालन करण्याची शपथ घेऊन ते वर्षभरासाठी आश्रमात येऊन राहिले होते. ह्या काळातच मीराबेनचे मन पालटले आणि त्यांनी पृथ्वीसिंहांशी लग्न करण्याची आपली इच्छा गांधीजींकडे प्रगट केली. आश्रमातील सर्व स्त्रियांना माता, भगिनी अथवा कन्या मानायला तयार असाल तरच येथे राहण्याचा अधिकार मिळेल, अशी आगाऊ सूचना गांधीजींनी पृथ्वीसिंहांना सुरुवातीसच दिली होती. त्यामुळे, 'आश्रमाच्या नियमानुसार, मीराबेनबद्दलही आपल्या मनात असाच भाव दृढ झाला असल्याने आता त्यात काही बदल होणे शक्य नाही,' असे म्हणून पृथ्वीसिंहांनी नकार दिला. नवल म्हणजे, सरदार पृथ्वीसिंह लग्नाला तयार झाले असते तर आश्रमात आल्यावर घेतलेल्या ब्रह्मचर्येच्या शपथेतून मीराबेनना मोकळे करायला गांधीजी तयार होते.

ब्रह्मचर्य पालनासाठी निष्ठापूर्वक, अविरत जागरूक राहूनही 'आपल्याला वाईट स्वप्ने पडतात', 'कधीकधी स्वप्नदोषही होतो', 'कधी जागेपणीही खूप वेळ संभोगाची इच्छा टिकून राहते,' असे जाहीरपणे मान्य करून आपली दुर्बलता आणि निष्फलता दोन्हींची कबुली देण्यात गांधीजींना संकोच वाटला नाही.

गांधीजींचे सरलादेवींशी जे संबंध निर्माण झाले त्या वेळी मात्र गांधीजींच्या व्रतपालनाची खरी कसोटी लागली होती. सरलादेवींबद्दल गांधीजींच्या मनात इतकी जवळीक निर्माण झाली होती, की सरलादेवी आपली 'आध्यात्मिक पत्नी' आहेत, असे कबूल करण्यापर्यंत गांधीजींची मजल गेली होती. चक्रवर्ती राजगोपालाचारींच्या विचक्षण नजरेने हा जवळीकीतील धोका सर्वप्रथम टिपला होता. राजाजींनी त्याबद्दल

गांधीजींचे पुत्र देवदास गांधी आणि महादेवभाई दोघांनाही सावध केले होते. हे सगळे प्रकरण संपल्यावर गांधीजींनी स्वतःच एका पत्रात लिहिले आहे -'थोड्या वर्षांपूर्वी माझे पतन झाल्यातच जमा होते; पण त्या वेळी माझ्याबरोबर राहत असलेल्या देवदास, तसेच महादेव, मथुरादास इत्यादी माझ्या आसपास असणाऱ्या सगळ्यांचा-जे माझ्या आधाराने राहत आहेत असे मी समजत होतो-आणि माझ्या पत्नीचा विचार मनात आल्यामुळे मी वाचलो; नाहीतर मी नरकात गेलो असतो. सगळी बंधने तटातट तोडून नरकाग्नीत शिरायला माझा देहभाव उसळ्या घेत होता तरी ह्या सगळ्यांच्या प्रेमाने मला इतके घट्ट धरून ठेवले होते, की ती बंधने मी तोडू शकलो नाही.' (गांधीजींचा अक्षरदेह, पु. ५३, पृ. २५७.) सरलादेवींना लिहिलेल्या पत्रातही गांधीजींनी कबुली दिली आहे, की 'तुमच्याबरोबर पवित्र साहचर्याचा आनंद घेण्याची माझी लायकी नाही.'

सरलादेवींशी जवळीक निर्माण होण्याआधीच्या काळात गांधीजींच्या वैचारिक ब्रह्मचर्यात शिथिलता उत्पन्न झाली असावी; पण त्यानंतर ते त्यातून सावरून पूर्णपणे भानावर आले असावेत असे वाटते. 'आपले भावा-बहिणीचे नाते आहे,' असेही त्यांनी शेवटीशेवटी सरलादेवींना लिहिले होते; परंतु गांधीजींमध्ये झालेले हे परिवर्तन स्वीकारणे सरलादेवींना शक्य झाले नाही. आपल्या मनातील रोष प्रकट करत त्यांनी लिहिले होते-'मी इतका त्याग केला, एका पारड्यात जीवनाचा आनंद, जगातील सर्व सुखे आणि दुसऱ्या पारड्यात तुमच्या सगळ्या नियमांसह तुम्हांला ठेवून मी दुसरे पारडे निवडले, हा मी मूर्खपणाच केला.' (महादेवभाईंची डायरी, पु. ५, पृ. २२७.)

गांधीजींच्या आयुष्याच्या अखेरच्या काळात म्हणजे १९४६-४७ दरम्यान संपूर्ण देश भडकलेल्या आगीत उभा जळत होता. गांधीजी आपल्या आयुष्याच्या अत्यंत अवघड कसोटीच्या काळात नौखालीसारख्या दंगलग्रस्त भागातून हिंडत होते. अशा वेळीही त्यांनी आपल्या ब्रह्मचर्याच्या यशापयशाची अगदी भयंकर आणि विचित्र वाटावी, अशी परीक्षा घेतली होती. त्यांची नात म्हणावी अशी एकोणीस वर्षांची मनू त्यांची काळजी घेण्यासाठी नौखालीत त्यांच्याबरोबर होती. विवस्त्र अवस्थेत ह्या मनूशेजारी निजून, आपल्या चार दशकांच्या अखंड ब्रह्मचर्यपालनाची परीक्षा पाहण्याचा त्यांनी निश्चय केला. जगाच्या इतिहासात, कोणत्याही संत-महात्म्याने अशी अग्निपरीक्षा दिल्याची नोंद नाही. जैन परंपरेत एका स्थूलिभद्राची कथा आहे. हा स्थूलिभद्र नगरातील एका सर्वांत सुंदर आणि तरुण गणिकेकडे चातुर्मासात राहायला गेला. कथेनुसार, ह्या चार महिन्यांनंतरही स्थूलिभद्र अचल राहिला. उलट त्या गणिकेवर त्याचा इतका प्रभाव पडला, की तीच साध्वी बनली. अशा पुराणकथा खऱ्या मानायच्या म्हटले तर स्थूलिभद्रानंतर गांधीजींचेच नाव घ्यावे

लागेल.

आपली स्वतःची अशी परीक्षा पाहण्यासाठी गांधीजींनी मनूचीच निवड का केली, असा प्रश्न साहजिकच उद्‌भवतो. नौखालीच्या तीन-चार वर्षे आधी आश्रमातील वास्तव्यात मनूच्या बाबतीत घडलेला हा एक प्रसंग-पंधरा-सोळा वर्षांची मनू आश्रमातल्या किशोरवयीन मुलांबरोबर हुतुतु खेळत असे. गांधीजींनी तिला मुलांशी खेळायची मनाई केली.'मी मुलांशी का खेळू नको?' ह्या मनूच्या प्रश्नाला उत्तर देताना गांधीजीं असे म्हटल्याचे सांगतात, की 'ह्या खेळात एकमेकांच्या अंगचटीला जावे लागण्याची खूप शक्यता असते आणि ह्या वयात अशा प्रकारच्या शारीरिक स्पर्शामुळे तुझ्या मनात विकार उत्पन्न होऊ शकतात. त्यावर मनूने म्हटले होते, की 'अशा स्पर्शामुळे कदाचित असे होतही असेल; पण माझ्या मनात असा काही विचारच येत नाही आणि काही वेगळे वाटतही नाही.' मनूचे हे बोलणे ऐकून त्या वेळी गांधीजींनी म्हटले होते, की 'हे जर खरे असेल, तर स्त्रीत्वाच्या सर्वोच्च आदर्शाची माझी कल्पना मनूमध्ये साकार झाली आहे.'

ह्याबद्दल कुठेही नोंद जरी नसली तरी प्रस्तुत लेखकाला असे वाटते, की गांधीजींच्या मनातील ह्या प्रसंगाच्या आठवणीमुळेच त्यांनी आपल्या परीक्षेत सहभागी होण्यासाठी मनूचीच निवड केली असावी. अशा सत्त्वपरीक्षेसाठी कुणा दुसऱ्या स्त्रीची निवड केली असती तर त्या कसोटीतून सहीसलामत पार पडणे कठीण झाले असते.

अर्थात येथे प्रश्न पडतोच, की गांधीजींनी आपल्या ब्रह्मचर्याची परीक्षा तर पाहिली; पण मनूच्या मनस्तापाचा काही विचार केला आहे, असे दिसत नाही. या अवघड परीक्षेच्या वेळी मनू देहाने अथवा मनाने जरा जरी विचलित झाली तरी त्यानंतरचे क्षण किती घातक ठरतील, ह्याचा गांधीजींनी बहुतेक विचारच केला नसावा. उलट असेही म्हणता येईल, की आपल्या आजोबा-पणजोबांएवढ्या गांधीजींना विवस्त्र अवस्थेत शेजारी निजलेले पाहून अवघी अठरा-एकोणीस वर्षांची मनू किती हबकून गेली असेल! गांधीजी नुसतेच तिचे आजोबा नव्हते, राष्ट्रपिताही होते. विश्ववंद्य विभूती होते. अशी असामान्य व्यक्ती आपल्याजवळ वस्त्रहीन अवस्थेत पाहून मनूच्या सगळ्या भावभावना पार गोठूनही गेल्या असतील! आपल्याला ह्यातले काहीच माहीत नाही.

गांधीजींबद्दल पूर्ण आदर ठेवून सुद्धा, एक गंमत म्हणून क्षणभर एक कल्पना करू या. आपल्या ब्रह्मचर्याची परीक्षा पाहण्यासाठी त्यांनी मनूऐवजी सरलादेवींची निवड केली असती तर? स्थूलिभद्राने तसे केले होते. ज्या स्त्रीकडून 'आक्रमण' होण्याची भरपूर शक्यता होती, अशा स्त्रीबरोबरच चार महिने राहून स्थूलिभद्राने स्वतःची परीक्षा पाहिली होती. गांधीजींच्या बाबतीत मनूकडून अशा कोणत्याच आक्रमणाची कल्पनेतही शक्यता नव्हती. विवस्त्र मनू शेजारी निजलेली असताना

गांधीजींच्या मनावरही भयंकर दडपण असणार. असले भयंकर मानसिक दडपण असताना इतर कुठल्याही भावना दूर ढकलल्या जाणारच!

सरलादेवींबद्दल गांधीजींच्या मनात आकर्षण निर्माण झाले होते. त्यावर संयमपूर्वक ताबा मिळवून त्यांनी त्या आकर्षणाचे नंतर पवित्र साहचर्यात रूपांतर केले होते हे खरे; पण गांधीजींच्या ह्या परिवर्तनामुळे सरलादेवींना मानसिक क्लेश तर झालेच होते. स्वतःला बदलणे त्यांना जमले नव्हते!

अशा परिस्थितीत गांधीजींना जर आपल्या ब्रह्मचर्याची खरोखरीची आणि अत्यंत कठीण परीक्षा घ्यायची असती तर सरलादेवींबरोबरचे असे सहशयन हीच उत्तम कसोटी ठरली असती! विवेकाची आणि संस्कारांची सगळी बंधने स्वीकारूनही ह्या परिस्थितीची कल्पना करण्यातील औचित्य विचारात घेण्यासारखे आहे. हा मुद्दा वादाचा ठरण्याचीही शक्यता आहे; पण एकदा निव्वळ अभ्यासाच्या किंवा शास्त्रीय दृष्टिकोनातून मूल्यांकन करायचे म्हटले, की ह्या पैलूकडेही लक्ष देण्यावाचून चालण्यासारखे नाही.

गांधीजींच्या ब्रह्मचर्याच्या मुद्याची एवढी काटेकोर तपासणी केल्यानंतर ब्रह्मचर्याविषयीच्या कृष्णाच्या संकल्पनेचाही थोडा विचार करू या.

कृष्ण अनेक स्त्रियांचा पती आहे, अनेक पुत्रांचा पिता आहे. (गमतीची गोष्ट म्हणजे कृष्णाला एखादी तरी मुलगी असल्याचा कुठेच उल्लेख नाही.) तो अनेक स्त्रियांचा सोबती किंवा सखाही आहे. ब्रह्मचर्याबद्दल कृष्णाने कुठे काही म्हटले असल्याची विशेष नोंद नाही. तरी कुरुक्षेत्रावर युद्धानंतर उत्तरेच्या मृत गर्भाला पुन्हा जिवंत करणाऱ्या कृष्णाने तीन-चार श्लोकांत महाकाळासमोर स्वतःची जी परीक्षा पाहिली आहे, ती लक्षात घेण्याजोगी आहे. उत्तरेच्या मुलाची अश्वत्थाम्याने गर्भातच हत्या केली होती. कुरुवंशाचा तो एकमेव वारस उरला होता. त्याला पुन्हा जिवंत करण्यासाठी कृष्णाने हातात पाणी घेऊन तीन-चार गोष्टींचा उच्चार केला होता. ब्रह्मचर्य ही त्यांपैकी एक आहे. अर्थात, ब्रह्मचर्याच्या घोषणेबद्दलचा हा श्लोक महाभारताच्या अधिकृत आवृत्त्यांमध्ये नाही. महाभारताच्या दाक्षिणात्य आवृत्तीत तो आहे. हातात पाणी घेऊन कृष्णाने म्हटले, "जर मी आजीवन असत्य भाषण केले नसेन, सदैव धर्मानेच वागलो असेन, कंसाचा वधही धर्मानुसारच केला असेन, तसेच, आजीवन ब्रह्मचर्य व्रताचे आचरण केले असेन तर हे महाकाळा, उत्तरेचा हा मृत पुत्र जिवंत होवो!

कृष्णाने आपल्या ब्रह्मचर्याची परीक्षा करण्याकरिता म्हटलेला हा श्लोक अधिकृत भले नसो; पण तो कृष्णाच्या ब्रह्मचर्येच्या कल्पनेचा द्योतक आहे. जे जे कुणी देहधारी आहेत त्या त्या सगळ्यांना देहधर्म पार पाडावेच लागतात. दाम्पत्यजीवन हा सुद्धा असाच एक देहधर्म आहे. सुख आणि दुःख ऐंद्रीय पातळीवर म्हणजेच

शारीर पातळीवर अनुभवायच्या भावना आहेत. अशा कोणत्याही भावनांशी आत्म्याचा संबंध नसतो. आपल्या वैदिक तत्त्वज्ञानाचा हा पाया आहे. कृष्ण स्वतःला ब्रह्मचारी म्हणवतो त्या वेळी हा मूलभूत विचार लक्षात ठेवला पाहिजे. खाणे, पिणे, नेसणे, पांघरणे ह्या सगळ्याचा उपभोग घेत असताही त्याबद्दल कसलीच आसक्ती न बाळगणे आणि आत्म्याला त्यात कोठेही गुंतू न देणे ही सर्वाधिक महत्त्वाची गोष्ट आहे. स्थूलार्थाने कृष्ण ब्रह्मचारी नव्हता. तो असा ब्रह्मचारी असणे शक्यही नव्हते. तरीही महाकाळासमोर तो आपले ब्रह्मचर्य पणाला लावतो त्या वेळी त्या महाकाळालाही ते मान्य करावे लागते. कर्तुम्, अकर्तुम् अन्यथा कर्तुम् असे त्याचे कृष्णत्व हेच त्यामागचे कारण म्हणावे लागेल. पाण्यात राहूनही कमलपत्र पाण्यापासून अलिप्त राहते, त्याच प्रकारे, जन्मलेल्या प्रत्येकाने सहज दैहिक धर्माचे अनुसरण करूनही, अनासक्त राहून त्यापासून अलिप्त असावे, हाच कृष्णाच्या ब्रह्मचर्याचा संदेश आहे.

आपले आदर्श प्रत्यक्ष व्यवहारात उतरवण्यासाठी गांधीजी जन्मभर झटले. त्यात त्यांना बहुतांशी कुठेच नेत्रदीपक यश लाभले नाही. कृष्णाने मात्र, आपल्या व्यवहारातून-वागण्यातून आदर्श निर्माण केला. सर्वसामान्य माणसाला गांधीजींचे आचरण अनुसरणे कठीण आहे; कृष्णासारखे आचरण ठेवणेही तेवढेच अवघड आहे. तरी पण, आचरणाच्या भरभक्कम पायावर उभारलेला कृष्णाचा आदर्श आपला आपणच स्वतः पाहून, निरखून, समजून घेणे शक्य आहे. गांधीजींचे आचरण आदर्शाच्या पातळीवर अनुसरणे तर दूरच, निरखणे-पारखणेही कठीण आहे.

||१८||

कृष्णाचा उपभोग आणि गांधींचा त्याग-१

सत्य, अहिंसा आणि ब्रह्मचर्य ह्या परिप्रेक्ष्यांतून श्रीकृष्ण आणि गांधीजी ह्यांच्या विचारदर्शनाबद्दल आणि व्यावहारिक वर्तनाबद्दल ह्या आधीच्या प्रकरणांतून थोडीफार चर्चा केल्यानंतर आता ह्या दोन्ही विभूतींच्या त्यागाशी निगडित पैलूंबद्दल विचार करू या.

त्याग आणि गांधीजी हे दोन शब्द एकदम उच्चारताच मनात एक सहजचित्र उमटते आणि घटकाभर तर असेच वाटते, की जणू काही हे दोन शब्द म्हणजे एकाच नाण्याच्या दोन बाजू आहेत. नाण्याला दोन बाजू असतात; परंतु एकाच वेळी त्या दोन बाजू एकदम पाहता येत नाहीत. गांधीजी आणि त्याग हे नाणे पारखतानाही नाण्याची ही मर्यादा लक्षात ठेवावी लागेल. श्रीकृष्ण आणि त्याग हे दोन शब्द एकत्र उच्चारताच दोन्ही जणू परस्परविरोधी असावेत, असा भाव सुरुवातीला मनात आल्याविना राहत नाही. गांधीजींनी त्यागाबद्दल अधूनमधून पुष्कळसे लिहिले आहे, त्याहूनही पुष्कळ जास्त प्रत्यक्ष वागण्यात अनुसरले आहे. कृष्णाने ब्रह्मचर्याबद्दल जसे विशेष गांभीर्याने आणि उपदेशात्मक फारसे काही म्हटले नाही, किंवा ब्रह्मचर्याचे बोधपर अथवा समाजाच्या संदर्भातही फारसे मूल्यांकन केले नाही; तसेच, कृष्णाचा त्यागाबद्दलचा अभिगम* जाणून घेण्यासाठीही फारशी पाने चाळावी लागत नाहीत. श्रीकृष्णाच्या त्यागाच्या कल्पनेचे व्यावहारिकीकरण समजून घेण्यासाठी नाण्याच्या फक्त दोन बाजूंचाच नव्हे, तर त्याच्या परिघाचाही शोध घ्यावा लागेल.

गीतेच्या अठराव्या अध्यायात श्रीकृष्णाने त्यागाचे सात्त्विक, राजसी आणि तामसी असे तीन भाग केले आहेत. म्हणून त्यागाला त्याने त्रिविधः असे म्हटले आहे. त्यागाची थोरवी खूपच असते हे खरे; परंतु शास्त्रानुसार जी विहित कर्मे आहेत ती विहित कर्मे या-ना त्या प्रकारे फलरूपी बंधनाने बांधणारी असली तरी अशा कर्माचा त्याग कधीच करता येणार नाही. असे कर्म करूनही फलाच्या बंधनात

* अभिगम : approach, दृष्टिकोन

अडकायचे नसेल तर त्याच्याशी निगडित असलेल्या परिणामांच्या आसक्तीचा त्याग करणे हाच उत्तम मार्ग आहे असे श्रीकृष्णाने म्हटले आहे. म्हणजे, कर्माचा नव्हे तर आसक्तीचा त्याग करायला कृष्णाने महत्त्व दिले आहे. एखादा माणूस अशा विहित कर्मांचाच त्याग करून त्याद्वारे कर्मबंधनातूनच मुक्त होण्याचा प्रयत्न करत असेल तर तो 'तामसी त्याग' आहे, असे कृष्णाने म्हटले आहे. त्याग ह्या शब्दाशी सहसा सात्त्विकतेचा भाव जोडलेला असतो; त्यामुळे त्याग आणि तामसी वृत्ती दोहोंचा एकमेकांशी मेळ बसत नाही. तामसीपणाला त्यागाशी जोडताच येत नाही. एखादे कर्म करण्यामुळे पुष्कळ त्रास ओढवत असेल, कष्ट करावे लागत असतील, आपल्या वाट्याला खूप संकटे येतील, अशा विचाराने कुणी त्या कर्माचाच त्याग केला, ते कर्मच करायचे सोडून दिले तर अशा त्यागाला कृष्णाने 'राजसी त्याग' म्हटले आहे. कौटुंबिक, सामाजिक वा अशाच एखाद्या प्रकारच्या कर्तव्यांचे निष्ठेने अनुसरण करण्याऐवजी त्या अनुसरणामुळे उद्‌भवणाऱ्या समस्यांना घाबरून अशा कर्तव्यांचाच त्याग करणे केव्हाही इष्ट नाहीच. प्रपंच-परिवार त्यागून एखाद्याने अकाली संन्यास घेतला तर तो संन्यास म्हणजे राजसी त्याग ठरेल. धर्मप्रेरित कार्ये पार पाडण्यासाठी जे काही करावे लागेल, ज्या साधनांच्या मार्गांचा अवलंब करावा लागेल तो करूनही, केवळ कर्मानुसरण करत आहोत, एवढ्याच कारणासाठी त्याचा त्याग करणे श्रेयस्कर नाही. अशी सर्व कर्मे म्हणजेच कार्ये पार पाडायची, त्यांसाठी आवश्यक असणारी साधनेही उपयोगात आणायची आणि तरीही त्या त्या कर्माच्या फलाची आसक्ती बाळगायची नाही, हा सात्त्विक भाव होय. म्हणजेच, आसक्तीच्या बंधनात न गुरफटणे,आसक्ती सोडून देणे हाच खरा 'सात्त्विक त्याग' आहे, असे कृष्णाने म्हटले आहे.

त्याग कशाला म्हणावे आणि कोणकोणत्या दृष्टीने त्यागाचा विचार करता येईल, हे ईशावास्य उपनिषदाच्या पहिल्याच मंत्राच्या तिसऱ्या चरणात कळून येते. उपनिषदाच्या उद्‌गात्याने ह्या तिसऱ्या चरणात म्हटले आहे –'तेन त्यक्तेन भुञ्जीथाः।' ह्याचा निव्वळ शब्दार्थ असा होतो, की त्याग आणि भोग ह्या दोन परस्परविरोधी नव्हे तर एकमेकांशी निगडित संकल्पना आहेत. पण शब्दार्थापलीकडे जाऊन भावार्थात डोकावले तर सगळ्यात आधी लक्षात येते, की भोगण्यायोग्य जे काही उपलब्ध असते त्याचा उपभोग घेण्याऐवजी त्याचा त्याग करणे, हा त्याहूनही चांगला उपभोग आहे. ह्यात प्राप्ती अनुस्यूत आहेच. जे मिळाले आहे, मिळवले आहे, जे भोगायची क्षमता आहे, तरीही ते त्यागले तर तो खरा त्याग म्हणता येईल. मधुमेहाच्या रुग्णाने पक्वान्ने खाणे सोडले तर तो त्याग नव्हे ;तो नाइलाज आहे. त्याचप्रमाणे, विमानप्रवासाचा खर्च झेपत नसेल, पंचतारांकित हॉटेलमधील धुंद मैफली परवडत नसतील तर अशा गोष्टी न करणे म्हणजे त्याग नव्हे. त्याला त्याग म्हटले तर ती आत्मवंचना

ठरेल. जे आपले आहे, ज्याच्यावर आपली मालकी आहे, त्याचा उपभोग घेण्याची क्षमताही आहे, इतर कोणत्याही बंधनांची अडचण नाही, असे सर्व अनुकूल असूनही जर एखाद्याने त्याचा त्याग केला तर खऱ्या अर्थाने त्याला त्याग म्हणता येईल. त्यागामागे काहीतरी उद्देश असावा लागतो. काही एक निश्चित असे कारण पाहिजे. करुणा, सहानुभूती, अनुकंपा अशा भावनांनी प्रेरित होऊन त्याग करत असतानाही, त्यामागे अन्य कशाशी तरी एकरूपता साधण्याचा उद्देश असला पाहिजे. अशी एकात्मता घडत नसेल, तर असा निरुद्देश त्याग करण्याने फक्त आत्मक्लेशाच्या वृत्तीतून मिळणारा आत्मसंतोष तेवढा लाभेल. आत्मपीडा आणि करुणाप्रेरित आत्मैक्य ही दोन्ही एकच नाहीत. आत्मैक्य साधण्यासाठी स्व-पीडेची आवश्यकता नाही.

उपनिषदाच्या ह्या मंत्रोद्‌गाराचा दुसरा, याहून अगदी भिन्न अर्थही करता येईल. तो असा, की जे काही उपलब्ध आहे, परमात्म्याने ज्या भोग्यवस्तू निर्माण केल्या आहेत, जी समृद्धी निर्मिली आहे, त्यापैकी जे जे परमात्म्यानेच माणसाला प्राप्त करून दिले आहे, त्या तमाम गोष्टींचा उपयोग तर करायचा, उपभोगही घ्यायचा; परंतु तो अतिशय विवेकपूर्वक घ्यायचा. 'बहुजन हिताय बहुजन सुखाय,' असे लक्ष्य मनात ठरवून तसा संकल्प करून विवेकबुद्धीला अनुसरून मगच सर्व उपभोग घ्यायचे. ह्या भोगामागे लालसा नसावी. मिळाले तर आनंदच आहे, न मिळाल्याचा क्षोभ नाही, चिंता नाही, अशी वृत्ती हवी. एवढेच नव्हे, तर एकदा गरजेपुरता अनुभव झाल्यावर बाकी सर्व इतरांसाठी सोडून द्यावे. पहिल्यात त्याग करून उपभोगणे आणि दुसऱ्यात उपभोग घेऊन त्यागणे असा अर्थ अभिप्रेत आहे.

ह्याखेरीज तिसरा अर्थही विद्वानांनी दाखवला आहे. त्या अर्थानुसार 'तेन त्यक्तेन' म्हणजे 'त्याच्याद्वारे त्यागलेले', म्हणजे ह्या अपार वैश्विक समृद्धीतून जे काही आणि जेवढे काही परमात्म्याने आपल्यासाठी म्हणून ठरवून ठेवलेले असेल ते आणि तेवढेच आपले आहे. त्याहून अधिक मिळवण्याची अथवा भोगण्याची वृत्ती म्हणजे अधर्म आहे. अशा अधर्मी वृत्तीचाच मुळात त्याग करावा, असा सूचित अर्थही ह्यातून निघतो. ह्यात मनुष्यसुलभ लोभवृत्तीचा निषेध केलेला आहे. आपापल्या कर्मानुसार जे काही मिळाले असेल तेवढ्याने संतोष मानावा आणि पदरात पडले असेल त्याचा आनंदाने उपभोग घ्यावा, असा संकेत ह्या तिसऱ्या अर्थात आहे. माणसाने लोभाला बळी पडून येन केन प्रकारेण, दुसऱ्याचे ते लुबाडून घ्यायला प्रवृत्त न व्हावे, असा त्या अर्थामागचा उद्देश आहे.

जगातल्या बहुतेक धर्मांनी त्यागाची थोरवी गायली आहे. त्याग करणे ही सहजसोपी गोष्ट नाही. म्हणूनच, त्याग करणारा माणूस इतर हजारांत-लाखांत उठून दिसतो. त्याच्या या वैशिष्ट्यामुळे सगळ्यांचे त्याच्याकडे लक्ष जाते. कधीकधी मात्र असेही होते, की सगळ्यांचे लक्ष आकर्षून घेण्यामुळे, लोकांच्या आकर्षणाचा

केंद्रबिंदू झाल्यामुळे त्याचा अहम् गोंजारला जातो, सुखावत जातो. आणखीही एक वेगळा परिणाम घडण्याची शक्यता असते. आपला अहम् असा सतत सुखावत ठेवण्यासाठी माणूस इतरांपेक्षा आगळेवेगळे, वैशिष्ट्यपूर्ण म्हणता येईल, असे काहीतरी वागत राहतो आणि त्यालाच त्याग म्हणवतो. त्याग आणि आत्मताडन दोन वेगळ्या गोष्टी आहेत. ऐन थंडीच्या कडाक्यात थंडगार पाण्यात बसून राहणे किंवा उन्हाळ्यात रणरणत्या उन्हात चारी बाजूंना शेकोट्या पेटवून बसणे, असल्या शारीरिक पीडा देणाऱ्या गोष्टींनाच कधीकधी त्याग किंवा तपश्चर्या म्हटले जाते. भगवान बुद्धांनी असल्या अचाट त्यागांना 'निरर्थक' म्हटले आहे. परिनिर्वाणाच्या शोधात निघालेल्या राजकुमार सिद्धार्थाने ह्या सगळ्या अवस्था पार केल्यावर निष्कर्ष काढला आहे, की पराकोटीचा भोग आणि टोकाचा त्याग दोन्ही निरर्थक असतात. कित्येक दिवस अन्नपाण्यावाचून राहणे, उजव्या तळहातावर मावेल एवढेच अन्न ग्रहण करणे, एखादेच फळ किंवा थोडीशी पानेच खाऊन राहणे, असे सगळे त्यागाचे प्रयोग करून झाल्यावर बुद्धाने त्या त्यागाचाच त्याग करावा, असे सांगितले आहे. भगवान महावीरांनी अन्न-पाणी वर्ज्य केले, वस्त्रेही त्यागली; परंतु हे जाणीवपूर्वक केले नव्हते. परिनिर्वाणाच्या शोधात महावीर इतके मग्न होते, की सगळ्या देहधर्मांचा त्यांना विसर पडला. तहान-भूक हरपली, शरीरावरून वस्त्रे गळून पडल्याची त्यांना शुद्ध राहिली नाही. महावीरांच्या ह्या अन्न-जलत्यागाचा वा निर्वस्त्र अवस्थेचा त्यांच्या 'जिन' होण्याशी किंवा सिद्धी मिळवण्याशी थेट संबंध नाही. पुढे जाता त्यांच्या अनुयायांनी महावीरांच्या ह्या जिनत्वाची उपवासाशी आणि वस्त्रत्यागाशी सांगड घातली. परिणामी, महावीरांच्या मनोभूमिकेपासून ते शेकडो योजने दूर गेले आणि केवळ अन्नवस्त्राचा त्याग केल्याने सिद्धी प्राप्त होते, अशी भ्रामक समजूत मात्र पसरली. उच्च विचारांनी प्रेरित होऊन तपश्चर्या करणे आणि कोणतीच निश्चित मनोभूमिका नसताना केवळ शरीराला पीडा देणे ह्यांत फार अंतर आहे.

त्याग ह्या शब्दाचा अर्थ आपण ज्या प्रकारे लावत आहोत, त्या अर्थाच्या परिघात उपवासाचा समावेश होतो की नाही ह्याबद्दल दुमत असू शकेल. उपवास म्हटले, की त्यात अन्नत्याग आलाच. म्हणून उपवासाबद्दलही थोडा विचार करू या. आहार ही प्राणिमात्राची अनिवार्य गरज आहे. त्यामुळे अन्नत्याग हा मोठा त्याग म्हटला पाहिजे. दीर्घ कालावधीसाठी दुसरी एखादी गोष्ट माणूस सोडून देऊ शकेल; परंतु खाणेपिणेच सोडून द्यायचे, ही अवघड गोष्ट आहे. गांधीजींनी आयुष्यभरात लहान-मोठे मिळून एकूण सत्तावीस वेळा उपवास केले. उपवासाची आपली संकल्पना स्पष्ट करताना गांधीजींनी लिहिले आहे- 'दुष्टापुढे उपवास करण्यात काही अर्थ नाही. कारण ती एक प्रकारे त्याच्यावरची हिंसाच आहे. उपवास स्नेह्यासमोरच केला जातो. तो सुद्धा कुठला तरी हक्क मिळवण्यासाठी नव्हे तर त्याला सुधरविण्यासाठी! माझ्या

चाहत्यांना सुधरविण्यासाठी मी उपवास केले होते; पण जो माझ्यावर प्रेम करत नाही, उलट स्वतःला माझा शत्रूच मानतो-उदाहरणार्थ जनरल डायर- त्याच्यापुढे मी उपवास करणार नाही.' ह्याखेरीज आत्मकथेतही गांधींनी म्हटले आहे, 'उपवास ब्रह्मचर्याला साहाय्यक ठरतो. शारीरिक उपवासाला मनाचीही साथ नसेल तर त्या उपवासाला ढोंगच म्हणावे लागेल.'

मुळात उपवास म्हणजे उप+वास, म्हणजे जवळ बसणे, जवळ वास करणे. येथे जवळ म्हणजे ईश्वराच्या जवळ असा अर्थ अध्याहृत आहे. म्हणजेच बहिर्मुख इंद्रियांना अंतर्मुख करून परमात्म्याच्या जवळ जाणे, हा त्यामागचा भाव आहे. कमी-अधिक प्रमाणात सर्वच धर्मांनी उपवासाचे असे महत्त्व सांगितले आहे; परंतु कुठला तरी ऐहिक मोबदला पदरात पाडून घ्यायचा, अशी अपेक्षा ठेवून केलेला उपवास खऱ्या अर्थाने उपवास म्हणता येईल का, हा प्रश्न आहे. आपल्यावर झालेल्या एखाद्या अन्यायाविरुद्ध तक्रार करण्यासाठी, त्या अन्यायाला वाचा फोडण्यासाठी एखाद्या दुर्बल माणसाने, अन्याय करणाऱ्यासमोर उपवास करून न्याय मिळवण्याचा प्रयत्न केल्याची मध्ययुगीन काळातील उदाहरणे आहेत. काही वेळा, न्याय-अन्याय यासाठी नव्हे तर केवळ काहीतरी मिळवण्यासाठी उपवास करून आणि त्यानिमित्ताने आत्मविलोपन करण्याचा प्रयत्न केल्याचीही उदाहरणे आहेत. साध्या लोकभाषेत त्याला त्रागा म्हणतात. गांधीजींचा उपवास सकृतदर्शनी त्रागा वाटण्यासारखाच आहे; परंतु जरा बारकाईने पाहणाऱ्याला त्यातील वेगळेपणा दिसून येईल. गांधीजींनी स्पष्टपणे म्हटले आहे, की 'कोणत्याही वैयक्तिक फायद्यासाठी किंवा कसल्यातरी मोबदल्याच्या उद्देशाने उपवास करू नयेत. दारुड्या बापाने दारू सोडावी म्हणून त्याच्या मुलाने उपवास केले तर उपवासामागचा मूळ हेतू सार्थ ठरतो; परंतु बापाच्या मालमत्तेतील आपला वाटा मिळवण्यासाठी जर तो उपवास करत असेल तर त्याला खऱ्या अर्थाने उपवास म्हणता येणार नाही.'

उपवास हे अहिंसक शस्त्र आहे की नाही, हा सुद्धा वादाचा मुद्दा ठरू शकतो. ओशो रजनीशांची ह्यावर सुंदर टिप्पणी आहे. एखाद्या माणसाने प्रतिस्पर्ध्याच्या छातीवर शस्त्र रोखले असेल तर ते हिंसक कृत्य झाले, असे आपण सगळेच मानतो; परंतु तोच माणूस तेच शस्त्र स्वतःच्या छातीवर रोखून आत्महत्या करायची धमकी देत असेल तर त्या कृत्यालाही हिंसाचारच म्हटले पाहिजे. तसे, गांधीजी म्हणतात त्याप्रमाणे, उपवासाचा प्रयोग आपल्या जवळच्या माणसांवर, आपल्या स्नेह्यांवरच होत असला तरी त्यात स्नेहभावनेचा गैरफायदा घेऊन आपले म्हणणे खरे करण्यासाठीचा हट्टाग्रह आहे. समोरच्या माणसाला मारण्याची धमकी देण्याप्रमाणेच, आत्महत्येची धमकी देणे, ही सुद्धा एक प्रकारे हिंसाच आहे, असे ओशो रजनीशांनी म्हटले आहे.

ह्या संदर्भात भगवान बुद्धांनी 'मज्झिमनिकाय' नावाच्या एका बौद्ध धर्मग्रंथात

म्हटले आहे, की ज्याप्रमाणे दुसऱ्याला शारीरिक पीडा देणे, ही हिंसा आहे त्याचप्रमाणे स्वतःला त्रास करून घेणे ही सुद्धा एक प्रकारची हिंसाच आहे. अशा आत्मपीडेला बुद्धांनी 'विहिंसा' म्हटले आहे. जशी हिंसा त्याज्य आहे तशीच 'विहिंसा'ही त्याज्यच आहे, असे ते म्हणतात. त्याज्य कुविचारांची त्यांनी एक यादीच दिली आहे. त्यात 'विहिंसे'चा पण समावेश आहे. बुद्ध ह्याला निषेधात्मक वितर्क म्हणतात. दुसऱ्याला किंवा स्वतःला, किंबहुना कुणालाच त्रास न देण्याची वृत्ती जोपासण्याला ते 'अविहिंसा' म्हणतात. 'विहिंसा' आणि 'अविहिंसा' ह्या संकल्पना म्हणजे बौद्ध तत्त्वज्ञानाची एक अनोखी देणगी आहे. गांधीजींच्या अहिंसेबद्दल आपण बोलतो त्या वेळी फक्त हिंसा आणि अहिंसा एवढ्या दोनच शब्दांचा आणि त्यामागच्या कल्पनांचा आपण विचार करत असतो; पण खरे तर विहिंसा आणि अविहिंसा ह्या बौद्ध संकल्पनाही त्या वेळी विचारात घेण्यासारख्या आहेत.

आपल्याच प्रियजनांसमोर उपवास करता येतो, असे म्हणतानाच जनरल डायरसारख्या जुलमींविरुद्ध उपोषण करण्यात उपयोग नाही,असेही गांधीजींनी म्हटले आहे. समोरच्या माणसाच्या हृदयपरिवर्तनासाठीची एक प्रक्रिया असेही त्यांनी उपवासाबद्दल म्हटले आहे. समोरच्याचे हृदयपरिवर्तन करणे शक्य असेल तर त्यासाठी उपोषणाचा नक्कीच उपयोग करता येईल. जनरल डायरपुढे उपोषणाचा काही उपयोग नाही म्हणणाऱ्या गांधीजींनी दक्षिण आफ्रिकेत जनरल स्मट्ससारख्या निर्दयी हुकूमशहासमोर किंवा राजकोटच्या वीरावाळांसारख्या दुराग्रही आणि दुष्ट शास्त्यांसमोरही उपोषणाचे अस्त्र वापरले होते. जनरल स्मट्स किंवा वीरावाळांशी गांधीजींचे प्रेमाचे संबंध खचितच नव्हते.

गांधीजींच्या उपोषणांबद्दल काही पाश्चिमात्य विचारवंतांनी अगदी वेगळीच भूमिका मांडली आहे. हिंदुस्थान सामान्यतः टंचाईग्रस्त देश आहे आणि येथे आलटूनपालटून कुठल्या ना कुठल्या भागात दुष्काळ पडतच असतो. त्यामुळे भूक म्हणजे काय, उपाशी राहणे म्हणजे काय, उपासमारीचे दुःख म्हणजे काय ह्याचा थोड्याबहुत प्रमाणात सर्वांनाच अनुभव आलेला असतो. त्यामुळे जो कुणी आपणहून अन्नत्याग करतो, स्वेच्छेने उपवास करतो त्याच्याबद्दल सर्व प्रजेला आदर वाटतो, सहानुभूती वाटते. ज्या देशातल्या लोकांची उपासमारीशी तोंडओळख सुद्धा नसेल ते उपाशी राहणे किती कठीण असते, ह्याची कल्पनाही करू शकत नाहीत. त्यांच्या लेखी उपवास काढणे म्हणजे दोन-चार तास उशिरा जेवणे, नावडत्या गोष्टी पोटात ढकलून पोट भरावे लागणे किंवा फारफार तर आजारपणासारख्या कारणांमुळे रोजच्या पदार्थांऐवजी फळांवर वेळ भागवणे एवढाच अर्थ होतो. असा मुळातच फरक असल्याने उपोषण करण्याबद्दल हिंदुस्थानातल्या लोकांना जसा आदर वाटेल तसाच कदाचित पाश्चिमात्यांना वाटणार नाही.

'मेस्लो' नावाच्या एका मानसशास्त्रज्ञाचे गांधीजींच्या उपोषणाबद्दल स्वतःचे असे निरीक्षण होते. भूक ही माणसाची आद्य गरज आहे. भूक भागल्यानंतरच आयुष्यातली इतर कामे सिद्धीस नेता येतात. म्हणून, सगळ्या जगाचे लक्ष वेधून घेण्यासाठी गांधीजींनी उपवासाचा एक शस्त्र म्हणून उपयोग केला. तत्कालीन राजकीय आणि सामाजिक जीवनातील ज्वलंत समस्यांचे गांधींना अभिप्रेत असणारे निराकरण गांधींना आपल्या उपोषणाच्या माध्यमातून साध्य करायचे होते आणि ते त्यांनी साध्य केलेही!

हे सगळे असून सुद्धा 'Payne' नावाच्या एका इंग्रज लेखकाने आपल्या 'लाइफ अ‍ॅण्ड डेथ' (Life and Death) नावाच्या पुस्तकात उपोषणाबद्दलची गांधीजींची सर्व विधाने, त्यांचे उपोषणाबद्दलचे म्हणणे आणि त्या आधारे गांधीजींचे उपोषणाबद्दलचे निर्णय ह्या सगळ्याची छाननी करून निष्कर्ष काढला आहे, की गांधीजींचा कोणताच निर्णय, कधीही, तर्काच्या कोणत्याच कसोटीवर मापता येण्यासारखा नाही.

||१६||

कृष्णाचा उपभोग आणि गांधींचा त्याग-२

'भागवता'त म्हटले आहे, की कृष्णाने गोवर्धन पर्वत उचलला तेव्हा तो सात वर्षांचा होता. इतरत्र हेच वय एक-दोन वर्षे मागे-पुढे असल्याचे उल्लेख आहेत. 'वयाच्या अवघ्या सातव्या वर्षी गोवर्धन पर्वत तोलण्यासारखे महाकाय काम करता येणे शक्य आहे का?' असा प्रश्न कुणा विद्वानांनी केला आहे. बाबर तेराव्या वर्षी फरघानाच्या गादीवर बसला आणि थेट दिल्लीपर्यंत त्याची विजयी घोडदौड सुरूच राहिली किंवा सोळाव्या वर्षी आदि शंकराचार्यांनी विविध महान भाष्य-ग्रंथ लिहिले, हे जर मान्य केले तर सातव्या वर्षी कृष्णाने गोवर्धन पर्वत उचलला, हेही मान्य करायला काहीच हरकत नाही. बाबर किंवा शंकराचार्य ह्यांच्याबद्दल शंका उद्भवत नसेल तर मग कृष्णाबद्दल मात्र शंका उपस्थित करायची हे तर्कसुसंगत नाही.

गोवर्धन पर्वत उचलण्याचे कार्य पूर्ण झाल्यानंतर गोकुळवासीयांनी प्रसन्न होऊन लहानग्या कृष्णाला काहीतरी बक्षीस मागायला सांगितले.त्या वेळी कृष्णाने फक्त इतकेच मागितले-'तुम्हा सर्वांचे प्रेम मला सतत लाभो.' वयाच्या सातव्या वर्षी कृष्णाने दाखवलेल्या त्यागवृत्तीचा पुढे आयुष्यभर सतत वर्षाव होत राहिला आहे; पण त्याच्या या त्यागवृत्तीला लौकिक निकष लागू नाहीत. लौकिक मापदंड लावून सापडणाऱ्या त्यागवृत्तीपेक्षा ती अगदी वेगळी आहे. कृष्णाने आपल्या स्वतःच्या आयुष्यात कोणत्याही शारीरिक उपभोगाचा कधीही त्याग केला नाही. त्याने सदैव उत्तमोत्तम वस्त्रे परिधान केली आहेत, चंदनादी सुगंधी द्रव्यांचे लेप लावले आहेत, बहुमूल्य आभूषणे घातली आहेत, मिष्टान्नांचे सेवन केले आहे, भव्य प्रासादांमध्ये मौल्यवान पलंगांवर तो पहुडला आहे आणि संगीतापासून स्त्रीपर्यंत कोणत्याही सुंदर आनंददायी गोष्टीचे त्याला वावडे नाही. अशा रीतीने, कृष्णाच्या आयुष्यात कोठेही तथाकथित 'त्यागा'ला वाव दिसून येत नाही आणि तरीही, सातव्या वर्षी गोवर्धन उचलताना कृष्णाच्या ज्या त्यागवृत्तीचे दर्शन घडते, तसाच आणखी एक प्रसंग महाभारतकारांनी खांडववन दहनाच्या वेळी रंगवला आहे. खांडववन दहनातून सहीसलामत बचावलेल्या मय नावाच्या दानवाने कृष्णाला काहीतरी देण्याची इच्छा दर्शवली तेव्हा

कृष्णाने स्वतःसाठी काहीच मागितले नाही; परंतु इंद्रप्रस्थास आपली नूतन राजधानी 'सजवण्या'त गुंतलेल्या एक उत्कृष्ट महाल निर्माण करण्यासाठी त्याने मयासुराला सूचना केली. कृष्णाने मयासुराकडे महाल मागितला खरा; पण स्वतःसाठी नव्हे तर हस्तिनापुराहून अलग झाल्यावर आपले स्थान बळकट करण्यासाठी धडपडणाऱ्या युधिष्ठिरासाठी!

कंसाचा वध केल्यानंतर कृष्ण स्वतःच मथुरेचा राजा होऊ शकला असता; परंतु कंसाने तुरुंगात डांबून ठेवलेल्या उग्रसेन राजाला कृष्णाने मुक्त केले. जेत्याने सिंहासनावर आरूढ व्हावे, ह्या तत्कालीन परंपरेनुसार उग्रसेनाने कृष्णाला राज्य स्वीकारण्याची विनंती केली. कृष्णाने ती नाकारली. उग्रसेनच तेथला मूळ राजा होता. कंसाने त्याला पदभ्रष्ट करून सिंहासन बळकावले होते. चालून आलेले राजपद कृष्णाने सोडून दिले आणि उग्रसेनालाच सिंहासनावर बसवले.

त्यानंतर मथुरेवर संकट ओढवले. जरासंधाने कंसाच्या-म्हणजे आपल्या-जावयाच्या –वधाचा सूड उगवण्यासाठी मथुरेवर आक्रमण केले. मथुरा वाचवण्यासाठी कृष्णाने आपला जीव धोक्यात घातला आणि मथुरा सोडली. त्यानंतर अनेक अडचणी सोसून, मोठ्या कष्टाने त्याने द्वारका वसवली; परंतु ही द्वारकाही त्याने उग्रसेनालाच अर्पण केली. जरासंधाने हल्ला केला तेव्हा कृष्णाचे आप्त असलेले यादव त्याला सोडून पळून गेले होते; त्याच आपल्या आप्तजनांना द्वारकेत वसवून कृष्णाने संरक्षण दिले.

सत्राजित यादवाला मिळालेल्या स्यमंतक मण्याची गोष्ट म्हणजे तर कृष्णाच्या आयुष्यातील एक शोकांतिकाच आहे. स्यमंतक मण्याची मालकी कुणा एका व्यक्तीची नव्हे तर समष्टीचीच असावी, अशी लोककल्याणाची भावना व्यक्त करणाऱ्या कृष्णाच्याच माथी चोरीचा आळ आला. खुद्द त्याची पत्नी सत्यभामा आणि ज्येष्ठ बंधू बलराम ह्यांच्या मनातही कृष्णाच्या खरेपणाबद्दल शंका उत्पन्न झाली. तमाम यादवकुळाला पुढेही कित्येक वर्षांपर्यंत कृष्णानेच हा मणी चोरला असल्याची शंका वाटत राहिली. ज्या कृष्णाने चालून आलेले मथुरेचे राजपद नाकारले, जो द्वारकेतही स्वतः सिंहासनावर बसला नाही तो कृष्ण स्यमंतक मणी कशाला लुबाडेल, असा विचार कुणीच केला नाही. पुढे कृष्णाने आपला जीव धोक्यात घालून तो मणी शोधून काढला; परंतु स्वतःपाशी ठेवून घेतला नाही. स्वतःवरचा कलंक त्याने धुऊन काढला; परंतु मणी मात्र अक्रूराला देऊन टाकला.

कृष्णाच्या त्यागपरंपरेचे तपशीलवार चित्रण करायचे म्हटले तर एक स्वतंत्र पुस्तक लिहावे लागेल असा तो अभ्यासाचा विषय आहे. प्राग्ज्योतिषपूरच्या भौमासुराला पराजित करून मिळवलेले अपरंपार धन त्याने द्वारकेतल्या सगळ्या यादवांना सारखे वाटून टाकले, अशी एक कथा 'हरिवंशा'त आहे. एवढे सगळे करूनही हाच कृष्ण

आपल्या उत्तरायुष्यात देवर्षी नारदांना विचारतो, "हे नारदा, मी जे जे काही मिळवले ते सगळेच्या सगळे, स्वतःसाठी काहीही राखून न ठेवता, माझ्या परिवारातील इतरांना वाटून टाकले. तरीही माझा परिवार माझ्यावर नाराज का?" म्हणजेच, आयुष्यभर त्याग करत राहूनही आपल्या अगदी निकटच्या स्वकीयांनाही संतुष्ट ठेवण्यात कृष्णाला यश आले नव्हते.

आपण ह्याआधी पाहिलेच आहे, की आधी काहीतरी मिळवायचे असते, मगच त्याग करायचा असतो. कृष्णाने आपल्या अधिकाराने, आपल्या पराक्रमाने सर्व काही मिळवले होते आणि जे मिळवले त्या सर्वाचा अनासक्त भावनेने त्याग केला. म्हणजेच अनासक्ती हीच कोणत्याही त्यागामागची मूळ भावना असते. एवढेच नव्हे, एखाद्या स्थूल पदार्थाचा त्याग करताना त्यामागे अनासक्तीखेरीज कुठल्यातरी लोककल्याणाच्या भावनेचाही उद्देश असला पाहिजे. १९४७ साली देश स्वतंत्र झाला तेव्हा गांधीजींनी मनात आणले असते तर ते पंतप्रधान होऊ शकले असते किंवा माऊंटबॅटन ह्यांच्याजागी देशाचे पहिले गव्हर्नर जनरलही होऊ शकले असते. गांधीजींचे जन्मभर प्रतिस्पर्धी असणाऱ्या महमद अली जीनांनी, स्वतः निर्माण केलेल्या पाकिस्तान नावाच्या देशातील सगळी सर्वोच्च पदे स्वतःकडेच ठेवली होती. जीना पाकिस्तानचे गव्हर्नर जनरल होते. घटना समितीचे प्रमुखही होते आणि शासनकर्त्या मुस्लिम लीग पक्षाचे अध्यक्षही होते. गांधीजींनी अशा कोणत्याही पदाचा आग्रह धरला नाही.

एक घटना आठवते. लोकांच्या नजरेत ती फारशी भरली नसली तरी इतिहासात तिची नोंद आहे. १९२९ साली लाहोर काँग्रेसच्या अधिवेशनात संपूर्ण स्वराज्याचा ठराव मांडला जाणार होता. गांधीजींच्या अध्यक्षतेखाली तो मांडला जावा, अशी मागणी हिंदुस्थानच्या त्या वेळच्या बहुसंख्य प्रदेश काँग्रेसच्या अध्यक्षांनी केली होती. हा ऐतिहासिक क्षण होता. तोवर गांधीजींना लोक 'बापू' मानू लागले होते; परंतु 'राष्ट्रपिता' ह्या पदावर अजून ते आरूढ व्हायचे होते. रावी तटावरून उभ्या देशाला एकाच वेळी संपूर्ण स्वराज्याची हाक देण्याची संधी म्हणजे काही लहानसहान गोष्ट नव्हती. गांधीजींना त्या संधीचा फायदा घेता आला असता; परंतु ज्या जवाहरलालांना ते आपला उत्तराधिकारी मानत होते, त्यांना गांधीजींनी ती संधी दिली.

दक्षिण आफ्रिकेतील प्रारंभीचा कार्यकाल संपत आला तेव्हा गांधीजी अजून फक्त 'मिस्टर गांधी' म्हणूनच ओळखले जात होते, 'गांधीजी' बनले नव्हते. त्या काळात त्यांनी दक्षिण आफ्रिकेत केलेल्या सार्वजनिक कार्याची समाजाने खूप कदर केली. त्यांच्यावर देणग्यांचा पाऊस पडला. त्या साऱ्या रकमेचा त्यांनी एक ट्रस्ट केला. स्वतः खेरीज, स्वतःच्या बायका-मुलांना मिळालेल्या भेटीही त्यांनी ट्रस्टच्या निधीत जमा केल्या.कस्तुरबांना ते फारसे रुचले नव्हते. त्या नाराज झाल्या. पतीने

आपल्याला मिळालेल्या भेटींवर पाणी सोडले तरी पत्नीला मिळालेल्या गोष्टी तिच्या खाजगी मालकीच्या ठरतात, असा तर्क गांधीजींना मान्य नव्हता. एकदा सार्वजनिक जीवनात उतरल्यावर, आपल्या सेवाकार्याचा मोबदला म्हणून काहीही मिळाले तरी त्यावर आपला अधिकार नाही, ते सगळे पुन्हा लोककल्याणासाठीच वापरले गेले पाहिजे, असे तत्त्व गांधीजींनी पाळले होते. परिणामी, स्वतःची म्हणावी अशी काहीच खाजगी मालमत्ता गांधीजींकडे नव्हती. त्यांच्या मृत्यूनंतर कितीतरी वर्षांनी बजाज कंपनीच्या काही शेअर सर्टिफिकिटांची गोष्ट खूप गाजली होती. जमनालाल बजाजांना गांधीजींचे जणू पाचवे पुत्र असे म्हणत. त्यांनी आपल्या कुठल्याशा कंपनीत मुहूर्तादाखल गांधीजींच्या नावे काही शेअर्स राखून ठेवले होते. गांधीजींना त्याची काहीच कल्पना नव्हती. हे शेअर्स त्यांनी गांधीजींना दिले नव्हते. कंपनीच्या हिशोब-वह्यांमध्ये त्याबद्दल गांधीजींचा उल्लेख तेवढा केलेला होता. खूप वर्षे उलटली. गांधीजी आणि जमनालाल दोघांचे निधन झाले. गांधीजींच्या नावे कित्येक वर्षांपासून असलेला शेअर्सचा वाटा, त्यावरील उत्पन्न, वेळोवेळी मिळालेला बोनस असा सर्व हिशोब, कंपनीच्या नव्या कारभाऱ्यांनी गांधीजींच्या वारसदारांच्या नजरेला आणून दिला. सगळ्या वारसदारांनी एकमुखाने ते नाकारले. बापूंची खाजगी मालमत्ता नव्हती, पोरबंदर अथवा राजकोटच्या वडिलोपार्जित इस्टेटीवरचा अधिकारही त्यांनी सोडून दिला होता. म्हणून आता त्यांचे वारस म्हणून आम्हीही काही घेऊ शकत नाही, असा सगळ्यांचाच निर्णय झाला होता. बजाज कंपनीच्या त्या शेअर्सचे पुढे काय झाले ते काही कळले नाही.

त्यागाबद्दल बोलताना 'साधेपणा' आणि 'आत्मक्लेश' हे शब्दही समजून घेतले पाहिजेत. हाती अपार साधनसंपत्ती असूनही जीवन जगण्यापुरत्या किमान गरजा भागवण्याइतपतच उपयोग करून त्यावर चालवून घेणे, तेवढ्यावर खरोखरच संतुष्ट असणे ह्याला आपण 'साधेपणा' म्हणू; पण आयुष्यात पावलापावलावर त्या साधेपणाचेच ओझे व्हावे, असा तो साधेपणा नसावा. पंचपक्वान्ने मिळाली पाहिजेत असा आग्रह नसला आणि साधी बाजरीची भाकरी खाऊन राहिले तर तो साधेपणा झाला; पण जिथे भाकरीसाठी बाजरी मिळण्यासारखी नसेल तिथेही भाकरीच पाहिजे, असा आग्रह धरणे हा साधेपणाचा अतिरेक झाला. जेथे कुठे कमीत कमी त्रासात जे काही उपलब्ध असेल ते आनंदाने स्वीकारणे, हा साधेपणाचा सरळ-सोपा अर्थ आहे. साधेपणाचा आग्रह धरणाऱ्याला, 'देव ठेवील तसे राहावे,' ह्या अर्थाचे मीराबाईचे पद मार्गदर्शक ठरावे असे आहे. छपरी पलंगावर गाद्यागिरद्यांनिशी झोपण्यात संकोच नाही आणि हात उशाला घेऊन, धरणीवर अंग टाकण्याचेही दुःख नाही!

दुसऱ्याच्या दुःखाने दुःखी होणे, दुसऱ्याचे दैन्य पाहून मन कळवळणे हे माणुसकीचे लक्षण आहे. जर दुसऱ्याचे ते दुःख किंवा दैन्य आपल्याला दूर करता

येण्यासारखे नसेल तर तसेच दुःख स्वतःवर ओढवून घेणे, हे माणुसकीचे लक्षण ठरते की नाही, ह्याबद्दल दुमत असू शकेल. आपल्या आजूबाजूला असंख्य माणसे उपासमारीने तडफडत असताना आपण घरात पंगती उठवणे योग्य ठरणार नाही. आपल्याकडे भरपूर अन्न-धान्य असेल तर त्यातले थोडे त्या भुकेल्यांना नेऊन देणे हे सुद्धा भलेपणाचे, माणुसकीचे लक्षण ठरेल. परंतु असे काही शक्यच नसेल तरी केवळ सहानुभूतीपोटी स्वतःला त्रास करून घेण्याने अथवा स्वतः उपाशी राहण्याने परिस्थितीत काही फरक पडणार नाही. सहानुभूती, करुणा जर आत्मक्लेशाला, आत्मताडनाला उद्युक्त करत असतील तर मग सहानुभूती आणि करुणा ह्या शब्दांबद्दलच काहीतरी गफलत होत आहे की काय, अशी शंका वाटते. अशा वेळी तारतम्याची आणि विवेकाची खरी गरज आहे.

गांधीजींनी जन्मभर साध्या राहणीचा पुरस्कार केला होता. सगळा जन्म अशा साधेपणाने घालवता यावा, असा त्यांना विशेष आग्रह होता. हिंदुस्थानातील आपल्या कोट्यवधी बांधवांना दोन वेळा पुरेसे अन्न मिळत नाही, की अंग झाकण्यापुरते वस्त्र लाभत नाही, हे पाहून गांधीजी द्रवले होते. म्हणून १९२१ सालच्या सप्टेंबर महिन्यापासून त्यांनी टोपी, अंगरखा आणि धोतर हा आपला पोशाख टाकून केवळ लज्जारक्षणापुरता पंचा नेसायला सुरुवात केली. देशातल्या अगदी तळागाळातल्या माणसाला जेवढे मिळणे शक्य असेल, त्यापेक्षा अधिक गोष्टींचा आपण उपभोग घेणे म्हणजे एक प्रकारची चोरीच आहे असे ते मानत. तत्कालीन व्हॉइसरॉय लॉर्ड आयर्विनना त्यांनी एका पत्रात लिहिले होते – 'हिंदुस्थानचे व्हाइसरॉय म्हणून तुम्ही महिना एकवीस हजार रुपये पगार घेता; म्हणजे रोजचे सातशे रुपये होतात. ह्या देशातील एका व्यक्तीचे रोजचे सरासरी उत्पन्न दोन आणे आहे. म्हणजेच देशातल्या पाच हजार माणसांचे रोजचे उत्पन्न तुम्ही एकटेच हिसकावून घेत आहात.' एक मुद्दा म्हणून हे म्हणणे ठीक असले तरी खुद्द गांधीजींचा रोजचा खर्च दोन आण्यांपेक्षा अनेक पटींनी जास्त होता यात शंका नाही. गांधीजींच्या साधेपणाबद्दल सरोजिनी नायडूंनी म्हटले होते, की बापूंची राहणी फार खर्चिक आहे. बापू दिल्लीला किंवा मुंबईला बिर्ला हाऊसमध्ये तात्पुरते राहत त्या वेळी त्यांच्यासाठी एक विशेष प्रकारची झोपडी तयार करण्यात येई. अर्थातच, ह्या झोपडीत सॅनिटेशनची खास व्यवस्था करावी लागे. टेलिफोनची वेगळी तरतूद करावी लागे. देश-विदेशातून बापूंना भेटायला अनेकजण येत. त्यांच्यासाठी ह्या झोपडीच्या आसपास त्यांना साजेशी त्यांची सोय करावी लागे. फार काय, बापूंच्या बकरीसाठी सुद्धा बिर्ला हाऊसमध्येच व्यवस्था करावी लागे. दिल्लीला जेव्हा गांधीजी भंगी कॉलनीत राहत तेव्हाही अर्थातच इतर भंग्यांपेक्षा गांधीजींसाठी अनेक पटींनी अधिक सुविधा तेथे तयार कराव्या लागत. त्या वेळचे गांधीजींचे समाजातील स्थान आणि त्यांचा दिनक्रम

पाहता, ज्या गोष्टी त्यांच्या किमान गरजा बनल्या होत्या त्या गोष्टी इतर भंग्यांच्या दृष्टीने 'समृद्धी' ठरतील, अशा होत्या. अशा तऱ्हेने, साधी राहणी किंवा साधेपणा हे नुसते बोलायला ठीक आहे. प्रत्यक्ष व्यवहारात तो साधेपणा इतरांना अतिशय खर्चिक आणि कटकटीचा ठरतो. संत म्हणून अत्यंत प्रसिद्ध असलेल्या एका सज्जनाबद्दल असे म्हटले जाते, की त्यांच्या आहारात फक्त गायीचे दूध, गायीचे तूप आणि गंगाजल एवढेच असे. शुचितेच्या त्यांच्या ह्या हट्टापायी, ते जेथे जातील तेथील यजमानाला गायीचे दूध-तूप आणणे एकवेळ शक्य होत असेल; पण गंगाजलाची सोय करण्यासाठी किती खटाटोप करावा लागत असेल ह्याची कल्पनाच केलेली बरी!

दक्षिण आफ्रिकेत गांधीजी वकिली करत होते त्या वेळीही साधेपणाचा त्यांचा आग्रह आत्मक्लेशाच्या पातळीवर जाऊन पोहोचत होता, असे वाटल्यावाचून राहत नाही. केपटाऊनसारख्या शहरात उन्हाळ्यातल्या दुपारच्या रणरणत्या उन्हात डांबरी रस्त्यावर ते दिवसचे दिवस अनवाणी पायांनी चालत. आयुष्याच्या अखेरीला नौखालीच्या पदयात्रेतही हेच दिसून येते. केपटाऊनचे मिस्टर गांधी तीस वर्षांचे होते; पण नौखालीतील राष्ट्रपिता बापू ऐंशी वर्षांचे होते. नौखालीतील प्रवास कच्च्या रस्त्यावरच्या काट्याकुट्यांतून, झाडाझुडपांतून, दगडधोंड्यांतून होता. तेव्हाही, महिनोन्महिने त्यांनी चपला घातल्या नव्हत्या. त्याचे कारण सांगताना त्यांनी म्हटले होते, ह्या भूमीवर निरपराध्यांचे रक्त सांडले आहे; म्हणून ह्या पवित्र धुळीवर चपला घालून चालणे म्हणजे पाप आहे. थोड्याच दिवसांनी नौखालीच्या दंगलीचे प्रत्युत्तर म्हणून बिहारमध्ये हिंसक दंगली उसळल्या. तेथेही हजारो निरपराध लोकांच्या रक्ताचे पाट वाहिले होते. नौखालीच्या रक्ताला पवित्र समजून अनवाणी फिरणाऱ्या गांधींनी नौखालीची परंपरा बिहारमध्ये पाळली नव्हती.

आफ्रिकेत असताना फिनिक्स आणि टॉलस्टॉय आश्रमात चहा, कॉफी किंवा साखर ह्या गोष्टींचा अजिबात वापर करायचा नाही, असा गांधीजींचा आग्रह होता. ह्यांपैकी कुठलाही पदार्थ वापरणे, दुर्गुणांच्या यादीत मोडण्यापैकी नाही किंवा त्यात मोठा श्रीमंती थाट म्हणता येईल, असेही काही नाही. तरीही, साधेपणाच्या नावाखाली गांधीजींनी हे पदार्थ वापरायला बंदी केली होती. मुख्य म्हणजे ही मनाई ऐच्छिक नव्हती, तर अनिवार्य होती. आश्रमातील गांधीजींचे जवळचे सोबती हेन्री पोलाक ह्यांच्या पत्नी मिली पोलाक यांनी आश्रमातील आपले अनुभव सांगताना म्हटले आहे-'हे सगळे प्रतिबंध बापूंच्या समोर पाळले जात असत; परंतु खाजगीत, बापूंच्या नजरेआड हे सगळे पदार्थ सगळेजण बिनदिक्कत वापरत असत.' म्हणजे साधेपणाचा हा सार्वत्रिक आग्रह सध्याच्या गुजरात राज्यातील दारूबंदीसारखाच ठरला होता.

गोलमेज परिषदेच्या वेळी 'ईस्ट एण्ड' नावाच्या मजूर वस्तीत राहण्याचा

गांधीजींनी आग्रह धरला होता. 'किंग्जली हॉल' नावाच्या डॉरमेंटरीसारख्या एका दालनात गांधीजींची आणि त्यांच्या सहकाऱ्यांची उतरायची सोय करण्यात आली होती. ही जागा परिषदेच्या कामकाजाच्या जागेपासून कितीतरी मैल दूर होती. त्यामुळे तेथे येण्या-जाण्यातच कित्येक तास आणि कितीतरी श्रम खर्ची पडत. शिवाय, दूर अंतरावरून गांधीजींना भेटायला येणाऱ्यांना तेथे जायला-यायला खूप त्रास होई. तरीसुद्धा गांधीजी त्या मजूर वस्तीतच राहिले होते. त्या बस्तीत राहून तिथल्या जास्तीत जास्त लोकांना रोज भेटण्याचा त्यांचा उद्देश होता. एकीकडे हा उद्देश सफल झाला खरा; पण दुसरीकडे अनेक लोकांना त्यामुळे त्रास झाला आणि खुद्द गांधीजींचे ये-जा करताना हाल झाले, हे नाकारता येणार नाही. दिल्लीत गांधी - आयर्विन वाटाघाटींच्या वेळी गांधीजी आपल्या राहत्या जागेहून 'व्हाइसरॉय हाऊस'पर्यंत रोज पायीच ये-जा करत. ते अंतर साडेचार मैल होते. रात्री दहा, अकरा, कधीकधी बारा वाजेपर्यंत वाटाघाटी चालत. त्यानंतर गांधीजी आपल्या साथीदारांबरोबर तेवढे साडेचार मैल पायी चालून आपल्या राहत्या जागी पोहोचत. तेथे इतर वरिष्ठ नेते त्यांची वाट पाहत ताटकळत बसलेले असत. त्यांच्याशी दुसऱ्या दिवशीच्या वाटाघाटींबद्दलची चर्चा करता करता मध्यरात्र उलटून जाई. येता-जाता दोन्ही वेळी ते साडेचार मैलांचे अंतर पायीच चालत जाण्याच्या अट्टहासाला 'साधेपणा' म्हणायचे हे जरा अवघडच आहे! विशेष म्हणजे हे सगळे पायी चालणे गांधीजी लाकडी खडावा घालून करत होते!

नौखालीच्या पदयात्रेदरम्यानची गोष्ट. पेन्सिलीच्या एका तुकड्यासाठी अठरा-एकोणीस वर्षांच्या मनूला एकटीला करकरीत संध्याकाळी, जंगलातल्या रस्त्याने एका गावाहून पाच मैलांवरच्या दुसऱ्या गावी जाऊन यायला लावण्यात काटकसर, साधेपणा, काटेकोरपणा काय असेल ते असो, पण त्याचे प्रत्यक्षात व्यावहारिक मूल्य किती, हा प्रश्न उरतोच. तो सगळा दंगलग्रस्त भाग होता. माणूस जणू पशू बनला होता. चहूकडे मित्रांपेक्षा शत्रूच जास्त होते. अशा परिस्थितीत एका तरुण मुलीला चुकून विसरलेला पेन्सिलीचा एक तुकडा परत घेऊन येण्यासाठी पाठवायचे, ह्याला गांधीजी भले धीटपणाचा किंवा व्यवस्थितपणाचा 'पाठ शिकवणे' म्हणोत; परंतु त्यातल्या भावनाशून्य कोरड्या वास्तवाशी असल्या पाठ शिकवण्याचा मेळ बसत नाही एवढे खरे!

कृष्णाच्या करुणेची व्याप्ती मात्र केवळ मानवजातीपुरतीच मर्यादित नव्हती. प्राणिमात्रांपर्यंत, जीवमात्रांपर्यंत तिचा विस्तार झाला होता. गांधीजींच्या हृदयातला सहानुभूतीचा झराही प्राणिमात्रांपर्यंत पोहोचलेला होता,असे म्हटले तर अतिशयोक्ती ठरणार नाही. सहानुभूतीच्याही वरची पायरी करुणा आहे. सहानुभूती एकदा करुणेच्या पातळीला जाऊन पोहोचली, की माणूस वैयक्तिक भावभावनांपासून

अलिप्त होतो. कृष्ण अशा करुणेच्या प्रांगणात पोहोचलेला माणूस होता; त्यामुळे अशा वरकरणी दिसणाऱ्या साधेपणाचा त्याला स्पर्श झालेला नाही. गांधीजींच्या निष्ठेबद्दल आणि त्यांच्या त्या वेळच्या दृढ मतांबद्दल त्यांचा कट्टर शत्रूही शंका घेऊ शकणार नाही. १९३२ साली गोलमेज परिषदेच्या पहिल्याच दिवशी लंडनमध्ये त्यांच्यासाठी आयोजलेल्या स्वागत समारंभात लॉरेन्स हाऊसमन ह्या इंग्रज लेखकाचे उद्गार मोठे सूचक आहेत. त्यांनी म्हटले होते, "तुमचे आम्हाला काही कळतच नाही. राजकारण आणि धर्म दोन्हीत तुम्ही जो अभेद साधला आहे, त्याने आम्ही गोंधळून गेलो आहोत. तुमचे व्यक्तित्त्व अगदी अद्भुत आणि थक्क करणारे आहे. तुमच्या देशवासीयांप्रती असलेल्या जाज्वल्य निष्ठेवर आमचा विश्वासच बसत नाही आणि तुमच्या ह्या पराकोटीच्या सरलतेमुळे तर आम्हांला डिवचल्यासारखे वाटते."

||१७||

कृष्णाची साधन-अशुचिता आणि गांधींची साधन-शुचिता-१

आपल्या आयुष्याच्या वेगवेगळ्या टप्प्यांवर माणूस वेगवेगळे उद्दिष्ट बाळगत असतो. तो उद्देश म्हणजे त्याचे तेवढ्या वेळापुरते साध्य होऊन गेलेले असते. जास्तीत जास्त गुण मिळवून परीक्षेत उत्तीर्ण होणे हे एखाद्या विद्यार्थ्याचे उद्दिष्ट असते. परीक्षा झाल्यावर मात्र उत्तम कॉलेजात मनाजोगत्या विषयासाठी प्रवेश मिळविणे, हाच त्याचा उद्देश असतो. अर्थात परीक्षा देण्याची, कॉलेज-प्रवेशाची विशिष्ट धोरणे, निश्चित असे नीतिनियम ठरलेले असतात. परीक्षेत भरपूर गुण मिळवणे हे त्या विद्यार्थ्याचे तेवढ्यापुरते साध्य असले तरी त्या साध्यप्रत पोहोचण्याचा जो राजमार्ग आखलेला असतो, त्यात परीक्षेआधी गैरमार्गाने प्रश्नपत्रिका मिळवू नये, परीक्षेत 'कॉपी' करू नये, उत्तरपत्रिका तपासणाऱ्या शिक्षकांशी 'हातमिळवणी करून' अधिक गुण पदरात पाडून घेऊ नयेत, हे सर्व अभिप्रेत असते. ह्या सर्व अटी अनिवार्य आहेत. ह्या अटी अनुसरण्याची जबाबदारी केवळ परीक्षा देणाऱ्याचीच असते असे नव्हे तर प्रश्नपत्रिका काढणारे, परीक्षादालनात 'सुपरव्हिजन' करणारे, उत्तरपत्रिका तपासणारे अध्यापक, विद्यार्थ्यांचे पालक अशा सर्वांची ती सामूहिक जबाबदारी असते. ह्या साखळीतल्या एखाद्या 'कमकुवत दुव्या'चा गैरफायदा घेऊन परीक्षार्थ्याने उच्च गुण मिळवले असतील, तर लौकिकदृष्ट्या त्याने 'यश मिळवले,' असले तरी त्याच्या उच्च गुणांमागील खरे 'रहस्य' कळल्यावर त्याच्याबद्दल आपल्या मनात कौतुक वा सद्भाव निर्माण होईल का? उलट, एरव्ही त्याच्याबद्दल आपले चांगले मत असले तरी ही गोष्ट कळल्यावर ते बदलून जाण्याचीच शक्यता जास्त.

अशा प्रकारे भरपूर गुण मिळवूनही त्या मुलाला हव्या त्या कॉलेजात प्रवेश मिळत नसेल तर तो आणि त्याचे पालक 'डोनेशन'चा विचार करू लागतात. चांगल्या म्हणवणाऱ्या प्रत्येक कॉलेजात अशा 'डोनेशन'च्या खास राखीव जागा असतात हे उघड गुपित आहे. कमी गुण मिळवणारा एखादा मुलगा 'डोनेशन'

पद्धतीमुळे प्रवेश मिळवतो ह्याचा सरळ अर्थ असा, की रक्ताचे पाणी करून, अभ्यास करून परीक्षेत यश मिळवणाऱ्या त्या जागेच्या खऱ्या हक्कदाराला प्रवेश नाकारला गेला आहे. अशा प्रकारे, प्रवेश मिळवण्यासाठी डोनेशन अथवा देणगी देणे, हे गैरकायदेशीर किंवा अनैतिक मानले जात नाही कारण ह्या व्यवस्थेला आता सामाजिक स्वीकृती लाभली आहे. समाजाने ते मान्यच करून टाकले आहे. म्हणजेच, पेपर फोडणे, कॉपी करणे आणि पेपरतपासनिसांशी 'देव-घेव' करणे हे सगळेही पुढे-मागे मान्य करून टाकले, तरी काही हरकत नाही असाच अर्थ होतो.

...परंतु हे सर्व फक्त खाजगी आयुष्यात, वेळोवेळी बदलत राहणाऱ्या उद्दिष्टांच्या आणि उद्दिष्टपूर्तीच्या नीतिनियमांपुरतेच म्हणता येईल. वैयक्तिक जीवनाच्या पलीकडे जाऊन कौटुंबिक, सामाजिक, राष्ट्रीय अथवा वैश्विक पातळीवर जेव्हा विचार करायचा असतो, तेव्हा काही मूलभूत सिद्धान्ताबद्दल असे म्हणून चालणार नाही. श्रीकृष्ण आणि गांधीजी ही दोन व्यक्तिमत्त्वे अशी होती-त्यांनी स्वत:पुरता किंवा केवळ स्वतःच्या कुटुंबापुरताच विचार क्वचितच केला असेल. दोघेही 'महामानव' होते म्हणून आयुष्याच्या प्रत्येक टप्प्यावर त्यांनी जी कार्ये हाती घेतली, ज्या कामांमध्ये त्यांना यश-अपयश आले त्या सगळ्याचे मूल्यांकन ह्या परिप्रेक्ष्यातून केले पाहिजे. अशा महान व्यक्तींच्या कार्याचा विचार करताना लक्षात येते, की त्यांचे कार्य काहीतरी मिळवण्यासाठी म्हणून असेल; परंतु प्रत्यक्षात फक्त काहीतरी मिळवणे एवढाच त्यामागचा उद्देश नसून मानवविकास किंवा वैश्विक कल्याण हेच मूळ आणि मुख्य लक्ष्य होते. कधीकधी असेही होते, की असे महामानव आपल्या एकूण जीवनकालात वेगवेगळ्या अवस्थांमधून जात असता, वेगवेगळ्या वेळी, वेगवेगळी साध्ये त्यांच्या पुढ्यात येत असतात. साध्ये बदलत राहिली तरी त्या साध्याप्रत पोहोचण्याच्या साधनांबद्दलचे त्यांचे दृष्टिकोन पुढील शेकडो वर्षे, येणाऱ्या पिढ्यांना मार्गदर्शक ठरत असतात. वर्तमान परीक्षापद्धतीच निकामी आहे, असे मानून एखाद्या विद्यार्थ्याने इतर कुठल्यातरी मार्गाचा अवलंब केला तर त्याला सरसकटपणे, सर्वस्वी दोष देता येणार नाही. कारण असे, की वर्तमान शिक्षणप्रणाली आणि विद्यार्थ्याचे ज्ञान पारखण्याची' परीक्षा-पद्धती निर्दोष आहे, असेही छातीठोकपणे म्हणता येणार नाही. वर्षभर अजिबात अभ्यास न करणाऱ्या विद्यार्थ्याला त्याच्या सुदैवाने परीक्षेत दोन-चार प्रश्न सोडवता आले आणि यश मिळाले, ह्याचा अर्थ त्याला ज्ञान प्राप्त झाले असा होत नाही. परीक्षा पद्धतीतील हा दोष लक्षात घेऊन एखादा परीक्षार्थी अन्य मार्गाने उत्तीर्ण झाला तर त्याने चुकीची गोष्ट केली, असे सध्याच्या नियमांप्रमाणे म्हणता येईल; परंतु नीतिनियम शेवटी गंतव्यस्थानापर्यंत पोहोचण्यासाठी असतात आणि ते कायद्यानुसार बदलता येण्याजोगे असतात.

उच्च ध्येये सिद्ध व्हावीत म्हणून हीन मार्गांच्या पळवाटा शोधत राहिलो, अशी

सूट घेत राहिलो तर त्या हीन मार्गांचा विस्तार फार झपाट्याने होतो आणि क्षेत्रही व्यापक होत जाते. जुगार अड्डे, कुंटणखाने, दारूचे अड्डे चालवून जर एखाद्याने कोट्यवधी रुपये मिळवले आणि त्यातले काही लाख रुपये खर्चून एखादे मंदिर बांधले तर तसे मंदिर उभारणे कायद्याच्या दृष्टीने गैर ठरणार नाही. उलट, मंदिर बांधले म्हणून समाज त्याला 'धर्मपुरुष' अशी संज्ञाही बहल करेल. गंगाजलाने अनेक पापे धुतली जातात, अशी सोयीस्कर समजूत आपण करून घेत असतो. एकेकाळी हरिजनाच्या हातचा रुपया, सोवळे सवर्ण त्यावर पाणी शिंपडून विनासंकोच घेत असत. सगरपुत्रांच्या अस्थींना गंगाजलात मोक्ष मिळू शकत असेल; परंतु हेच पुण्यकारक गंगाजल विष्ठेचे सुवर्णात रूपांतर करू शकणार नाही. ह्या दोहोंतला सैद्धांतिक, मूलभूत फरक आपण नीट समजून घेतला पाहिजे.

धर्म, नीती, न्याय, सत्य ही सर्व मूलभूत शाश्वत मूल्ये आहेत. त्यांच्याकडे कधीच दुर्लक्ष करता येणार नाही, त्यांची उपेक्षा, त्यांचा अनादर करता येणार नाही. तरीसुद्धा, व्यवहारात मात्र ही सगळी मूल्ये केवळ नावापुरती उरली आहेत, हा आपला सगळ्यांचा प्रत्यक्ष अनुभव आहे. असे असले तरीही ह्या शब्दांपासून, ह्या मूल्यांपासून दूर जाणे मूलतः आपल्याला आवडत नसते. ती मूल्ये मानण्याकडे आपला कल असतो. आपला स्वार्थ, आपला हेतू साध्य व्हावा म्हणून आपण जेव्हा जेव्हा ह्या मूल्यांकडे डोळेझाक करतो, तेव्हासुद्धा आपण ही मूल्ये दूर सारली आहेत हे पूर्णपणे माहीत असूनही, आपण तसे केले नाही असे मानण्याची अथवा तसे भासवण्याची आपण दक्षता घेत असतो. धर्म-न्याय-नीती-सत्याविना आपल्यात काहीतरी उणीव राहून गेली आहे, हा डंख आपल्याला सलत असतो हे खरेच. माणसाच्या वैयक्तिक जीवनात ही मूल्ये प्रभाव पाडतात; परंतु सामाजिक, राष्ट्रीय अथवा वैश्विक स्तरावर ह्या मूल्यांची परिमाणे पार बदलून जात असतात. ह्या मूल्यांचे व्यक्तिगत जीवनातील आणि सामाजिक, राष्ट्रीय इत्यादी संदर्भातील स्थान ह्या दोहोंतील तात्त्विक फरक समजणे फार अवघड आहे; परंतु साध्य आणि साधनशुचिता ह्यांचा विचार करताना हा फरक लक्षात न घेऊन चालणार नाही. धर्म आणि सत्य, नीती आणि न्याय ह्यांची व्याप्ती दिसते आणि वाटते तेवढी साधी-सरळ नाही, हे फार फसवे प्रदेश आहेत. ही गोष्ट महाभारतकारांनी आपल्याला वारंवार बजावून सांगितली आहे.

गांधीजींनी आपल्या आयुष्यात साध्य, साधन आणि साधनशुचिता ह्यांबद्दल पुष्कळ विचार केला आहे. आपले विचार त्यांनी वेळोवेळी शब्दबद्ध करून ठेवले आहेत. साधारणतः नेहमी जे घडते त्याप्रमाणेच, व्यावहारिक जीवनात गांधीजींची साध्येही वेळोवेळी बदलत गेली आहेत.दक्षिण आफ्रिकेत असताना तेथील गोऱ्या सरकारच्या वर्णभेदी आचरणाविरुद्ध, हिंदी समाजाला ब्रिटिश नागरिकांसारखीच,

समान वागणूक मिळावी, हे त्यांचे साध्य होते. त्यानंतर स्वराज्य हे त्यांचे साध्य झाले. अस्पृश्यतानिवारण आणि हिंदू-मुस्लिम ऐक्य ह्या सगळ्या गोष्टीही त्यांनी आपले जीवितसाध्य मानल्या होत्या. गांधीजींची जीवितध्येये वाटावीत, इतके महत्त्व आणि प्राधान्य चरख्याला आणि खादीलाही प्राप्त झाले होते.

कृष्णाच्या जीवनाचा विचार करताना पहिला प्रश्न मनात येतो तो हा, की कृष्णाचे जीवनसाध्य होते तरी काय? किंवा दुसऱ्या शब्दात म्हणायचे तर कृष्णाच्या जीवनाचे अमुकच असे नेमके साध्य होते असे तरी म्हणता येईल का? 'महाभारत', 'हरिवंश' वा 'विष्णुपुराण' ह्यांच्यासारख्या ग्रंथांत कृष्णाला 'परमस्वरूप' म्हणजे ईश्वराचा अवतार म्हटले आहे. कृष्णाने केलेल्या 'ईश्वरीय चमत्कारां'चे आलेखन आणि वर्णन त्याच्याबद्दलच्या अपार भक्तीतून घडले आहे, त्याच्या व्यक्तित्वाने दिपून गेल्यामुळे झालेले आहे. असे 'चमत्कार' दृष्टिआड करून कृष्णाचे केवळ मानुषी स्वरूप लक्षात घेतले तरीही अमुक एक कृत्य, हे त्याचे जीवितसाध्य होते असे ठामपणे म्हणता येणे कठीण आहे. कृष्णाच्या जीवनाचे साध्य एकाच विशिष्ट कृत्यातून पारखता येणार नाही; परंतु त्याने जी जी कार्ये केली किंवा असे म्हणू या,की ज्या ज्या गोष्टी त्याच्या नावावर जमा झाल्या त्या सगळ्या जर बारकाईने तपासल्या तर त्याच्या जीवनाचे साध्य समजून घेता येईल. गांधीजींनी आपले विचार जसे शब्दबद्ध करून ठेवले तसे कृष्णाच्या नावे काही असल्याचे आढळत नाही. 'मारुं जीवन एज मारी वाणी' (माझे जीवन हाच माझा संदेश) ही उमाशंकर जोशींची* काव्यपंक्ती श्री. नारायण देसाईंनी** गांधीजींच्या जीवनचरित्रासाठी वापरली आहे. खरे तर अधिक व्यापक अर्थाने बघितल्यास ती कृष्णाच्या साध्य-साधनशुचितेच्या परिप्रेक्ष्यात अधिक प्रभावीपणे लागू पडते.

साधन आणि साध्याचा संबंध जोडणारे गांधीजींचे अवतरण ह्यापुढील विवेचनासाठी ध्यानात ठेवण्याजोगे आहे. गांधीजी लिहितात –

'–साधन आणि साध्य ह्यांचा एकमेकांशी काही संबंध नाही, असे तुम्ही मानता ही मोठीच चूक आहे. ह्या चुकीपायी धर्मिष्ठ म्हणवल्या गेलेल्या लोकांनीही भयानक कृत्ये केली आहेत. हे म्हणजे कारल्याचा वेल लावून त्याला मोगऱ्याची फुले यावी, अशी इच्छा करण्यासारखे आहे. समुद्र ओलांडण्यासाठी माझ्या मते, जहाज हेच साधन असू शकते. मी जर बैलगाडी पाण्यात घातली तर मी गाडीसकट पाण्याच्या तळाशीच जाणार. 'जसा देव तशी पूजा,' हे वाक्य विचार करण्यासारखे आहे. त्याचा विपरीत अर्थ लावल्याने माणसे संभ्रमित झाली आहेत. साधन हे बीज आहे

---

* उमाशंकर जोशी : ज्ञानपीठ पारितोषिक विजेते प्रसिद्ध गुजराती साहित्यिक

** नारायण देसाई : श्री. महादेवभाई देसाईंचे पुत्र

आणि साध्य हे झाड आहे. म्हणजे, बीज आणि झाड ह्यांत जो आणि जेवढा संबंध आहे तेवढाच संबंध साधन आणि साध्य ह्यातही आहे.' (गांधी ज्ञानकोश)

अहिंसा हा गांधीजींचा जीवनमंत्र होता हे सर्वांनाच माहीत आहे. अहिंसेचा त्यांनी किती व्यापक अर्थ लावला होता, ह्याबद्दल ह्याआधीच्या प्रकरणांमध्ये आपण चर्चा केलीच आहे. गांधी-विचारांचे सर्वांत अधिकृत पुरस्कर्ता म्हणून विनोबांचे नाव घेता येईल. विनोबाजींनी आपल्या 'गांधी-जेवा जोया जाण्या विनोबाओ' (विनोबांना उमजलेले गांधी) ह्या पुस्तकात गांधीजींनी अंगीकारलेल्या अहिंसेबद्दल म्हटले आहे - इंग्रजांनी देशाचे निःशस्त्रीकरण केले होते. इंग्रजांचा प्रतिकार करण्यासाठी हाताशी शस्त्रेच नव्हती त्यामुळे काळाच्या गरजेनुसार गांधीजींनी एक अगदी नवीनच शस्त्र वापरले-अहिंसा!' विनोबांनी लावलेल्या ह्या अर्थामुळे एक मोठा प्रश्न उद्‌भवतो. इतर शस्त्रे उपलब्ध नसल्यामुळे, एक पर्याय म्हणून गांधीजींनी नाइलाजाने अहिंसेचे शस्त्र वापरले, असे म्हटले तर मग अहिंसा हा गांधीजींचा धर्म नव्हे तर साध्याप्रत पोहोचण्याचे ते केवळ एक साधनमात्र ठरते. फारफार तर त्याला युद्ध जिंकण्यापुरतीची रणनीती म्हणता येईल. स्वतः गांधीजींनी आपल्या आत्मकथेत, शस्त्र चालवायला शिकण्याबाबत एक निरीक्षण नोंदवले आहे. ब्रिटिश सरकार पहिल्या महायुद्धात पूर्णपणे गुरफटले असताना हिंदुस्थानातील त्या वेळच्या बहुतेक सर्व राजकीय नेत्यांचे आणि विचारवंतांचे मत होते, की ब्रिटिश सरकार सध्या अडचणीत असल्याचा फायदा घेऊन सरकारला अधिकच पेचात पकडून भारताने स्वराज्याच्या दिशेने पुढे पाऊल टाकावे; किमानपक्षी राजकीय सुधारणा तरी पदरात पाडून घ्याव्यात. गोऱ्या सरकारला युद्धात साथ द्यायला ह्यांपैकी कुणाचीच मान्यता नव्हती.

गांधीजींनी मात्र एकट्याने सगळ्यांपेक्षा वेगळा मार्ग स्वीकारला. त्यांनी म्हटले, की ब्रिटिश सरकारची प्रजा म्हणून आपण जर अधिकार मागत असलो तर आता ब्रिटिश सरकार अडचणीत असताना ह्या स्थितीचा फायदा घेण्याऐवजी ब्रिटिशांची रयत ह्या नात्याने आपण त्यांना मदतच केली पाहिजे. जी प्रजा आपल्या कर्तव्याचे पालन करते तिलाच अधिकार प्राप्त होऊ शकतात. आपल्या ह्या प्रयत्नांत सगळ्यांना सामावून घेण्यासाठी त्या वेळी काढलेल्या पत्रिकेत त्यांनी लिहिले होते-' ब्रिटिश राज्याच्या अनेक अपकृत्यांपैकी संपूर्ण प्रजेला शस्त्रहीन करण्याच्या कायद्याला इतिहास ब्रिटिशांचे कृष्णकृत्य मानीलच. हा कायदा रद्द करवून घेण्याची आणि शस्त्रे वापरायला शिकण्याची ही सुवर्णसंधी चालून आली आहे.'

गांधीजींच्या ह्या म्हणण्याचा शब्दार्थ काहीही असला, गांधीजींच्या हेतूबद्दलही काही शंका न घेतली तरी पण त्यातील सूचितार्थ नजरेआड करता येणार नाही. ब्रिटिशांनी हिंदुस्थानच्या प्रजेला शस्त्रहीन करून टाकले होते. दोनदोन, तीनतीन पिढ्या निःशस्त्र राहून हिंदी प्रजा शस्त्र चालवणे विसरूनच गेली होती. ब्रिटिश

सरकारला युद्धकाळात मदत करण्याच्या बहाण्याने जर तमाम प्रजा एकदम शस्त्रसज्ज होऊ शकत असेल तर ही सज्जता गांधीजींना आवडत होती, असा स्पष्ट अर्थ ह्यातून निघतो. येथे शस्त्रसंन्यासाऐवजी शस्त्रसज्जतेला उघडपणे महत्त्व दिले गेले आहे. 'शस्त्र बाळगणे हे दुर्बलतेचे लक्षण आहे. निडर माणसाला शस्त्राची गरजच नसते,' असेही गांधीजींनी अनेकदा म्हटले आहे. संदर्भ कदाचित वेगळे असू शकतील; पण वरील पत्रिकेतील शब्द म्हणजे गांधीजींच्या अंतरंगात खोलवर दडून राहिलेले संस्कार आहेत, असे मानले तर अहिंसेबाबतच्या त्यांच्या आत्मश्रद्धेबद्दलही आपल्या मनात खळबळ माजेल. त्यामुळे, ब्रिटिश सरकारला मदत करण्याच्या निमित्ताने शस्त्र-पारंगत व्हावे, ह्या गांधीजींच्या म्हणण्याचा उद्देश जाणून घेताना मतभेद होण्याची दाट शक्यता आहे.

मानवाचा इतिहास किती हजार वर्षे प्राचीन आहे, ते आपल्याला निश्चित असे ठाऊक नाही. इतिहासाने अनेक संघर्ष, अनेक युद्धे पाहिली आहेत. जय-पराजय, शुद्धी-अशुद्धी, पुण्य-पाप असे पुष्कळ काही घडले आहे; अद्यापही घडत आहे. हजारो पिढ्यांनंतर आणि अपार अनुभवांती आज आपण निर्मिलेले विश्व आणि घडवलेले माणसाचे वर्तमानस्वरूप लक्षात घेता, माणसामाणसातील संघर्ष आता अटळ आहे. मुळात संघर्षहीन समाज किंवा संघर्षहीन काळ असा कधी नव्हताच. संघर्ष मानव-अस्तित्वाचाच एक भाग आहे. त्यामुळे संघर्षविहीन समाजाच्या दिवास्वप्नात रमण्याऐवजी, काय केले असता अशा संघर्षातही किमान शुचिता पाळली जाईल, ह्यासाठी प्रयत्न करणे अगत्याचे आहे. शुचिता सोडून, अशुद्ध आचरणाने मिळवलेल्या सिद्धीपेक्षा, शुचिता पाळून हाती आलेला पराजयही अधिक प्रशंसनीय आहे असे म्हणता येईल, अशा तऱ्हेचे नियम घडवणे आणि त्यांचा सहज स्वीकार करणे अधिक श्रेयस्कर आहे. संघर्षविहीन समाजाची कल्पना करण्याऐवजी, संघर्षाबद्दलच अशी काही एक विशिष्ट संकल्पना तयार झाली पाहिजे, जी अतिशय परिणामकारक असेल, प्रभावी असेल आणि परिणामलक्षी पण असेल. अर्थात अशा व्यवस्थेचा मनुष्यजातीने विचारच केला नव्हता, असेही नाही.

भीमाने कुरूक्षेत्रावरील महायुद्धाच्या शेवटच्या दिवशी दुर्योधनावर मिळवलेल्या विजयाची घटना ह्या संदर्भात आठवू या. ते अंतिम युद्ध होते. अठरा अक्षौहिणी सैन्य नाश पावले होते. आता भीम आणि दुर्योधन ह्या दोघांपैकी जो कुणी जिंकेल त्याचा पक्ष विजयी ठरणार होता. युद्धावरची भीमाची पकड हळूहळू सैलावत होती. भीमाचा वध करून दुर्योधन विजयी होण्याची शक्यता बळावत होती. कृष्णाच्या विचक्षण दृष्टीने तमाम संभावना क्षणभरात टिपून घेतल्या. भीमाचा पराजय म्हणजे दुर्योधनाचा जय आणि दुर्योधनाचा जय म्हणजे धर्मराज युधिष्ठिराचा पराजय. म्हणजे शेवटी धर्माचाच पराजय! धर्माचा हा पराजय रोखण्यासाठी श्रीकृष्णाने अधर्म आचरला.

गदायुद्धाचा नियम दूर सारून, पराजित होऊ घातलेल्या भीमाला त्याने दुर्योधनाची मांडी तोडण्याची खूण केली. भीमाने ती सूचना अमलात आणली आणि दुर्योधन मरणोन्मुख होऊन जमिनीवर पडला. धर्मराज युधिष्ठिराचा विजय निश्चित झाला.

येथे 'महाभारत'कार आपल्याला सांगतात, की मृतावस्थेत पडलेल्या दुर्योधनाच्या देहावर आकाशातून पुष्पवृष्टी झाली. अप्सरांनी नृत्य केले. यक्ष-गंधर्वांनी मधुर संगीताचे सूर आळवले. मलय पर्वतावरून शीतल सुगंधी वायू वाहू लागला आणि अंतरिक्षात प्रगट झालेल्या ऋषींनी 'साधू साधू' असे म्हणून दुर्योधनाची वाहवा केली. भीमच काय, पण कृष्णही लज्जित झाला. विजय मिळाला असला तरी त्यासाठी अवलंबलेल्या मार्गाला चिरंतनाची मान्यता मिळाली नव्हती. असा मार्ग चोखाळणारी व्यक्ती स्वत: श्रीकृष्ण होती तरी परमशाश्वताने असाच संकेत दिला होता, की दुर्योधन पराजित झाला असला, युधिष्ठिर विजयी झाला असला, तरी अठरा अक्षौहिणी मृत्यूंमध्येही फक्त दुर्योधनाचा पराजय पुष्पवृष्टीचा अधिकारी होता. भीमाचा विजय हा धर्माचा विजय असला तरी तो गौरवास्पद नव्हता, लज्जास्पद होता!

जय की पराजय, ते आपल्या हाती नसते. परिणाम जो व्हायचा असेल तो होवो; परंतु सुसंस्कृत मानव ह्या नात्याने संघर्षाचे शाश्वत नियम मान्य करणे एवढे तर आपल्या हातात असते! अल्पकालीन फायदे अथवा वरवर दिसणारे परिणाम एवढेच आपल्या सगळ्यांच्या नजरेत भरते आणि शुचिते-अशुचितेचा आपल्याला विसर पडतो.

कृष्ण आणि गांधी यांसारख्या विभूती मात्र आपल्याला असा विसर पडू देत नाहीत आणि ते त्यांचे मोठेच देणे आहे!

||१८||

कृष्णाची साधन-अशुचिता आणि गांधींची साधन-शुचिता-२

१९१४ साली दक्षिण आफ्रिकेत वर्णद्वेषी गोऱ्या सरकारविरुद्ध गांधीजींचा लढा अंतिम टप्प्यात पोहोचला होता. हा अंतिम लढा सुरू करण्याची तारीखही ठरली होती आणि लढ्याच्या परंपरेनुसार गांधीजींनी जनरल स्मट्सच्या गोऱ्या सरकारला ह्या लढ्याची आगाऊ माहिती दिली होती. हिंदी लोकांमध्ये 'करू किंवा मरू' असा विलक्षण उत्साह सळसळत होता. उत्साहाच्या ह्या उधाणाला आता बांध घालायचा तरी कसा, हा तिथल्या सरकारपुढे मोठा पेच पडला होता. लढा सुरू होण्याला दोनच दिवस राहिले असताना दक्षिण आफ्रिकेच्या रेल्वे कामगारांनी अचानक संप पुकारला. देशभरातल्या आगगाड्यांची ये-जा एकदम ठप्प झाली. लढ्याच्या अपेक्षित ठिकाणी पोलिसांच्या आणि सैनिकांच्या तुकड्या पाठवायची सरकारची योजना होती; ते काम अर्ध्यावरच अडकून पडले, सरकार अडचणीत आले होते. परिस्थिती अवघड बनली होती. अशा वेळी दुसऱ्या एखाद्या विरोधकाने सरकारच्या अडचणीचा फायदा घेऊन आपला स्वार्थ साधला असता; पण गांधीजींनी तसे केले नाही. ज्या सरकारच्या विरोधात अखंड वीस वर्षे लढा चालू होता,ज्या सरकारने आधीच्या समेटांचा वारंवार वचनभंग करून लबाडी केली होती, त्याच सरकारविरुद्धचा, अगदी जिंकण्याच्या बेताला आलेला लढा गांधीजींनी तहकूब केला.'तुमच्या अडचणींचा फायदा घेण्याचा आमचा इरादा नाही. आमच्या न्याय्य मागण्या तुम्ही न्याय-संगत पद्धतीने स्वीकाराव्या हा आमचा लढ्यामागचा हेतू आहे. सत्याचा आग्रह धरणारे सत्याग्रही कधी प्रतिपक्षाच्या अडचणींचा अनुचित फायदा घेत नसतात.' असे त्यांनी जनरल स्मट्सला लिहिले.

गांधीजींनी लढा पुढे ढकलला. उत्साहाची लाट विरून गेली. अपार असंतोषाने सत्याग्रही धुमसत राहिले. जनरल स्मट्सने गांधीजींचे आभार मानले. काही दिवसांनी रेल्वेचा संप मिटला तसे गांधजींनी पुनश्च एकवार लढ्याचे रणशिंग फुंकले. त्यानंतर

वर्ष-दीड वर्ष हा सत्याग्रह-लढा सुरू राहिला. खूप काही सहन करावे लागले. अनेक सत्याग्रहींनी अपार कष्ट घेतले; आत्यंतिक यातना भोगल्या. शेवटी समेटही झाला. तात्पुरता विजय मिळवून गांधीजी आफ्रिका सोडून निघाले.

अगदी अशीच घटना श्रीकृष्णाच्या आयुष्यात महाभारत युद्धाच्या सतराव्या दिवशी घडली आहे. कर्णार्जुनांचे अंतिम द्वंद्व सुरू होते. दोघेही योद्धे अटीतटीने लढत होते. कुणीच कुणाला हार जात नव्हते आणि अशा आणीबाणीच्या ऐन क्षणी कर्णाच्या रथाचे चाक जमिनीत रुतले. कर्णाने रथचक्र सावरले नसते तर युद्ध एकतर्फीच झाले असते. अर्जुन रथात तर कर्ण रथाविना! धर्मयुद्धाच्या नियमांनुसार असे युद्ध होऊ शकत नाही. आपल्या रथातून खाली उतरून कर्णाने अर्जुनाला म्हटले, "युद्धधर्म सांगतो, की मी आपल्या रथाचे चाक नीट करेपर्यंत तू माझ्यावर शस्त्र चालवू नयेस." कर्णाचे म्हणणे खरे होते. कृष्णाने मात्र कर्णाचे म्हणणे मान्य न करण्याचा अर्जुनाला सल्ला दिला. कृष्ण म्हणाला," ह्या क्षणी शत्रू अडचणीत सापडला आहे. ह्या संधीचा फायदा घेऊन त्याचा वध केला पाहिजे. युद्धधर्माच्या विरुद्ध भासणाऱ्या आपल्या ह्या निर्णयाचे समर्थन करताना कृष्णाने कर्णाला सुनावले,"ज्या वेळी भर सभेत द्रौपदीचा विनयभंग होत होता त्या वेळी तुमचा धर्म कोठे गेला होता? कपटी शकुनी फासे फेकत असताना कोठे गेला होता तुमचा धर्म? युद्धाच्या आठव्या दिवशी द्रोणाचार्यांनी रचलेल्या चक्रव्यूहात कोवळ्या अभिमन्यूवर तुम्ही सात आठ महारथी एका वेळी तुटून पडलात, सगळ्यांनी मिळून त्या एकट्याला मारलेत त्या वेळी तुला हे धर्मयुद्धाचे नियम कसे आठवले नाहीत रे?"

कर्णाच्या अधर्माचरणांची कृष्णाने आठवण करून दिली त्या सगळ्या घटना खऱ्याच होत्या, तशाच दक्षिण आफ्रिकेत गांधीजींनी जेव्हा सत्याग्रहाचा लढा अचानक थांबवला त्याआधी जनरल स्मट्सने काही कमी अत्याचार केले नव्हते! त्याने गांधीजींची वारंवार फसवणूक केली होती. असे असूनही गांधीजींनी उलट प्रहार करण्याऐवजी शस्त्रच म्यान केले.जनरल स्मट्सला जीवदान मिळाले; पण म्हणून त्याने गांधीजींच्या औदार्याने प्रसन्न होऊन-किंवा लज्जित होऊन म्हणा-रेल्वेचा संप मिटताच लगेच गांधीजींचे म्हणणे मान्य केले नाही.सत्याग्रहाच्या लढ्याच्या आवेशाला, उत्साहाला एवढे उधाण आले असताना ती भरतीची लाट इतकी ओसरल्यावर पुन्हा एकदा त्या लढ्यात तेवढाच जोर आणायला गांधीजींना कमी कष्ट पडले नसतील! पण जनरल स्मट्सने कसलेही सौजन्य दाखवले नव्हते. गोऱ्या सरकारच्या हितासाठी जे करायला हवे तेच त्याने केले. सत्याग्रहींवर जुलूम केला. लढा चिरडून टाकण्यासाठी आवश्यक ती सगळी पावले उचलली. सत्याग्रहाचा उत्साह भरात असताना त्यातल्या त्यात कमी त्रासात जे लाभ सत्याग्रहींच्या पदरात पडले असते ते मिळाले नाहीत. प्रजा हकनाक अत्यंत पीडली गेली. गांधीजींनी आपल्यापुरत्या निश्चित ठरवलेल्या

सत्याग्रहाच्या म्हणजेच सत्य आणि धर्माच्या संकल्पनेचे अनुसरण केले. त्यांचे साध्य उत्तम होते, शुद्धही होते. ते साध्य पूर्ण करण्याची उत्तम संधी असतानाही स्वतःच्या साधनशुचितेच्या संकल्पनेत न बसणाऱ्या साधनाचा त्यांनी अवलंब केला नाही. परिणामी, ज्या यातना निवारणे शक्य होते त्या यातना शेकडो माणसांना दीड वर्ष भोगाव्या लागल्या.

कर्णाचे म्हणणे ऐकून कृष्णाने धर्मयुद्धाच्या नियमांचे काटेकोर पालन केले असते तर काय झाले असते, ह्याची ज्याने त्याने आपापली कल्पना करावी. संभवत: अंती विजय अर्जुनाचाच झाला असता. फार तर तो जरा अधिक लांबला असता; पण शेवटी ते होते युद्ध! युद्धामध्ये कधीच कुणाचा विजय निश्चित नसतो. रथ व्यवस्थित झाल्यावर कर्णाने पुन्हा नव्याने युद्ध आरंभले असते, तर कुणी सांगावे, अर्जुनाचा कदाचित पराभवही झाला असता. अर्जुनाचा पराजय म्हणजे धर्मराज युधिष्ठिराचा पराजय आणि युधिष्ठिराचा पराजय म्हणजे भर सभेत द्रौपदीला विवस्त्र करण्याचा प्रयत्न करणाऱ्या, अधर्माचाच जणू अवतार अशा दुर्योधनाचा विजय! कर्णाला जीवदान देऊन दुर्योधनाचा असा विजय होऊ द्यायचा? धर्म म्हणजे तरी काय? आपल्या वैयक्तिक भावनांची आणि प्रतिष्ठेची जपणूक करण्यापायी व्यापक धर्मभावनेचा बळी द्यायचा, ती धर्मभावना धोक्यात येऊ द्यायची हे धर्माच्या अर्थाशी कितपत सुसंगत आहे? हा एक सनातन प्रश्न आहे. कृष्ण आपले कृष्णत्व 'उज्ज्वल' करू शकला-त्याच्या स्वतःच्या तेजस्वीपणामुळे!

कर्णाशी केलेल्या युद्धात धर्म शब्दाच्या शब्दार्थाचे उल्लंघन करणाऱ्या कृष्णाने गांधीजींप्रमाणे साधनशुचितेचा आग्रह धरला नाही, असे म्हणण्यात फार मोठी चूक होण्याचा संभव आहे. साधन-शुचिता कशाला म्हणायचे ह्याचे ज्वलंत उदाहरण कृष्णाकडूनच मिळते. द्वारकेत सत्राजित यादवाकडे असणारा स्यमंतक मणी आणि तो मणी मिळवण्यासाठी कृष्णाने केलेले प्रयत्न ह्यांची येथे आठवण होते. सत्राजितच्या मृत्यूनंतर स्यमंतक मणी चोरून प्रसेनजित यादव रातोरात द्वारका सोडून निघून गेला. ही चोरी थांबवणे आवश्यक होते. सत्राजिताच्या मृत्यूनंतर त्या मण्यावर सत्राजितची एकुलती एक कन्या सत्यभामा हिचाच अधिकार होता. स्यमंतक मणी चोरीला गेल्याचे कळताच, ही चोरी कृष्णानेच केली असावी असे वृत्त यादवांनी सगळीकडे पसरवले. कृष्णाला मणी नकोच होता; परंतु चोरीसारखे निंद्य कर्म रोखायला तर हवेच होते. शिवाय, स्वतःवरचा चोरीचा आळही दूर करायचा होता!

पळून जाणाऱ्या प्रसेनजिताला पकडायला कृष्ण आणि बलराम त्याच्यामागे रथातून निघाले. प्रसेनजित वाट बदलून पायी चालत वेगळ्या मार्गाने गेल्याचे त्यांना कळले. ह्या क्षणी कृष्णाच्या धर्मबुद्धीचे अनोखे दर्शन घडले. प्रसेनजित एकटाच पायी चालत गेला असेल तर कृष्ण आणि बलराम, दोघांनी रथातून पाठलाग करून

त्याला पराजित करणे हा धर्म नव्हे. धर्मयुद्धाचे नियम धाब्यावर बसवून कुरुक्षेत्रावर भीष्म, द्रोण, कर्ण आणि दुर्योधन ह्या सगळ्यांचा वध करायला पांडवांना प्रेरित करणारा कृष्ण, प्रसेनजिताला पकडताना मात्र धर्मनिषिद्ध आचरण करायला स्पष्ट नकार देतो. कृष्ण बलरामाला म्हणतो, "मी एकटाच चालत जाऊन प्रसेनजिताला पकडतो आणि त्याच्याकडून मणी परत मिळवून आणतो." म्हटल्याप्रमाणे, बलरामाला अर्ध्यातूनच रथासहित परत पाठवून कृष्ण एकटाच पायी चालत प्रसेनजिताचा माग काढत निघाला.

कुरुक्षेत्रावरच्या युद्धात 'धर्म' शब्दाला दूर सारण्यात व्यापक धर्माचे रक्षण करण्याचा कृष्णाचा उद्देश होता, हे लक्षात घेतले पाहिजे. त्यात त्याचा वैयक्तिक स्वार्थ अजिबात नव्हता. प्रसेनजिताकडे असलेल्या मण्यावर सत्यभामेचा अधिकार होता. तो परत मिळवण्यात एका अर्थी कृष्णाचा वैयक्तिक स्वार्थ साधला जाणार होता. शिवाय चोरीचा आळही दूर करायचा होता. म्हणजे वैयक्तिक लाभाचा संबंध होताच. आपल्या वैयक्तिक स्वार्थाचा जेथे संबंध असेल तेथे धर्माचे कणभरही उल्लंघन करण्याची कृष्णाची इच्छा नाही. आपले शुद्धत्व सिद्ध करण्यासाठी साधन-शुचितेचा बळी द्यायची त्याची मुळीच इच्छा नाही. प्रसेनजित पायी चालतो तर कृष्णही चालतच जाणार, तो एकटा असेल तर कृष्णही एकट्यानेच त्याचा प्रतिकार करणार; हेच धर्म्य आहे. कृष्णाने हा धर्म निष्ठेने पाळला आहे. एका व्यक्तीशी निगडित असेल तेव्हा विवक्षित दृष्टिकोनातून अनुसरायचा धर्म आणि व्यक्तीविरुद्ध समष्टीच्या हिताची बाब असेल तेव्हा व्यापक हित लक्षात घेऊन अनुसरायचा मूळ शुद्ध स्वरूपातला धर्म ह्या दोन्हीतील भेदरेषा कृष्णाने दाखवून दिली आहे.

साधन-शुचितेबद्दलचा गांधीजींचा आग्रह अधिक जवळून समजून घेता येईल, अशी एक छोटीशी घटना येथे सहज आठवण्यासारखी आहे. अस्पृश्यतेच्या मुद्द्यावर अलग दलित मताधिकाराचा प्रश्न अत्यंत संवेदनशील झाला होता. अशा वेळी, 'सवर्णांनी तुमच्यावर आजवर पुष्कळ अन्याय केला आहे. आता संधी चालून आली आहे तेव्हा तुम्ही आपल्यावरच्या अन्यायाचा बदला घ्या,' असा सल्ला अस्पृश्यांचे पुढारी आंबेडकर ह्यांनी आपल्या अनुयायांना दिला होता, हे लक्षात घेऊनच गांधींनी सवर्ण हिंदूंना सांगितले होते, की तुमच्या पूर्वजांनी अस्पृश्यतापालनाचे पाप केले आहे. तुमच्या स्वतःच्या बांधवांवर तुम्ही आजपर्यंत अन्याय करत आला आहात. आता तुम्हांला ही संधी मिळाली आहे. केलेल्या अन्यायाचे मनापासून प्रायश्चित्त घ्या. दुरावलेल्या तुमच्या बांधवांना आपलेसे करा. मुद्दा तोच होता, पण आंबेडकर सूडाची भाषा बोलतात आणि गांधीजी अन्याय केल्याचे मान्य करून प्रायश्चित्ताची भाषा करतात.

साध्य आणि साधन हे वेगळे करताच येत नाही, असे गांधीजी मानतात. हिंसा

हे अशुद्ध, अपवित्र साधन आहे. हिंसेने मिळवलेल्या स्वराज्याचे रक्षण करण्यासाठीही सतत हिंसेचाच मार्ग चोखाळावा लागेल. आपण आज कुमार्गाने मिळवलेली एखादी गोष्ट उद्या आपल्यापेक्षा जास्त कुमार्गाने वागू शकणारा आपल्याकडून हिसकावून घेऊ शकेल. अशुद्ध मार्गाने मिळवलेल्या गोष्टीचे रक्षणही तसल्याच मार्गाने करावे लागते आणि सरतेशेवटी त्याहीपेक्षा मोठी अशुचिता त्या गोष्टीला नष्ट करते. असे अशुचितेचे दुष्टचक्र अनंतकालपर्यंत विस्तारत जाते.

देशाची फाळणी झाली तेव्हा अखंड हिंदुस्थानच्या संपत्तीचीही अर्थातच विभागणी झाली. जातेवेळी ब्रिटिश सरकारच्या तिजोरीत रोख तीनशे पंच्याहत्तर कोटी रुपये जमा होते. त्याखेरीज इतर कितीतरी प्रकारच्या मालमत्तेच्या वाटणीबद्दल समझोता व्हायचा होता. नवनिर्मित पाकिस्तान सरकारला पंच्याहत्तर कोटी रुपये रोख द्यावे असा हिंदुस्थान आणि पाकिस्तान यांच्या प्रतिनिधींमध्ये ठराव झाला होता. त्यापैकी वीस कोटी रुपये देऊन झाले होते. उरलेले पंचावन्न कोटी रुपये देतानाच इतरही काही गोष्टी अमलात आणायच्या होत्या. ह्या अन्य समझोत्यांबद्दल निश्चित असा निर्णय होण्याआधीच काश्मीर प्रश्नावरून दोन्ही देशांत युद्ध भडकले. युद्धाचा आंतरराष्ट्रीय नियम आहे, की कोणत्याही दोन देशांत संघर्ष निर्माण झाला तर त्यांच्यात झालेले ठराव तात्पुरते थांबवले जावेत; एवढेच नव्हे तर, दोन्ही देशांनी परस्परांच्या भूमीवर असलेल्या शत्रूच्या मालमत्तेवर कब्जा करावा. भारताने पाकिस्तानला कबूल केलेले पंचावन्न कोटी रुपये त्या अपूर्ण राहिलेल्या ठरावांचाच एक भाग होते. त्यामुळे, त्या वेळच्या धोरणानुसार भारताने हे पंचावन्न कोटी रुपये द्यायचे नाकारले. एवढी रक्कम पाकिस्तानच्या हाती पडली तर तिचा विनियोग भारताविरुद्धच्या युद्धासाठी शस्त्रखरेदी करण्यासाठीच केला जाणार हे उघडच होते. अशा परिस्थितीत, कबूल केलेली रक्कम देऊन टाकायचा गांधीजींनी भारत सरकारकडे आग्रह धरला. एखादी गोष्ट करायची आपण कबूल केले असेल तर परिस्थितीशी तिचा काही संबंध नाही, म्हणून कबूल केलेली रक्कम चुकती करणे हा आपला धर्म आहे, असे त्यांचे म्हणणे होते. कुणीही सर्वसाधारण शहाणा माणूस चकित होईल, असा जगाच्या इतिहासातला हा पहिलाच हट्ट होता; राष्ट्रीय हितही धोक्यात होते. आधी ठरले असताना पैसे द्यायला नकार देणे कितपत योग्य-अयोग्य, हा वादाचा मुद्दा होऊ शकतो. त्याच वेळी, दिलेल्या रकमेतून आपला शत्रू आपल्याच विरुद्ध लढण्यासाठी आणखी शस्त्रे खरीदणार असेल आणि त्या आपल्याच पैशातून घेतलेल्या शस्त्रांनी आपलेच सैनिक मारले जाणार असतील, तर मग ते पैसे देऊन टाकण्याच्या बाबतीत नीतिमत्ता आणि शुचिता किती मर्यादेपर्यंत पाळायची हाही वादग्रस्त मुद्दा आहे. गांधीजींच्या आग्रहापुढे तत्कालीन सरकारने नमते घेतले. गांधीजींच्या शुचितेच्या अट्टाहासाचे पालन झाले; परंतु त्याच्या औचित्याचे मात्र समर्थन कधीच होऊ

शकणार नाही. त्या वेळी तत्कालीन पाकिस्तानच्या तिजोरीने तळ गाठला होता. रोजच्या कामकाजासाठीही पुरेसा निधी सरकारजवळ नव्हता. अशा वेळी आर्थिक विवंचनेमुळे नवनिर्मित पाकिस्तान सरकारची अत्यंत हलाखीची अवस्था झाली असती आणि कदाचित... कदाचित आर्थिक दिवाळखोरीच्या उंबरठ्यावरच्या त्या सरकारने युद्ध अधिक न लांबवता आटोपते घेतले असते! असे झाले असते तर काश्मीर प्रश्नही सुटला असता! इतिहास सांगतो, की त्या वेळी निधीच्या अभावी कमालीच्या अडचणीत आलेल्या पाकिस्तान सरकारने हैदराबादच्या निजामाकडून वीस कोटी रुपयांचे कर्ज घेतले होते! गांधीजींचा हा आग्रह म्हणजे साधन-शुचितेच्या आग्रहाचे एक आत्यंतिक टोकाचे उदाहरण आहे!

मगध नरेश जरासंधाने आर्यावर्तातील अनेक राज्ये जिंकून घेऊन त्या सगळ्या राजांना तुरुंगात डांबले होते. आपले श्रेष्ठत्व सिद्ध करण्यासाठी तत्कालीन आर्यावर्तात राजे एकमेकांशी लढत असत; परंतु पराजित राजाकडून खंडणी घ्यायची आणि आपले सार्वभौमत्व त्याला स्वीकारायला लावायचे एवढीच पद्धत होती. पराभव झालेला राजा युद्धात जिवंत राहिला असेल तर त्याला त्याचे राज्य परत मिळत असे आणि युद्धात जर त्याला मरण आलेच तर विजयी राजा त्याच्या मुलाला राज्याभिषेक करून राज्य परत देत असे. जित राजांना कारावासात डांबून ठेवणे हा फार मोठा अधर्म समजला जाई. जरासंधाने असा अधर्म आचरला होता. जरासंध अत्यंत सामर्थ्यवान राजा होता. कृष्णही त्याला युद्धात समोरासमोर हरवू शकला नव्हता. उलट, जरासंधाच्या भीतीने, यादवांना बरोबर घेऊन कृष्ण मथुरा सोडून द्वारकेला जाऊन राहिला होता.

जरासंधाच्या अधर्माचा अंत घडवून आणण्याची फार गरज होती. धर्म प्रस्थापित करण्यासाठी ते आवश्यक होते. पांडवांनी इंद्रप्रस्थास आपले राज्य निर्माण केले होते तरीही जरासंधाला युद्धासाठी उघड आव्हान देण्यात धोका संभवत होता. कृष्णाने तो धोका पत्करला नाही. भीम आणि अर्जुन ह्यांना बरोबर घेऊन तपस्वी ब्राह्मणांच्या वेषात तिघांनी जरासंधाच्या महालात मागच्या दाराने प्रवेश केला. त्यांना ब्राह्मण समजून जरासंधाने, जे हवे ते मागण्यास सांगितले. आपल्याकडे येणाऱ्या ब्राह्मणांच्या मागण्या पुरवण्याचे वचन देण्याची त्या काळच्या राजांची परंपराच होती. 'तुम्ही म्हणाल ते देईन,' ह्या वचनाचा फायदा घेऊन कृष्णाने जरासंधाकडे द्वंद्वयुद्ध करण्याची मागणी केली. त्यानुसार जरासंध आणि भीम, दोघांचे गदायुद्ध झाले. जरासंध पराभूत होऊन त्याचा वध झाला. कारावासात खितपत पडलेल्या राजांना कृष्णाने मुक्त केले. सगळे राजे आपापल्या राज्यांत परत गेले आणि जरासंधाने केलेला अधर्म दूर झाला.

ऐन युद्धाच्या वेळी शत्रुराष्ट्र पाकिस्तानला पंचावन्न कोटी रुपये देऊन गांधीजींनी

केलेल्या शुचितापालनाच्या अथवा धर्माचरणाच्या तुलनेत श्रीकृष्णाने ब्राह्मणवेषात जरासंधाकडे युद्धाची मागणी करून केलेले धर्मरक्षण ह्यांचे मूल्यांकन करणे फारसे अवघड नाही. गांधीजी शुचितेच्या आपल्या वैयक्तिक संकल्पनेला चिकटून राहिले. श्रीकृष्णाने महाभारतात म्हटलेले 'आत्मार्थे पृथिवीं त्यजेत्' (आत्म्यासाठी पृथ्वीचाही त्याग करावा) हे वचन त्यांनी शब्दशः अनुसरले. उलटपक्षी, कृष्णाने आपली वैयक्तिक प्रतिष्ठा बाजूला ठेवून आणि तत्कालीनच नव्हे तर नंतरच्या पिढ्याही आपल्याला 'अनुचित मार्गाने जाणारा' म्हणून ओळखतील हा धोका पत्करून, जरासंध-वध हाच परमधर्म आहे, ह्या विश्वासाने धर्माचे रक्षण केले. आपल्या वैयक्तिक प्रतिष्ठेचे मोल देऊन, अन्यायाचे बळी झालेल्या राजांची मुक्तता केली.

वैयक्तिक जीवनात काय किंवा सामाजिक व्यवहारात काय, शुचितेचा आग्रह कुठवर ताणायचा, हा लाखमोलाचा सवाल आहे. शुचिता म्हणजे तरी काय? निव्वळ एक कोरडा शब्द की एक निश्चित, विशिष्ट संकल्पना? गांधींच्या आगमनाआधी काँग्रेसच्या घटनेत उद्दिष्टांबद्दल असा स्पष्ट खुलासा होता, की शांततापूर्ण आणि वाजवी मार्गांनी स्वराज्य मिळवणे हा काँग्रेसचा उद्देश आहे. १९१५ साली गांधीजींचा काँग्रेसच्या राजकारणात प्रवेश झाला आणि पाहतापाहता त्यांनी संस्थापकीय आणि राजकीय स्तरावर सर्वोच्च स्थान प्राप्त केले. १९३४ साली काँग्रेसच्या घटनेत गांधीजींनी अधिकृतपणे एक दुरुस्ती सुचवली होती. 'शांततापूर्ण आणि वाजवी मार्गांनी' ह्याऐवजी 'सत्यमय आणि अहिंसक मार्गांनी स्वराज्य मिळवावे,' असा बदल त्यांनी सुचवला. 'शांततापूर्ण आणि वाजवी मार्ग' ह्या शब्दांतून पुष्कळसे व्यापक अर्थ सूचित होतात. सत्य आणि अहिंसा ह्यांबद्दल गांधीजी विशेष आग्रही असल्यामुळे कटाक्षाने स्पष्ट आणि निश्चित अर्थांचा शब्द योजण्यावर त्यांचा भर होता. ह्या बदलामुळे स्वातंत्र्यलढ्यासाठी अंगीकारायच्या साधनांबद्दलच्या आणि मार्गाबद्दलच्या मूळ दृष्टिकोनातच फरक पडत होता. 'वाजवी' किंवा 'योग्य तसे' मार्ग म्हटले की जेव्हाजेव्हा ज्या ज्या परिस्थितीत, जशी गरज असेल ते, जे उपयोगी पडेल ते, ज्यामुळे हेतुपूर्ण प्रगती साधली जाईल ते, असे सगळे अर्थ समाविष्ट होते. हे मार्ग, ही साधने हिंसक किंवा अहिंसक दोन्ही असू शकली असती. शांतता आणि स्थैर्य राखण्यासाठी वेळप्रसंगी असत्याचा अवलंब करावा लागला तरी हरकत नाही, असाही अर्थ काढणे शक्य होते. मूळ मुद्दा स्वराज्य मिळवणे हा होता. स्वराज्याच्या मूळ मुद्द्यापेक्षाही गांधीजींनी साधन-शुचितेला जास्त महत्त्व दिले. गांधीजींनी सुचवलेली ही दुरुस्ती काँग्रेस महासमितीने मान्य केली नव्हती. ह्या नकारामागचा अर्थ स्पष्ट होता. गांधीजींचे सर्वोच्च नेतृत्व मान्य होते; पण साधनशुद्धीसाठीचा त्यांचा आग्रह महासमितीच्या बहुतांश सभासदांना, अगदी त्यांच्या निकटवर्तीयांना सुद्धा स्वीकारार्ह वाटत नव्हता, मान्य नव्हता.

केवळ लोककल्याणार्थ, ज्यात आपला काहीही व्यक्तिगत स्वार्थ नसेल असे एखादे साध्य अंगीकारणे अत्यंत कठीण काम आहे. त्याहूनही कठीण आहे, अशा अवघड साध्याच्या पूर्तीसाठी साधन-शुचितेचा असा अलौकिक आग्रह धरणे! मानवीय मर्यादांच्या पल्याड जाऊन कुठल्यातरी अदृष्ट भूमीवर पाय ठेवण्याइतकीच ही अवघड गोष्ट आहे.

लोकोत्तर पुरुष कधीकधी अशा अदृष्ट भूमीवरही आपली पावले उमटवत असतात. त्या पाऊलखुणांचा अर्थ फक्त भविष्यकाळच सांगू शकतो.

||१९||

कृष्णाची साधन-अशुचिता आणि गांधींची साधन-शुचिता-३

गांधीजींच्या साधन-शुचितेच्या आग्रहाचा उगम त्यांच्या विचारशुद्धीत आहे, असे वाटल्यावाचून राहत नाही. पर्यावरणापासून सगळीकडे शास्त्रीय पद्धतीने शुद्धतेचा आग्रह धरणारे आपण सगळे, वैचारिक शुद्धीला मात्र क्वचितच महत्त्व देतो. बहुतांशी विचारांची शुद्धता तर्कबद्ध विचारसरणीतून मिळत असते; परंतु दिव्यत्वाचा स्पर्श झालेली विचारशुद्धता मात्र केवळ सक्षम कुवतीच्या एखाद्यालाच, एखाद्या विरळ्या क्षणी प्राप्त होत असते.

एकवीस वर्षांच्या पोरगेल्या मोहनदासला त्याच्या इंग्रज सहप्रवाशाने कडाक्याच्या थंडीत रात्री दक्षिण आफ्रिकेच्या पीटर मारीट्सबर्ग स्टेशनावर गाडीबाहेर फेकून दिले. त्याच्याजवळ पहिल्या वर्गाचे तिकीट असूनही त्याला स्वत:बरोबर प्रवास करू दिला नाही. अत्यंत अपमानास्पद रितीने त्यांना ढकलून दिले गेले. त्यानंतर चार्ल्सटाऊनहून जोहान्सबर्गला जाताना घोडागाडीच्या प्रवासात केवळ त्यांच्या काळ्या कातडीमुळे त्यांना भरपूर मार खावा लागला. येथेही अतिशय अपमानित व्हावे लागले. पीटर मारीट्सबर्ग स्टेशनावर सकाळी त्यांची चौकशी करायला आलेल्या हिंदी व्यापाऱ्यांनी, रेल्वे अधिकाऱ्यांवर खटला भरावा असे त्यांना सुचवले. गांधीजींनी त्या वेळी केलेले ह्या 'रोगा'चे निदान अगदी अद्‌भुत म्हणावे असेच आहे; केवळ गांधीजीच असा विचार करू जाणे! आपल्या आत्मकथेत त्यांनी म्हटले आहे, की माझा असा अपमान करणारे ते लोक वर्णभेदाच्या प्रथेचा केवळ एक छोटासा हिस्सा होते. गोरे आणि काळे एकमेकांसोबत बसूच शकत नाहीत असेच त्यांना वर्षोगणती शिकवले गेले होते. काळे म्हणजे कुणीतरी हलके, खालचे आणि गोरे म्हणजे उच्च! त्यामुळे, दोष मुळात रेल्वेच्या डब्यातून ढकलून देणाऱ्याचा नाहीच. दोष आहे तो वर्णभेद मानणाऱ्या विचारसरणीचा! जोपर्यंत अशी दूषित विचारसरणी नष्ट होत नाही, तोपर्यंत अशा विचारसरणीमुळे भलत्या मार्गाने भरकटल्या गेलेल्या एकट्यादुकट्या

माणसाला दोषी ठरवण्यात फारसा अर्थ नाही. आपल्याला गाडीच्या डब्यातून ढकलून देणाऱ्या सहप्रवाशाला किंवा रेल्वे अधिकाऱ्याला दोषी ठरवून, कायद्यानुसार त्याला शिक्षा करवून कुठल्याही सर्वसामान्य माणसाने सूड उगवल्याचे समाधान मिळवले असते. गांधीजींची तक्रार व्यक्तीविरुद्ध नव्हतीच; तक्रार होती त्या राक्षसी विचारांविरुद्ध! गांधींच्या पुढच्या काळातल्या विचारयात्रेचा पाया दक्षिण आफ्रिकेच्या रेल्वे स्टेशनवर घातला गेला आहे, ह्याची नोंद घेतली पाहिजे.

नाताल येथील कोळशाच्या खाणीत गिरमिटावर काम करणाऱ्या हिंदी कामगारांना गांधीजींनी संप करायला उत्तेजन दिले. शेकडो कामगार काम सोडून गांधीजींच्या लढ्यात सामील झाले. हे कामगार त्यांच्या मालकांशी पक्क्या कराराने बांधलेले होते. मालकांनीच त्यांच्या राहण्याची सोय केली होती. संप सुरू झाला आणि खाणीतले कामकाज थांबले. गांधीजींनी ह्या संपकऱ्यांना निरोप पाठवला, की मालकांना त्रास देणे हा संपाचा हेतू नाही; उलट आपण स्वतः दुःख सहन करणे हा हेतू आहे. तुम्ही मालकांचे काम करत नसाल तर त्यांनी दिलेल्या घरात राहण्याचा नैतिक अधिकार तुम्हांला नाही. त्यामुळे त्यांनी दिलेली घरे सोडून तुम्ही दुसरीकडे राहण्याची व्यवस्था केली पाहिजे. गांधींचे म्हणणे ऐकून हजारो कामगार बायकापोरांसह, घरदार सोडून, गांधीजींच्या लढ्यात सामील झाले. कोसळता पाऊस असो, की टळटळीत दुपार, कडाक्याची थंडी असो, की वर आकाश आणि खाली धरती असा वैराण मुलूख असो, पाठीवर बिऱ्हाड घेऊन चाललेल्या, बायकामुलांसह सगळ्यांवर गांधीजींच्या ह्या विचार - शुचितेचा प्रभाव पडला होता. आजही संप होतात; पण संपावर जाणाऱ्यांनाच काय, त्यांच्या नेत्यांनाही-तोंडाने सतत गांधीजींचे नाव घेत असताना - त्यांच्या ह्या विचार-शुद्धतेची कणभरही आठवण होत नाही.

गांधींच्या या विचार-शुद्धतेच्या तोडीचे उदाहरण महाभारतात युधिष्ठिराचे आहे. द्यूतात हरल्यानंतर वनवासात असताना ज्या वेळी एका सरोवराकाठी युधिष्ठिराचे चारही भाऊ यक्षाच्या शापाने मृत्यू पावले होते त्या वेळी युधिष्ठिराने दिलेल्या उत्तरांमुळे संतुष्ट होऊन यक्षाने त्याच्या एका भावाला जिवंत करण्याचे आश्वासन दिले. (यक्ष-युधिष्ठिर संवाद म्हणून हा प्रसंग प्रसिद्ध आहे.) नकुलाला पुनर्जीवन मिळावे, असा युधिष्ठिराने वर मागितला. भीमार्जुनांशिवाय वनवासातल्या संकटांना तोंड देत जिवंत राहणेही कठीण होते, वनवासाअंती दुर्योधनाशी युद्ध अटळ होते आणि ह्या दोघांशिवाय युद्ध करणे अशक्यच होते; हे सर्व युधिष्ठिर जाणून होता. तरी सुद्धा पांडूच्या दोन्ही पत्नींपैकी प्रत्येकीचा एक तरी पुत्र जिवंत असावा अशा विचाराने त्याने नकुलाला जिवंत करण्याची विनंती केली. पांडूसोबत सती जाताना माद्रीने आपल्या मुलांना कुंतीच्या हाती सोपवले होते, त्यामुळे वनवासात असताना कुंतीची ही जबाबदारी स्वतःकडे घेणे हा युधिष्ठिराचा धर्मच होता. गांधीजींच्या पीटर

मारीट्सबर्ग स्टेशनवरच्या आणि नातालच्या कोळशाच्या खाणीतल्या प्रसंगांत युधिष्ठिराच्या ह्या धर्माचाच पडसाद उमटतो. असा पडसाद शतकांतून एकदा,कधीतरी, क्वचितच उमटताना दिसतो.

खिलाफत प्रश्नी गांधीजींनी मुसलमानांच्या आंदोलनाचे नेतृत्व स्वीकारले त्या वेळी मुसलमान नेत्यांनीही उपकारवश,हिंदूंसाठी काहीतरी करण्याची तयारी दाखवली. त्यांनी म्हटले, की ह्याच्या बदल्यात मुसलमानही गोवधबंदीची हिंदूंची मागणी मान्य करतील आणि तसा कायदा घडवायलाही मदत करतील. गांधींनी मनात आणले असते तर तेव्हा कोट्यवधी हिंदूंची गोवधबंदीची मागणी मान्य करवून घेता आली असती. खिलाफत चळवळ सुरू असतानाच्या काळात गोवधबंदीसाठीची कायदेशीर प्रक्रियाही लवकर पुढे नेता आली असती. गांधीजींनी असल्या सौदेबाजीला साफ नकार दिला. कोणत्याही सौद्यामध्ये न्याय, नीती अथवा धर्म यांना प्राधान्य नसते. परस्परांचा फायदा घेण्याचा उभयपक्षांचा उद्देश असतो. मुसलमानांच्या त्या सौदेबाजीच्या प्रस्तावाच्या उत्तरादाखल गांधीजींनी म्हटले, "गोवधबंदीची मागणी मुसलमानांना न्याय्य वाटत असेल तर हिंदूंनी केलेल्या सहकार्याशी त्या मागणीचा संबंध जोडला जाऊ नये. खिलाफत प्रश्न न्याय्य असल्याने मुसलमानांच्या भावना मान्य करून हिंदूंनी मदत करावी; मग मुसलमानांनी गोवधबंदीच्या मागणीला पाठिंबा दिला नाही तरी हरकत नाही. त्याचप्रमाणे मुसलमानांना गोवध प्रश्न न्याय्य वाटत असेल तर मग हिंदूंनी खिलाफत चळवळीत त्यांना साथ दिली की नाही, ह्याचा विचार न करता पाठिंबा दिला पाहिजे, न्याय, नीती आणि धर्म ह्या सौदा करण्याच्या गोष्टी नव्हेत."

गांधीजींचे म्हणणे वैचारिकदृष्ट्या संपूर्णपणे खरे होते; पण मग व्यावहारिक दृष्टीचे काय? व्यवहार-दृष्टी नाकारून फक्त वैचारिक शुचितेच्या पायावर गांधीजींनी खिलाफत चळवळीला पाठिंबा दिला. पार निष्फळ ठरलेल्या खिलाफत चळवळीच्या शोकांतिकेचा इतिहास साक्षी आहे. त्या चळवळीने मुसलमानांचा कट्टरवाद मात्र बळकट केला. प्रगतिशील, सुधारक मुसलमान डावलले गेले आणि धर्मांध मुल्ला मौलवी मुसलमानांचे पुढारी बनले. नेतृत्वाची ही चढाओढ पुढे जाता इतकी ओंगळ झाली, की सुधारक मुसलमानही आपापले अस्तित्व टिकवून ठेवण्यासाठी ह्या स्पर्धेत उतरले. गोवध प्रश्नावर उत्तर सापडायची मिळालेली संधी धुळीला मिळाली. गोहत्या बंदीचा प्रश्न आजही केवळ वितंडवादात नुसताच इकडून तिकडे टोलवला जात आहे.

येथे विचार-शुचितेला कमी लेखण्याचा किंवा ती निरर्थक ठरविण्याचा अजिबात उद्देश नाही. वैचारिक शुद्धतेलाही कुठेतरी एक मर्यादा आहे. खाजगी जीवनात माणसाने अशी शुचिता अगदी काटेकोरपणे खुशाल पाळावी; पण अशा शुचितेचा आग्रह जेव्हा समष्टीच्या प्रश्नाबाबतही धरण्यात येतो तेव्हा तो कितपत उचित ठरतो

ह्या मुद्द्याकडे लक्ष वेधण्याचा हा प्रयत्न आहे. समष्टीचा बळी देऊनही व्यक्तीने स्वतः ठरविलेल्या वैचारिक शुचितेलाच चिकटून राहिले पाहिजे, असे जर एखाद्याने म्हटले तर प्रस्तुत लेखकाचे त्यावर काही म्हणणे नाही.

श्रीकृष्ण मात्र ह्याच्याशी सहमत दिसत नाही. इंद्रप्रस्थात योजलेल्या राजसूय यज्ञाच्या वेळी शिशुपालाने आणलेले विघ्न त्याने शिशुपालाचा वध करूनच दूर केले. त्या यज्ञाला आर्यावर्तातले तमाम राजे हजर होते. व्यासांसकट अनेक महामनीषी यज्ञासाठी आले होते. ह्या एवढ्या सगळ्यांतून सर्वप्रथम सन्मान कुणाचा करायचा ह्या मुद्द्यावर मतभेद निर्माण झाले. तत्कालीन आर्यावर्तातल्या एकूण एक व्यक्तींमध्ये श्रीकृष्ण सर्वश्रेष्ठ असल्याचे सांगून भीष्मांनी त्याला अग्रपूजेचा मान दिला. शिशुपालाने त्याला विरोध केला. शिशुपाल कृष्णावर व्यक्तिशः कितीही नाराज असला तरी भीष्मांच्या प्रस्तावाच्या विरोधात त्याने केलेले सगळे दावे अतिशय तर्कशुद्ध आहेत. ह्या तर्कांत मूलतः विचार-शुचिता आहे असे नाही; तरी सुद्धा तत्कालीन समजुती पाहता, शिशुपालाचे म्हणणे अगदीच दुर्लक्षण्यासारखे नाही. प्रत्यक्ष त्या सभेतच शिशुपालाला भरभक्कम पाठिंबाही मिळाला होता. येथे कृष्ण स्वत: वादाचा विषय बनला होता. वाद यजमान पांडव आणि अतिथी ह्यांच्यात चालला होता. कृष्ण अतिसमर्थ होताच आणि त्याने हस्तक्षेप केला नसता तर यज्ञ उधळला गेला असता. तेथेच महायुद्ध पेटले असते आणि भयंकर रक्तपात घडला असता. अशा अचानक भडकलेल्या युद्धाचा परिणाम काय झाला असता, याची कल्पनाच केलेली बरी! अग्रपूजेसाठी कृष्णाच्या योग्यतेबद्दल दोन पक्षांत विवाद चालू असताना खुद्द कृष्णाने स्वतःच आपल्या सामर्थ्याचा उपयोग करून स्वतःला त्या सन्मानाचा अधिकारी ठरवावे ह्यात वैचारिक शुद्धता नाही, हे उघडच आहे. कृष्णावर या ठिकाणी हा ठपका ठेवला जाऊ शकतो ...आणि तरीही कृष्णाने हस्तक्षेप केला आहे. शिशुपालाचा त्याने वध केला. शिशुपालाचे म्हणणे उचलून धरणाऱ्या, युद्धाला तत्पर झालेल्या राजांना त्याने हतप्रभ करून टाकले. कृष्ण असे न करता, तर यज्ञाचा नाश झाला असताच, शिवाय एका विनाशक महायुद्धाला तोंड फुटले असते. आपल्या व्यक्तिगत प्रतिष्ठेचा बळी देऊन, वैचारिक अशुचितेचा आळ येण्याचा धोका पत्करूनही, समष्टीचे हित लक्षात घेऊन कृष्णाने शिशुपालाचा वध केला.

गांधीजींच्या लेखी अहिंसा ही एक कृती नव्हे तर एक संकल्पना आहे. एखाद्याची हिंसा न करणे किंवा त्याला मानसिक त्रासही न देणे एवढ्यापुरतीच अहिंसा मर्यादित नाही. कुणाविषयी द्वेषाची अथवा तिरस्काराची भावनाही मनात न येऊ देणे एवढ्या सूक्ष्म स्तरापर्यंत अहिंसेची कल्पना गांधीजींनी नेली आहे. १९१९-२० ह्या काळात, गांधीजी व्यथित व्हावेत अशा काही घटना पंजाबात

आणि गुजरातेत घडल्या. पंजाबातल्या जालियनवाला बाग हत्याकांडानंतरची प्रजेची तीव्र प्रतिक्रिया स्वाभाविक होती, कळण्यासारखी होती; परंतु बदल्याच्या भावनेने कोणत्याही प्रकारची हिंसक कृती घडावी, हे गांधीजींना मान्य नव्हते. पंजाबातल्या आणि गुजरातेतल्या हिंसेचा निषेध करणारा ठराव काँग्रेसने करावा असा गांधीजींनी आग्रह धरला. काँग्रेसच सगळ्या चळवळीची सूत्रधार असल्याने, जर कुठे हिंसा झाली, अहिंसेच्या सिद्धान्ताचा बळी दिला गेला तर काँग्रेसने आपली जबाबदारी स्वीकारून अशा हिंसेचा तीव्र निषेध केला पाहिजे, असा त्यांचा आग्रह होता. म्हणजे, काँग्रेसने स्वतःच स्वतःचा निषेध करावा आणि ब्रिटिश सरकारने केलेल्या हत्याकांडाचा विरोध करताना ज्यांनी आपली मालमत्ता, आपले प्राण, आपले सर्वस्व गमावले होते त्यांना केवळ तात्त्विक दृष्टिकोनापायी धिक्कारावे, दूर लोटावे असाच त्याचा अर्थ होता. ज्यांना कष्ट भोगावे लागले होते, अपार दुःख सहन करावे लागले होते त्या सगळ्यांनी वैयक्तिक स्वार्थासाठी काहीच केले नव्हते. देशहितासाठी आणि समाजाच्या कल्याणासाठी त्यांना ज्या वेळी जे उचित वाटले ते त्यांनी प्रत्यक्षात आणले होते. त्यांच्या ह्या आचरणावर टीका करणे म्हणजे परोक्षरित्या त्यांच्या उद्देशाची थट्टा करण्यासारखे होते. अगदी टोकाची तात्त्विक भूमिका म्हणून गांधीजींचे म्हणणे खरे असेलही; परंतु आपले वैयक्तिक मत जशाच्या तशा विशुद्ध स्वरूपात काँग्रेसला स्वीकारायला लावून गांधीजी राष्ट्रीय स्तरावर ते प्रस्थापित करू पाहत होते. काँग्रेस विषयविचारिणी समितीने गांधीजींचे हे म्हणणे मान्य केले नव्हते; परंतु गांधीजींनी आत्यंतिक आग्रह धरूनच नव्हे तर, आपले पुढारीपण पणाला लावून, महासमितीकडून असा ठराव संमत करून घेतला. अर्थात, ह्या ठरावाच्या शब्दरचनेत मध्यममार्गाचा अवलंब केला गेला होता. हिंसेचा 'निषेध' करण्याऐवजी हिंसेबद्दल 'दुःख व्यक्त करण्यात' आले. तरी पण हिंसेवर टीका झालीच!

ठीक ह्याच काळात केरळच्या मलबार जिल्ह्यात मोपले म्हणून ओळखल्या जाणाऱ्या मुसलमानांनी मोठाच उपद्रव मांडला होता. ह्या मोपल्यांनी शेकडो हिंदूंची कत्तल केली होती, हजारोंना धर्मांतर करायला लावले होते. कित्येक स्त्रियांना पळवून नेले होते आणि हिंदूंची असंख्य धर्मस्थळे तोडून टाकली होती. लष्कराच्या हस्तक्षेपानंतर हे दंगे शमले खरे; पण पुढे कितीतरी काळपर्यंत देशभर त्याचे तरंग उठत राहिले. हत्याकांडाची निंदा करण्याबद्दल गांधीजींना सुचवण्यात आले; पण त्यांना ते मान्य नव्हते. उलट, पीटर मारीट्‌सबर्ग स्टेशनवर त्यांनी जे विचार मांडले होते त्यांचाच प्रतिध्वनी आत्ताही उमटला. त्यांनी म्हटले, "दोष मोपल्यांचा नसून अशा विचारसरणीचा आहे." 'गोऱ्या अधिकाऱ्यांचा दोष नाही, वर्णभेदाच्या विचारसरणीचा दोष आहे,' हे आपले म्हणणे मोपल्यांनाही त्यांनी तंतोतंत लागू केले. गुजरातेतल्या किंवा पंजाबातल्या, तुलनेने नगण्य असलेल्या हिंसेचा स्वीकार करण्यात मात्र त्यांनी हेच वैचारिक

सातत्य राखले नाही. मोपले भरकटल्यामुळे असे वागत होते असे म्हटले तर पंजाबातली फुटकळ हिंसक कृत्ये करणारेही भरकटले होते असे का म्हणू नये?

ह्याच संदर्भात स्वामी श्रद्धानंदांच्या हत्येच्या घटनेचे स्मरण होते. मुसलमानांच्या लेखी, इतरांचे धर्मांतर करवून आणणे हा 'कुराण'चा आदेश मानला गेला होता. वाट चुकलेल्यांना, नापाकांना, परमात्म्यापासून दूर गेलेल्यांना परमात्म्याच्या निकट आणण्याचे ते एक पवित्रकर्म मानले गेले होते. अशा तऱ्हेने बाटवल्या गेलेल्या हिंदूंचे पुन्हा धर्मांतर करून त्यांना हिंदू धर्मातील त्यांच्या मूळ स्थानी परत आणण्याचे 'प्रतिआंदोलन' स्वामी श्रद्धानंदांनी चालवले होते. मुस्लिम कट्टरवाद्यांना स्वामीजींचे हे कार्य अर्थातच आवडत नव्हते. स्वामीजी कुणाही अ-हिंदूंना बाटवून हिंदू धर्मात आणत नव्हते. जे हिंदू गैरसमजाने अथवा दुसऱ्या कोणत्याही कारणामुळे धर्मांतर करून मुसलमान झाले होते, फक्त त्यांचेच धर्मांतर करण्याचे स्वामीजींचे उद्दिष्ट होते. कट्टरवादी मुसलमानांना ते सहन झाले नाही. त्यांच्या मते, धर्मांतर घडवून आणणे हे 'कुराण'च्या आदेशानुसारच म्हणजे धर्माचाच एक भाग होते; त्याउलट, हिंदू धर्मात धर्मांतराबद्दल कुठेही काही उल्लेखही नसल्याने, स्वामी श्रद्धानंद जे करत होते ते हिंदू धर्माविरुद्ध होते. त्यामुळे स्वामी श्रद्धानंदांना अशा अधार्मिक गोष्टी करू देऊ नयेत, त्यांवर प्रतिबंध आणावा अशी त्यांची मागणी होती. हा संघर्ष फारच पेटला. त्याने अतिशय उग्र रूप धारण केले आणि शेवटी अब्दुल रशीद नावाच्या एका धर्मांध मुसलमानाने स्वामीजींची हत्या केली. त्या हत्येचा निषेध करून मुस्लिम कट्टरवादाला विरोध करायला गांधीजींना सांगण्यात आले तेव्हा त्यांनी म्हटले, "खरा अपराध अब्दुल रशीदचा नाही. जातीयतेला खतपाणी घालणारे, जमाती-जमातींमध्ये वैमनस्य आणि द्वेष पसरवणारे खरे अपराधी आहेत. अर्थात काही असले तरी हिंसा निषेधार्हच आहे." ह्यापूर्वी हल्लेखोर मोपल्यांच्या वेळी गांधीजींनी जे म्हटले होते त्याला अनुरूपच त्यांची ही भूमिका होती.आत्यंतिक तत्त्वनिष्ठेच्या दृष्टीने पाहता, त्यांचे म्हणणे खरेही होते; परंतु गुजरात-पंजाबमधल्या हिंसेच्या वेळच्या त्यांच्या भूमिकेत मात्र त्यांच्या ह्या म्हणण्याचा पडसाद ऐकू येत नाही, हे खरेच!

१९३५सालच्या बिहारच्या भूकंपाच्या वेळी गांधीजींनी जे म्हटले त्याचा सर्वाधिक तीव्र विरोध गुरुदेव टागोरांनी केला होता. आपल्या पूर्वजांच्या अस्पृश्यतापालनाच्या पापामुळे हा अत्यंत विनाशकारी भूकंप झाला आहे आणि पूर्वजांच्या पापाची आपल्याला शिक्षा झाली आहे,असा अर्थ गांधीजींनी त्या वेळी लावला होता. गुरुदेवांनी त्याला प्रचंड विरोध करत म्हटले, "अस्पृश्यता पाळणे हे हिंदूंनी केलेले पाप होते हे खरे असले तरी भूकंपात केवळ हिंदूच नष्ट झाले नाहीत, मुसलमान आणि इतर धर्मीयांचाही भूकंपामुळे नाश झाला आहे. हिंदूंच्या पापामुळे भूकंप घडला

असेल तर हिंदूंच्या पापाची शिक्षा इतरांना का व्हावी? आणि, पूर्वजांच्या पापाची शिक्षा त्यांच्या वंशजांना व्हावी हे जर न्यायोचित असेल तर त्याच न्यायाने, एका ठिकाणी झालेल्या दंगलीचा दुसरीकडे बदला घेतला जात असेल तर तोही उचितच मानावा लागेल.'' हा वाद खूपच लांबला. गांधीजी आणि गुरुदेव दोघेही आपापल्या मताला शेवटपर्यंत अढळपणे चिकटून राहिले होते.

ऋष्यशृंग ऋषींबद्दल एक आख्यान-कथा रामायण आणि महाभारत दोन्हींमध्ये आहे. रोमपाद (लोमपाद) राजाच्या राज्यात दुष्काळ पडला. उपासमारीमुळे प्रजा मरू लागली. नगरे उजाड झाली. सगळीकडे हाहाकार माजला. अशा वेळी, राज्यात पाऊस पडण्यासाठी एक उपाय म्हणून, अरण्यात एकांतवासात राहणाऱ्या ऋष्यशृंग ऋषींना बोलावून यज्ञ करून घ्यावा,असे मुनिजनांनी सुचवले. ऋष्यशृंग इतके पुण्यवान होते, की अरण्यवास सोडून ते नुसते नगरात येऊन राहिले असते तरी नक्कीच पाऊस पडला असता. अरण्यातला एकांतवास सोडून ऋष्यशृंग आयुष्यात कधीच दुसरीकडे कुठे राहिले नव्हते. आपले पिता विभांडक ह्यांच्याखेरीज दुसरा कुणी माणूसही त्यांनी कधी पाहिला नव्हता. ह्या ऋष्यशृंगांना सांगून, समजावून, फसवून, फूस लावून, काय वाटेल ते करून नगरात घेऊन येणे लोकहिताच्या दृष्टीने अगदी अनिवार्यच होते. राजा रोमपादाने ब्राह्मण तपस्व्यांच्या आणि मुनिजनांच्या सल्ल्याने एक निर्णय घेतला. ऋष्यशृंगांच्या नैसर्गिक पुरुषसुलभ वृत्ती चेतवून त्यांना नगरात घेऊन येण्यासाठी राज्यातल्या सर्वांत उत्कृष्ट वेश्येला पाठवण्याचे त्यांनी ठरवले. मुळात, वेश्यांचा असा हीन वापर करणे अर्थातच उचित नाही.ऋषींचा तपोभंग करण्यासाठी इंद्राने पुष्कळ वेळा अप्सरांचा अशा तऱ्हेने उपयोग करून घेतला आहे; परंतु त्यातून इंद्राचा हीन स्वार्थच उघड झाला आहे. आपले इंद्रासन टिकवण्यासाठी किंवा अशाच कोणत्यातरी स्वार्थासाठी ऋषींचा तपोभंग करायला त्याने वारंवार अप्सरांचा आधार घेतला आहे.

रोमपाद-ऋष्यशृंग कथेत मात्र वेश्यांचा उपयोग 'बहुजन हिताय बहुजन सुखाय' करण्यात आला आहे. ज्याला स्त्रीच्या अस्तित्वाचीही कल्पना नाही, अशा परमपवित्र ऋषींना मोहात पाडून, त्यांच्या ठायीच्या सहज वृत्ती आणि नैसर्गिक भावना उद्दीपित करून ही वेश्या त्यांना रोमपाद राजाच्या नगरीत घेऊन येते; राजा यज्ञ करतो आणि पाऊसही पडतो. अशा तऱ्हेने प्रजा संकटातून वाचते.

ह्या उपाख्यानात साध्य आणि साधन-शुचितेबद्दल एक उत्कृष्ट संकेत साधला आहे. वेश्यांचा असा उपयोग करून ऋषींच्या पावित्र्याशी अशा तऱ्हेने खेळणे अनुचित आणि शुचितेचा भंग करणारे आहे, ही समजूत खोडून काढत रोमपाद राजाच्या ब्राह्मण मंत्र्यांनी म्हटले, की उदात्त उद्देशांच्या पूर्तीसाठी साधनेही तेवढीच उदात्त आणि निर्मळ योजली पाहिजेत, असे नाही. खरे तर, फार मोठ्या लोकहितकारक

कामासाठी, निःस्वार्थ हेतूने, अशुद्ध साधनांचा वापर करण्यात पाप नाही. असा उद्देश, असे साध्य ठेवणे हे पाप आहे. ज्या उद्देशात, ज्या साध्यात पाप नसते, अशा उद्देशांच्या आणि साध्यांच्या पूर्ततेसाठी योजलेले साधन कधी पापी असत नाही.

रोमपाद राजाच्या गोष्टीतून सूचित होणाऱ्या अर्थावरून वाद उद्‌भवण्याची, तो अर्थ सर्वमान्य न होण्याची शक्यता आहे.

साध्य-साधन शुचितेच्या संदर्भात भगवान बुद्धांच्या आयुष्यातला असाच एक प्रसंगही लक्षात घेण्यासारखा आहे.

एकदा अरण्यातून जात असताना, बाण लागून जखमी झालेला कुणी एक प्रवासी वाटेत पडलेला भगवान तथागतांना दिसला. त्याच्या जखमेतून खूप रक्त वाहत होते. तथागत त्याच्याजवळ गेले. त्याच्या अंगात रुतलेला बाण काढून, रक्त थांबवण्याचा ते प्रयत्न करू लागले. त्या जखमी माणसाने विचारले, "तुम्ही कोण आहात? कुठून आलात? कुठे जात आहात? मला मदत का करत आहात? मला बाण मारणारा कोण होता? हा बाण कशाचा केलेला आहे? तुम्ही बाण काढलात की माझ्या जखमेतून रक्त वाहायचे थांबेल, ह्याची तुम्हांला खात्री आहे का?"

या गोष्टीच्या आणि प्रश्नावलीच्या मागचे मर्म इतकेच, की बाण लागलेला आहे, जखमेतून रक्त वाहत आहे, अशा वेळी सगळ्यात पहिली गोष्ट म्हणजे रक्त वाहायचे थांबण्यासाठी, जखम भरून येण्यासाठी काहीतरी करणे! दुसऱ्या कोणत्याही प्रश्नाचे उत्तर देत बसून मुख्य कामाला उशीर करायचा नसतो!

साध्य आणि साधन शुचितेबद्दलही असेच म्हणता येईल!

||२०||

अ-भयाविना सारे व्यर्थ-१

सात वर्षांचा लहानगा मोहन अंधाराला फार घाबरत असे. अंधारात जाताना 'राम-राम' म्हटले, की अजिबात भीती वाटत नाही, असे त्यांच्या घरातल्या रंभा नावाच्या एका बाईने त्याला सांगितले. तिच्या सांगण्याप्रमाणे छोटा मोहन 'राम-राम' म्हणत अंधारात गेला, जरासा फिरून परत आला. त्याला काही झाले नाही. त्याला वाटले, रामनामाचा जप केला की आपले रक्षण होते. अंधारात अगदी भूत-पिशाच्च सुद्धा 'रामनाम' घेणाऱ्याच्या वाटेला जात नाही. अ-भयाचा हा पहिला धडा मोहनदास करमचंद गांधी वयाच्या सातव्या वर्षी शिकले.

अ-भय म्हणजे काय ह्याबद्दल विचार मांडताना गांधीजींनी म्हटले आहे, की 'माणसाने सर्वप्रथम अ-भयाचा सात्त्विक गुण अंगी बाणला पाहिजे. अंगी अ-भय नसेल तर इतर सगळे गुण मातीमोलाचे ठरतात. अ-भय सिद्ध झाले नाही तर अहिंसेची आणि सत्याचीही सिद्धी होत नाही.' (गांधी ज्ञानकोश.) २ सप्टेंबर १९२६च्या 'यंग इंडिया'च्या अंकात गांधीजींनी लिहिले आहे, की माणूस जर भित्रा असेल तर तो 'धार्मिक' असूच शकत नाही. भय म्हणजे काय आणि अ-भय म्हणजे काय ह्याबद्दल ११ सप्टेंबर १९३०च्या 'यंग इंडिया'च्या अंकात त्यांनी लिहिले आहे, की शरीर हेच सगळ्या भयाचे केंद्रस्थान आहे. एकदा का माणूस देहासक्तीतून मुक्त झाला, की त्याला कोणत्याही प्रकारचे भय भेडसावत नाही. सत्य आणि अहिंसा ही गांधीजी आपल्या जीवनाची आधारभूत मूल्ये मानतात, राजकारण हा सुद्धा, सत्याचा शोध घेण्याच्या आपल्या मार्गातला फक्त एक टप्पा आहे, असेही त्यांनी म्हटले आहे. एखादा माणूस भीती झटकून टाकून सर्वस्वी निर्भय होऊ शकत नसेल तर सत्य आणि अहिंसा यांसारखी मूलभूत मूल्ये तो प्रत्यक्ष आचरणात आणू शकणार नाही. गांधीजींच्या मते, जीवनात प्राधान्याने अंगीकारायची अकरा व्रते आपल्या जीवनात निष्ठेने सांगोपांग अंगीकारणारा सत्यसाधक, पराकोटीचा धर्मिष्ठ माणूसही अंतर्यामी जर भित्रा असेल, भयग्रस्त असेल तर त्याच्या हातून काहीच होऊ शकणार नाही. सत्य जाणणे आणि सत्य आचरणे ह्या दोन अगदी भिन्न गोष्टी

आहेत. सत्य केवळ जाणून घेणे पुरेसे नाही. ते जाणलेले सत्य आचरणात आणताना अनेक तऱ्हेची, वेगवेगळी भये आपला ताबा घेतात, आपल्याला भेडसावत राहतात, त्यामुळेच भयमुक्त असणे अत्यंत आवश्यक आहे.

'भगवद्‌गीता' हा ग्रंथ म्हणजे जणू श्रीकृष्णाच्या जीवनाचे सार, जणू त्याच्या कार्यांचे, त्याने केलेल्या सर्व कर्मांचे मर्मच! माणसाच्या अंगी असणाऱ्या दैवी आणि आसुरी संपत्तीची कृष्णाने गीतेच्या सोळाव्या अध्यायात सविस्तर चर्चा केली आहे. सत्य, अहिंसा, त्याग, स्वाध्याय, तप, अ-क्रोध, क्षमा इत्यादी एकूण सव्वीस मनोवृत्तींना श्रीकृष्णाने दैवी-संपत्ती म्हटले आहे. ह्या सगळ्यांत त्याने अ-भयाला अग्रस्थान दिले आहे. एखाद्याकडे इतर पंचवीस लक्षणे असतील आणि अ-भयाचे प्रथम लक्षण नसेल तर ती इतर पंचवीस लक्षणे असून नसल्यासारखीच आहेत. जगात सगळेच काही साधे-सरळ नसते. अनेक ठिकाणी, अनेक वेळा अशी काही विपरीत परिस्थिती निर्माण होत असते, की माणसाला सत्याची कास धरताना कितीतरी धोके पत्करावे लागतात. धोका पत्करण्याच्या ह्या सामर्थ्याचेच नाव अ-भय!

अभय आणि निर्भय हे दोन्ही शब्द परस्परांचे पर्याय म्हणून आपण वापरत असतो. रूढार्थाने ते खरे असले तरी तत्त्वतः खरे नाही. आपण एखाद्याला निर्भय म्हणतो तेव्हा त्याचा अर्थ एवढाच असतो, की त्या व्यक्तीने भयावर विजय मिळवला आहे. म्हणजेच त्याच्या मनात भय असते; परंतु तो ते भय दडपून टाकतो. मनातल्या भीतीला हाकलून देऊन तो शूरासारखा वागतो. घालवून दिलेली ती भीती पुन्हा आपल्यावर स्वार न होवो म्हणून तो सज्ज राहतो. शस्त्रधारी माणूस खरे तर घाबरलेला असतो. भयाला मुद्दाम, जबरदस्तीने घालवून देण्यासाठी तो शस्त्राचा आधार घेत असतो. पोहता न येणारा माणूस जसा कमरेला बांधलेल्या भोपळ्याचा आधार घेत असतो तसेच हे आहे. अ-भय झालेला माणूस भयापासून मुक्त असतो. अरण्यात अंगुलीमालापाशी गेलेले तथागत बुद्ध अभय आहेत; वीरप्पनला पकडायला जंगलात घुसणारे पोलीस अधिकारी निर्भय वाटत असले तरी भयभीत आहेत. भयाची ज्याची भावनाच गळून पडली आहे, तो खरा अभय आहे. जो रागविहीन आहे तो 'विरागी' आहे; पण ज्याचा राग गळून पडला आहे तो 'वीतराग' आहे. महावीर 'वीतराग' आहेत तर अन्य साधू बैरागी' आहेत! आपल्या आयुष्यात आपण पावलोपावली भयभीत अवस्थेतच जगत असतो. जरा खोलात जाऊन विचार केला तर वाटते, की आपल्या भीतीच्या मुळाशी आपल्यात असलेला एक प्रकारचा 'चोरटेपणा' हेच खरे कारण आहे. कुठे ना कुठे, कसले ना कसले तरी पाप आपल्या पोटात दडलेले असते आणि त्यामुळेच आपण सदैव थोड्याफार प्रमाणात घाबरलेल्या स्थितीतच जगत असतो. किती एक वेळा आपल्याला आपणच ओढवून घेतलेल्या

प्रतिष्ठेचे भय असते. आपण वस्तुतः खरे जसे असतो तसे दिसण्याऐवजी आपण जसे नसतो म्हणजेच आहोत त्यापेक्षा वेगळे, आदर्श रूपात जगासमोर येण्यासाठी झटत असतो. आपली ही आदर्शवत प्रतिमा कुठेतरी, केव्हातरी भग्न तर होणार नाही ना, ह्याची आपल्याला सतत चिंता लागून राहिलेली असते. कुठेतरी, कुणापुढे तरी आपले खरे रूप उघड होईल, ही भीती आपल्याला सतत व्यापून राहिलेली असते. माणसाचे सगळे वर्तन पूर्णतया दंभविरहित असले पाहिजे, ही तर अभय होण्याची सगळ्यात पहिली अट आहे. जो जसा असेल तसेच त्याने इतरांपुढे सादर व्हावे, त्यासाठी कोणतेही विशेष प्रयत्न न करता, आपल्या आजूबाजूला असणाऱ्यांमध्ये अगदी सहजतेने एकरूप व्हावे, त्याच सहजतेने सगळ्याचा स्वीकार करावा आणि तेवढ्याच सहजपणे स्वतःला इतरांमध्ये वाटून टाकावे.

श्रीकृष्ण आणि गांधी-दोघांमध्ये 'सहजते'चे हे लक्षण अतिशय लख्खपणे जाणवण्याइतके आहे. श्रीकृष्ण परमपुरुष होता तर गांधीजी लोकोत्तर पुरुष होते. श्रीकृष्णाच्या जीवनाकडे बारकाईने पाहिले तर तो खरा जसा होता, तसा त्याच्या यथातथ्य स्वरूपात त्याची ओळख न पटल्याने त्याच्या स्वजनांनी, त्याच्या समकालीनांनी, त्याच्या युगाने त्याच्यावर अन्याय केला आहे, असे वाटण्यासारखे कितीतरी प्रसंग नजरेसमोर येतात. श्रीकृष्णाला परमपुरुष म्हणून त्या काळी सार्वत्रिकपणे मान्यता मिळाली नव्हती. गांधीजींच्या आयुष्यादरम्यानही त्यांचे वर्तन कितीतरी वेळा वादग्रस्त ठरले आहे आणि शेवटीशेवटी तर गांधी जवळपास उपेक्षित, एकाकीच झाले होते.

अ-भय हा गुण सर्वांत अवघड आहे, असे समजण्यामागे निश्चित अशी मानसशास्त्रीय भूमिका आहे. एखाद्या माणसाने केलेले वाईट कृत्य आपल्याला कळते, त्या वेळी 'अशाच प्रकारचे दुष्कर्म आपणही केले असते; खरे म्हणजे असेच काहीतरी आपल्यालाही करावेसे वाटत होते,' असा विचार आपल्या मनात येत असतो. असे वाईट कृत्य आपण केलेले नाही; पण करायची इच्छा आहे, अशा वेळी, तसले कृत्य करायला जे एक प्रकारचे धैर्य लागते ते आपल्यात नसते किंवा तशी अनुकूलता जुळून आलेली नसते. असले दुष्कर्म करूनही ते उघडकीला आले नाही, अशी एक तिसरी शक्यताही आहे. ह्या सगळ्यात, ज्याचे दुष्कृत्य चव्हाट्यावर आले त्याच्यापेक्षा आपण अधिक सज्जन आहोत, असे आपण धरून चालत असतो आणि त्याबद्दल आतल्या आत कुठेतरी खूशही होत असतो. एकदा का असा सौजन्याचा ठसा आपल्यावर ठळकपणे उमटवून घेतला, की त्यानंतर तो ठसा पुसला न जावा ह्यासाठी आपण प्रयत्न करत राहतो. तो ठसा पुसला जाईल की काय, ही भीती आपल्याला छळत राहते. ह्या भयाच्या दडपणामुळे आपल्यातल्या गुणांचाही योग्य आविष्कार होऊ शकत नाही.

ह्याउलट,एखाद्याने केलेले सत्कृत्य आपल्याला माहीत होते त्या वेळी आपल्या

मनात नकळतच काही आवर्तने उत्पन्न होत असतात. आपल्या बरोबरीच्या किंवा आपण ज्याला आर्थिकदृष्ट्या आपल्यापेक्षा खालचा मानत असतो, अशा एखाद्या माणसाने सार्वजनिक कामासाठी पुष्कळसे दान दिले असे कळताच, आता आपण त्याच्यापेक्षा खालचे झालो तो आपल्या वरचढ ठरला, अशी काहीतरी भावना मनात खोल कुठेतरी आपल्याला बोचू लागते. आपण त्याच्याइतकेच किंबहुना त्याच्यापेक्षाही मोठा दानशूर म्हणून नाव मिळवावे, अशी इच्छा आपल्या मनात उत्पन्न होते. परंतु आपल्या स्वभावामुळे म्हणा की इतर काही कारणांमुळे म्हणा, आपण तेवढे मोठे दानशूर म्हणून प्रसिद्ध होत नाही. लोकांनी त्या माणसासारखीच आपलीही प्रशंसा करावी, असे मनातल्या मनात सतत वाटत राहते; पण आपल्यातल्या मर्यादा आड येतात आणि आपली मनोकामना काही पूर्ण होत नाही.

"हे मीही करू शकलो असतो, हे मिळवू शकलो असतो; पण मला मिळाले नाही," असे आपल्या मनात डाचत राहण्यासारखे असंख्य प्रसंग प्रतिष्ठेच्या, समाजसेवेच्या, शिक्षणाच्या क्षेत्रात घडत असतात. परिणामी, आपल्या अंतरंगात एक खळबळ, एक अस्वस्थता, एक बेचैनी माजते. त्या बेचैनीतून मग आपण एकेक कल्पना लढवू लागतो. आपण जसे नसतो त्यालाच काहीतरी करून घासूनपुसून, ठोकूनठाकून, आपल्या कल्पनेतला एक आकार देऊ बघतो. स्वतःच असे रंगवलेले स्वतःचे काल्पनिक चित्र लोकांपुढे जसेच्या तसे एकसंध राहण्यासाठी धडपडत राहतो. ह्या प्रयत्नांत आपण कुठे कमी पडू की काय, ह्या चिंतेने आपल्याला सतत घेरलेले असते. जे 'नाही' ते 'आहे,' असे भासवण्याच्या ह्या प्रयत्नांचे आपले बिंग फुटणार तर नाही ना, ही भीती आपल्याला सतत छळत राहते.

म्हणजेच, भयाचे मूळ, भयाचे जन्मस्थान दंभ हेच आहे. जे नाही ते आहे, अथवा जे आहे ते नाही, असे ठसवण्याच्या धडपडीतून भयाचा जन्म होत असतो. वैयक्तिक स्वार्थातून मुक्त होणे, ही अभय होण्याची पूर्वअट आहे. रोजच्या जगात, वैयक्तिक हितसंबंध आपल्याला पावलापावलांवर घेरून टाकत असतात. व्यवसाय, बढती, धनप्राप्ती, नातेसंबंध अशी अनेक ढोबळ कारणे काही ना काही प्रश्न निर्माण करत असतात. 'अमुक एक गोष्ट खरी आहे, हे मला चांगले ठाऊक असले तरी मी ती गोष्ट बोललो तर त्या अमक्यातमक्याला ते आवडणार नाही, कारण ती गोष्ट गुप्त ठेवण्यातच त्याचा स्वार्थ दडलेला आहे. उद्या कदाचित माझ्या मुलासाठी अथवा मुलीच्या भविष्यासाठी ह्या माणसाचा उपयोग होण्यासारखा आहे, म्हणून मला त्याच्याशी व्यवहार-संबंध ठेवणे भाग आहे,' असे वाटण्याची वेळ आपल्यावर कधी ना कधी येतच असते. स्वार्थामुळेच आपण भ्यालेले असतो. वैयक्तिक स्वार्थ जसजसा कमी होत जातो आणि त्या भावनेची व्याप्ती हळूहळू क्रमाक्रमाने समष्टीच्या

कल्याणापर्यंत वाढत जाते तसतसे भयही कमी होत जाते. लोककल्याणाच्या सर्वोच्च बिंदूपाशी ही भावना जाऊन पोहोचली, की त्या माणसाला अभयावस्था प्राप्त होते. या सर्वोच्च अवस्थेपर्यंत प्रत्येकजण पोहोचेलच असेही नाही; पण ज्याची नजर तिकडे खिळलेली आहे आणि पावले त्या दिशेने पडत आहेत, त्याची अभयावस्थेप्रत पोहोचण्याच्या मार्गावर क्रमाक्रमाने थोडीफार प्रगती निश्चितच होणार!

अभय असलेल्या माणसाला स्वत:ला कुणाची भीती वाटत नाही ह्याचा अर्थ, दुसऱ्यांना त्याची भीती वाटते असा नाही. त्याच्यासमोर आल्याने दुसऱ्याला जर भीती वाटली तर त्याचा अर्थ एवढाच, की त्या घाबरणाऱ्या माणसाच्या पोटात काहीतरी पाप आहे, ज्याला अशा साक्षात अ-भयाचीच धास्ती वाटते. पापाला भय वाटावे, ही चांगली गोष्ट आहे. दुसरी शक्यता अशी आहे, की तो अभय माणूस आक्रमक बनल्यामुळे भीती उत्पन्न होत असेल! आक्रमक अ-भयावस्था निषेधार्हच आहे. 'मी कुणाला घाबरत नाही,' ही कृती अहंकारातून येऊ नये, ती सहजवृत्ती असावी. अहंकारातून जर अशी अ-भय भावना निर्माण होत असेल तर 'मला सगळ्यांनी घाबरावे,' अशीच तिची परिणती होणार हे ओघानेच आले. भगवद्‌गीतेमध्ये सर्वप्रथम दैवी-संपत्ती म्हणून जिचा उल्लेख आहे, ती म्हणजे अशी दुसऱ्याला भय वाटायला लावणारी अभयावस्था नव्हे. सात वर्षांच्या मोहनने रंभा नावाच्या बाईच्या सांगण्यप्रमाणे रामनामाचा जप करून मिळवलेल्या अ-भयाचे हे लक्षण नव्हे.

माणसाला मृत्यूची सर्वांत जास्त भीती वाटत असते. कितीही ज्ञानी असो, समंजस असो की वयोवृद्ध असो, त्याला मृत्यूची अजिबात भीती वाटत नाही, असे नसतेच! महाभारताच्या वनपर्वात अरिष्टनेमी नावाच्या मुनींनी परपुरंजयाला सांगितले आहे-'सत्याची उपासना, धर्माचे आचरण आणि पापाचा त्याग करणे हा मृत्यूच्या भयापासून मुक्त होण्याचा सर्वांत सोपा उपाय आहे.' वामनाच्या तीन पावलांसारखीच ही 'तीन पावले' आहेत. शेकडो-हजारो वर्षांतून एखादाच कृष्ण किंवा एखादाच गांधी अशी पावले टाकायला उद्युक्त होत असतो-अर्थात, उद्युक्त झाला म्हणजे लगेच यशस्वी होतोच असेही नाही!

कृष्ण आणि गांधी दोघांचेही जीवन नीट पाहता असेच दिसते, की दोघांनीही सत्याची उपासना केली आहे, धर्माचे आचरण केले आहे आणि पापाचा त्यागही केला आहे. ह्याबद्दल दुमत असण्याची शक्यता आहे. विशेषत: गांधीजींचा जीवनकाल आपल्यापासून इतिहासाच्या इतक्या नजीकच्या टप्प्यावर आहे, की त्यांच्या कित्येक कृतींचे मूल्यांकन विशिष्ट पूर्वग्रहविरहित दृष्टीने करणे अवघड आहे. कदाचित, त्यांच्या कृतींचे ह्या ''तीन पावलां'नी मोजमाप करण्यासाठी वापरायचा मापदंडच आपल्यापाशी नसेल! कृष्णाचे जीवन अनेक विसंवादांनी भरलेले आहे; परंतु धर्मरक्षणाचे सातत्य हे त्याच्या आयुष्यातल्या सगळ्या विसंवादांची उकल करू शकेल, असे

परमोच्च लक्षण आहे. कृष्णाने जन्मभर जे काही केले किंवा न केले त्या सगळ्यामागचा मूळ उद्देश 'धर्मसंस्थापनार्थाय' आणि ''विनाशाय च दुष्कृताम्' असाच आहे. ह्या दृष्टिकोनातून पाहिले तर कृष्णाच्या आयुष्यातील सगळी गूढे समजणे सोपे होऊन जाते.

दुर्दैवाने,गांधीजींच्या बाबतीत तसे होत नाही, निदान सध्या तरी नाही, गांधीजींच्या आयुष्यातल्या सगळ्या घटना तपासल्या तर त्यातील सातत्याचा अभाव सगळ्यात आधी नजरेत भरतो. 'सत्याच्या शोधात निघालेला मी एक यात्रिक आहे. ह्या यात्रेत जे जे पदरात पडत गेले त्याचाच प्रयोग करून सत्याचा शोध घेण्याचा आणि ते प्राप्त करून घेण्याचा मी प्रयत्न करत आहे,' असे गांधीजींनी स्वतःच म्हटले आहे. जीवनाच्या अखेरीपर्यंत परमसत्य त्यांच्या हाती लागले नाही, त्यामुळेच त्यांचे जीवन म्हणजे सतत 'सत्याचे प्रयोग' बनून राहिले. सत्याचा यात्रिक प्रचंड मेधावी* असेल तर त्याच्याकडून अशा अखंड, एकसंध सातत्याची अपेक्षा ठेवूही नये.

गांधीजी 'सत्य-शोधक' आहेत; कृष्ण 'धर्म-संरक्षक' आहे. सत्यशोधक वा धर्मरक्षक मुळात जसे असतात तसेच्या तसे त्यांच्या समकालीनांनी स्वीकारलेले नसतात. मानवजातीच्या प्रारंभापासूनच धर्म आणि सत्य हे मानवाचे सर्वोच्च आदर्श आहेत आणि तरीही, ह्याच दोन गोष्टी त्याला सदैव अडचणीच्या ठरत आल्या आहेत. त्यामुळे, धर्म आणि सत्य ह्या गोष्टी आपल्या मार्गात आड येतात, असे तो कबूल करू शकत नाही. आदर्शांकडे पाठ तर फिरवता येत नाही! परिणामी, शेकडो-हजारो वर्षांतून आणि कोट्यवधी-अब्जावधी माणसांतून एखाद्याच माणसाच्या धमन्यांतून रक्ताबरोबरच सत्य आणि धर्मही वाहू लागतात तेव्हा त्या माणसाचे अस्तित्व सहजासहजी स्वीकारले जात नाही आणि नाकारलेही जात नाही.त्या 'शोधका'ला आणि त्या संरक्षकाला सर्वप्रथम स्वतःला पणाला लावावे लागते. त्याला सतत मृत्यूच्या छायेत वावरावे लागते. मृत्यूला सखा-सहचर समजून चालावे लागते. ह्या मार्गावरच्या यात्रिकाबद्दल कवी प्रीतम अतिशय सूचक शब्दांत म्हणतात-

''हरीनो मारग छे शूरानो,
नहि कायरनुं काम जोने
परथम पहेलुं मस्तक मूकी
वळतुं लेवुं नाम जोने''

(परमेश्वराप्रत जाण्याचा मार्ग शूरांसाठी आहे, कायरांचे ते कामच नव्हे. आधी मस्तक वाहून मगच देवाचे नाव घ्यावे.)

---

* मेधावी : प्रज्ञावंत

कृष्ण असो वा गांधी, ह्या मार्गाच्या यात्रिकाने आपल्या सिद्धीसाठी, आपल्या स्वप्नांच्या पूर्ततेसाठी दुसऱ्यांना वाट दाखवून फक्त हाकारे, डांगोरे पिटायचे नसतात. दुसऱ्यांना पुढे करून स्वतः केवळ शब्दांच्या सुरेख रांगोळ्या घालणाऱ्या पुढाऱ्यांपैकी ते नाहीत. कवी उमाशंकर जोशींनी म्हटल्याप्रमाणे, त्यांचे जीवन हाच त्यांचा संदेश असतो आणि म्हणूनच कृष्णाने काय किवा गांधींनी काय, आयुष्यभर आपले मस्तक वाहिलेलेच आहे. जेव्हाजेव्हा आणि जेथेजेथे मृत्यूने आपला जबडा वासून भीती माजवण्याचे प्रयास केले आहेत, तेथेतेथे अ-भयाची पुनर्स्थापना करण्यासाठी ह्या दोन्ही विभूतींनी मृत्यूच्या जबड्यात स्वतःला झोकून दिले आहे.

...आणि ज्याने साक्षात अ-भय आत्मसात केलेले असते त्याला मृत्यूही सहजासहजी स्पर्श करू शकत नाही.

॥२१॥

अ-भयाविना सारे व्यर्थ-२

संपूर्ण मथुरा नगरी, समस्त यादवकुळे बंदिवानाचे जिणे जगत असताना, कृष्णपक्षातील अंधाऱ्या रात्री, कारागृहात श्रीकृष्णाचा जन्म झाला आहे. यादवांचे प्रजातंत्र छिन्नविछिन्न करून, सगळी सूत्रे आपल्या एकट्याच्या मुठीत ठेवून कंस हुकूमशाही गाजवत होता. कृष्णाचा जन्म झाला तो मृत्यूच्या काळ्या छायेत - इकडे माता देवकीच्या कुशीत बाळाने जन्म घेताक्षणी, त्या नवजात अर्भकाच्या पहिल्या रडण्याचा स्वर कारागृहाच्या भिंतींपलीकडे ऐकू जाण्याचा अवकाश,की तिकडे दाराशी हजर असलेल्या मृत्यूने त्यावर झडप घातलीच म्हणून समजा! ह्याआधी एकदा नव्हे, दोनदा नव्हे सात वेळा अशा नवजात अर्भकांचा मृत्यूने घास घेतला होता. कृष्ण आठवा होता. हे आठवे मूलही जन्मताक्षणीच कंसाच्या हातून मारले जाणार, ह्याबद्दल त्याच्या मातापित्यांना जराही संशय नव्हता आणि मथुरावासीयांनाही!

...असे असूनही कृष्ण जन्मला. घास घ्यायला टपलेल्या, चहूबाजूंनी धावून येणाऱ्या मृत्यूच्या तावडीतून तो तात्पुरता तरी वाचला. वसुदेवाने त्याला गोकुळात नेऊन सोडले. कधीही न फसणारा काळ ह्या वेळी मात्र फसला!

गोकुळातही कृष्ण सदैव मृत्यूच्या छायेतच जगत होता, हे सर्वांनाच माहीत आहे. एवढ्याशा तान्हुल्या बाळकृष्णाला स्तनपान करवून त्याला मारून टाकण्यासाठी पूतना गोकुळात आली होती. कृष्णाला तिने छातीशी धरले खरे; पण कृष्ण मरण पावला नाही. कृष्णाला मारायला आलेली पूतना स्वतःच मेली.

कृष्णावर किती वेळा, किती प्रकारे मृत्यू कसा घोंघावत होता ते भागवत-कथेच्या अभ्यासकांना माहीतच आहे. कधी ह्या भयंकर मृत्यूने शकटासुराचे रूप घेतले होते तर कधी तृणावर्ताचे. कधी तो बकासुर* होऊन आला तर कधी

---

* बकासुर : कृष्णाला मारण्यासाठी कंसाने अनेक असुरांना वेगवेगळी रूपे धारण करून गोकुळात पाठवले होते. त्यांपैकी एकाने बगळ्याचे रूप घेऊन कृष्णाची हत्या करण्याचा प्रयत्न केला होता. भीमाने ज्याला मारले तो बकासुर वेगळा.

धेनुकासुर. कधी तो अधासुराच्या रूपाने आला तरी कधी कालिया नाग बनून त्याने कृष्णाला फसवायचा प्रयत्न केला. लहानगा कृष्ण असा सतत मृत्यूच्या सावलीत वाढत होता. मृत्यू कृष्णाला मारू शकला नाही. प्रत्येक वेळी मृत्यू स्वतःच मरण पावला.

२ ऑक्टोबर १८६९. गांधींच्या ह्या जन्मदिनी गांधींचा संपूर्ण देश आणि त्यांचे कोट्यवधी देशबांधव बंदिवान अवस्थेतच होते. जेमतेम दशकभरापूर्वी देशाने स्वातंत्र्य मिळवण्यासाठी पराक्रमाची शर्थ केली होती. त्यात अपयश आल्याने चहूकडे निराशा आणि अंधकार भरून उरला होता. गांधी स्वतः कृष्णासारखे प्रत्यक्ष कारागृहात जन्मले नसले तरी सगळा देश म्हणजे एक तुरुंगच असल्यात जमा होता. कृष्णासारखी मृत्यूच्या भयाची टांगती तलवार गांधींवर नव्हती; पण सावज टप्प्यात येते केव्हा आणि झडप घालून तुटून पडतो केव्हा ह्याची वाट पाहत, नेम धरून बसलेल्या चित्त्यासारखा मृत्यू डाव साधायला टपला होता. १८९३ साली तो क्षण आला. किडकिडीत शरीराच्या तरुण गांधींना त्यांच्या दीडपट उंचीच्या तगड्या ब्रिटिश सहप्रवाशाने रेल्वेच्या अधिकाऱ्यांच्या साथीने उचलून, धावत्या गाडीतून प्लॅटफॉर्मवर भिरकावून दिले.

त्यानंतर चार्ल्सटाऊनहून जोहान्सबर्गला जाण्याच्या वाटेवर घोडागाडीच्या गाडीवानाने गांधींना जबर मारहाण केली. लाथाबुक्क्यांनी तुडवले जात असतानाही गांधींनी गाडीच्या सळ्या मुठीत गच्च धरून ठेवल्या. मेलो तरी बेहेत्तर; पण ही पकड सोडणार नाही, अशा दृढनिश्चयाने त्यांनी आ वासून पुढे ठाकलेल्या मृत्यूवर मात केली. त्यानंतरच्या जवळजवळ दोन दशकांच्या त्यांच्या आफ्रिकेतील वास्तव्यात त्यांच्यावर एकूण सात वेळा लहान-मोठे प्राणघातक हल्ले झाले. इतर हल्ले अनपेक्षित असोत की नसोत; पण आलमगीर नावाच्या पठाणाने केलेला एक हल्ला निश्चितच पूर्वनियोजित होता. त्याच्या ह्या हल्ल्याची खुद्द गांधींनाही कल्पना होती. जनरल स्मट्सच्या सरकारशी झालेल्या समेटानुसार, हिंदी लोकांनी स्वखुशीने आपल्या दहा बोटांचे ठसे द्यावेत, असे ठरले होते. एका सार्वजनिक सभेत ह्या पठाणाने गांधींना म्हटले, "पंधरा हजार पौंडांच्या बदल्यात, आपल्या जातिबांधवांचा विश्वासघात करून तुम्ही जनरल स्मट्सशी हा असला अपमानास्पद करार केला आहे. जो कुणी हिंदी हा करार मान्य करून सरकारी कचेरीत जाऊन आपल्या बोटांचे ठसे देईल, त्याला मी जिवंत सोडणार नाही."

आलमगीराच्या धमकीसरसे काहीतरी अकल्पित घडणार, हे निश्चितच होते. 'बोटांचे ठसे घ्यायचे काम ज्या दिवशी सुरू होईल, त्या दिवशी सगळ्यात पहिला अर्जदार म्हणून मी तेथे आपले नाव नोंदवीन,' असे गांधींनी लगेच जाहीर करून टाकले. मृत्यू दबा धरून बसलेला असताना गांधींनी आपल्या अनुयायांना किंवा

स्वयंसेवकांना 'शूरासारखे पुढे व्हा' म्हणून साद घातली नाही, ते स्वतःच पुढे झाले. सरकारी कचेरीच्या दारातच आलमगीराने त्यांना हटकत म्हटले, "कुठे चाललात? ह्या प्रश्नाचे खरे उत्तर देणे म्हणजेच आलमगीराच्या हल्ल्याला आमंत्रण देणे हे गांधीजी जाणत होते. ते डगमगले नाहीत. त्यांनी निडरपणे खरे काय ते स्पष्ट सांगून टाकले. त्यांचे वाक्य पूर्ण होते न होते तोच त्यांच्या डोक्यावर एक जबरदस्त फटका बसला. फटक्यासरशी जमिनीवर पडलेल्या गांधींवर आलमगीर आणि त्याचे साथीदार तुटून पडले. तेथे जमलेल्या लोकांनी पोलिसांच्या मदतीने आलमगीराला धरले. गांधी शुद्धीवर आले तेव्हा पोलीस इन्स्पेक्टर त्यांना म्हणाला, "तुम्ही फक्त फिर्याद करा. आमच्याकडे सबळ पुरावा आहे. ह्या हल्लेखोराला आम्ही कडक शिक्षा करू."

गांधीजींनी फिर्याद केलीच नाही. त्यांनी म्हटले, "मला फिर्यादही करायची नाही आणि कसली जबानीही द्यायची नाही." 'दुष्कृत्य करणारा अपराधी नसतो, त्याला दुष्कृत्य करायला भाग पाडणाऱ्या विचारसरणीचा खरा दोष असतो, अशा विचारसरणीचा पुरस्कार करणारे खरे गुन्हेगार असतात,' हे गांधीप्रणित तत्त्वज्ञान ह्यातून स्पष्ट होते.

ही घटना १९०८ साली घडली. १९१४च्या मार्च महिन्यात पुन्हा एकदा एका जाहीर सभेत गांधींवर खुनी हल्ला झाला. त्या वेळी मात्र हाच आलमगीर गांधींवर हल्ला करणाऱ्यांसमोर प्राण पणाला लावून उभा राहिला.गांधींवर हल्ला करणाऱ्यांसमोर जणू काही भिंतच बनून तो आडवा आला.ज्याला गांधींच्या रक्ताची तहान लागली होती तोच आलमगीर आता गांधींचे थेंबभरही रक्त वाहू नये, एवढ्यासाठी स्वतःचे रक्त सांडायला तयार झाला होता.

हिंदुस्थानात परत आल्यानंतर गांधीजींच्या जवळजवळ तीस वर्षांच्या सार्वजनिक जीवनात त्यांच्यावर एकूण पंधरा लहान-मोठे हल्ले झाल्याची नोंद आहे. प्रत्येक वेळी त्यामागे त्यांचा जीव घेण्याचेच कारस्थान होते असे नाही.कधीतरी, कुठेतरी, कुणीतरी चिथावल्यामुळे एखाद्या माणसाने किंवा एखाद्या टोळक्याने गांधींवर दगडफेक केली असेल, कधी काठ्या घेऊन त्यांच्यावर तुटून पडले असतील तर कधी स्वतःवरचा ताबा सुटलेला एखादा माणूस सुरा घेऊन त्यांच्यावर धावून आला असेल, अशा घटना घडल्या होत्या. ह्यांपैकी कोणतीही घटना प्राणघातक ठरली असती हे तर खरेच! ह्यांपैकी काही हल्ले गांधीजींच्या अस्पृश्यतानिवारणाच्या आंदोलनामुळे कट्टर सनातन्यांनी घडवून आणलेले होते. गांधीजी आगगाडीतून जात असताना त्या गाडीच्या रुळांवर दगड रचून,गाडी उलथवून टाकण्याचे प्रकारही झाले होते. कधी गावठी हातबाँब टाकून त्यांचे वाहन पेटवून देण्याचा प्रयत्न झाला. १९४८ सालच्या २० जानेवारीला त्यांच्या प्रार्थनासभेतच त्यांच्यावर हातबाँबने हल्ला झाला. त्यातूनही ते वाचले. त्यानंतर, जाहीर प्रार्थनासभा असू नयेत, असेही त्यांना सांगण्यात आले. अशा रोजच्या प्रार्थनासभेत ये-जा करायला कुणालाच

कसलीच आडकाठी नव्हती. कुणा वाटेल त्या व्यक्तीला तेथे यायला मनाई असावी, असे सुचवले गेले. गांधीजींनाच पुरेसे संरक्षण द्यावे, असाही विचार झाला. गांधीजींनी सगळ्या सूचनांना निक्षून नकार दिला. 'अशा प्रकारचे सुरक्षाकवच बाळगून जिवंत राहण्यापेक्षा मरण पत्करण्यात अधिक गौरव आहे,' असे त्यांनी म्हटले. एके ठिकाणी त्यांनी असेही म्हटले आहे, की 'सरकारी कारभार चालवणाऱ्यांना, म्हणजे मंत्र्यांना जर रक्षणाची गरज भासत असेल तर त्यांना मंत्रिपदावर राहू देऊ नये. सुरक्षा व्यवस्थेविना एखाद्या मंत्र्यांचा मृत्यू जरी ओढवला, म्हणजे त्याची हत्या जरी झाली तरी हरकत नाही.'

कालिया नाग अथवा कालयवन यांच्या प्रसंगांत मात्र कृष्णावर मृत्यूची पडछाया पडण्याऐवजी कृष्णाच्या हातूनच हत्या घडण्याची शक्यता निर्माण झाली होती. जलसंपत्ती एखाद्याच विवक्षित माणसाच्या, प्रजेच्या किंवा प्रदेशाच्या मालकीची असूच शकत नाही. यमुनेच्या पाण्यावर कालिया नागाचेच आधिपत्य असावे, हे निसर्गनियमाच्या विरुद्ध होते. न्याय आणि धर्म ह्यांच्या पुनर्स्थापनेसाठी कृष्णाने महाविषारी कालिया नागाला आव्हान दिले. हा धोका पत्करताना त्याने गोकुळातल्या एकाही माणसाला आपल्याबरोबर घेतले नव्हते. 'बहुजन हिताय, बहुजन सुखाय' आणि 'धर्मसंस्थापनार्थाय' ज्या ज्या वेळी धोका पत्करावा लागतो त्या त्या वेळी जो स्वतः आघाडीवर राहून जोखीम पत्करतो तोच खरा लोकनायक असतो.कृष्णाने कालियाच्या तावडीतून यमुनाजल मुक्त केले. त्यासाठी स्वतःचा जीव धोक्यात घातला. कालयवनाच्या गोष्टीत अगदी असेच घडले आहे. कंसवधानंतर कंसाचा सासरा जरासंध, आपल्या जावयाची हत्या घडवून आणणाऱ्याला पकडून त्याच्यावर सूड उगवण्यासाठी मथुरेवर सर्वशक्तिनिशी चालून आला. तत्कालीन आर्यावर्ताच्या दृष्टीने 'परदेशी' असलेला कालयवन सिंधू नदीपलीकडून जरासंधाच्या मदतीला धावून आला. मथुरा नव्हे तर कृष्ण हेच दोघांचे लक्ष्य होते. मथुरेत सुरक्षित असलेला कृष्ण, मथुरेच्या बाहेर पडला असता तर या दोघांच्या सैन्याचे आक्रमण मथुरेला सहन करावे लागले नसते. मथुरा वाचावी म्हणून कृष्णाने स्वतःचे प्राण धोक्यात घातले. कंसाच्या जाचातून मथुरेला कृष्णानेच वाचवले होते; त्या वेळी सुद्धा त्यानेच आपले प्राण पणाला लावले होते. 'कुवलयापीड' नावाचा हत्ती, चाणूरासारखा भयंकर मल्ल आणि सरतेशेवटी कंसासारखा अतिसामर्थ्यवान यादव ह्या तिघांसमोर कृष्ण एकटा उभा ठाकला; त्याने मथुरेला मुक्तता मिळवून दिली. त्याच मथुरेसाठी त्याने पुन्हा एकदा उघड्या डोळ्यांनी मृत्यूला सामोरे जाण्याचा निश्चय केला. मृत्यूच्या भयाने पळणाऱ्याला मृत्यू सोडत नाही; परंतु साक्षात मृत्यूलाच जे आव्हान देतात त्यांना हात लावायला मृत्यू धजावत नाही. जरासंध पराभूत होऊन परतला आणि कालयवन नाश पावला.

प्राग्ज्योतिषपूरच्या भौमासुराशी कृष्णाचे तसे काहीच वैर नव्हते. जिंकून घेतलेल्या सगळ्या प्रदेशांतल्या शेकडो पराजित राजांच्या राजस्त्रिया भौमासुराने आपल्या अंतःपुरात कोंडून ठेवल्या होत्या. जेत्याने अशा प्रकारे जित राजांच्या स्त्रिया आपल्या अंतःपुरात कैद करून ठेवणे, हा तत्कालीन आर्यावर्ताच्या नीतिनियमांनुसार अधर्म समजला जात होता. धर्माची पुनर्स्थापना करणे हे तर कृष्णाचे जीवितध्येयच होते. भौमासुराच्या विरोधात उभे राहणे, ही सोपी गोष्ट नव्हती. बिकट असले तरी कृष्णाने ते आव्हान स्वीकारले. त्याने द्वारकेपासून शेकडो मैल दूर, आर्यावर्ताच्या थेट दुसऱ्या टोकाला असलेल्या प्राग्ज्योतिषपुरापर्यंत जाऊन युद्धामागून युद्ध करून अंती, भौमासुराचा वध केला; त्याच्या अंतःपुरात कैद असलेल्या शेकडो स्त्रिया मुक्त केल्या.

समग्र देश फाळणीच्या जीवघेण्या कसोटीतून पार होत असताना पंजाबमध्ये आणि बंगालमध्ये-देशाच्या ह्या पूर्व-पश्चिम सीमांवर-भीषण हत्याकांडाच्या ज्वाळा धगधगत होत्या. ही आग आटोक्यात आणण्यासाठी लॉर्ड माऊंटबॅटनने पंचावन्न हजार सैनिकांचे आपले लष्करी दळ पंजाबात तैनात केले होते. तरी सुद्धा हत्याकांडाचा आगडोंब विझत नव्हता. पूर्वसीमेवर बंगालमध्ये गांधीजी मात्र एकट्या हाती ह्या हत्याकांडाला टक्कर द्यायला भिडले. बंगालच्या नौखाली भागात हिंदूंची निर्घृणपणे कत्तल होत होती. बंगालचे तत्कालीन सरकार म्हणजेच फजलूल हक किंवा सुऱ्हावर्दीसारखे राज्यकर्ते जाणूनबुजून ह्या कत्तलींकडे डोळेझाक करत होते. अशा परिस्थितीत गांधी एकटेच त्या सगळ्या दंगलखोरांमध्ये घुसले. जेथे कोणत्याही प्रकारची सुरक्षा नव्हती, जेथे राज्याचे कायदेकानून नावालाही उरले नव्हते, माणुसकी औषधालाही शोधून सापडत नव्हती, तेथे गांधीजी गेले.'ह्या मुक्कामात माझी राहण्याची सोय तुमच्याकडेच करावी,' अशी विनंती त्यांनी साक्षात कत्तलखोरांनाच केली. काय हा विश्वास! माणसाने माणसावर टाकायच्या विश्वासाची ही परमावधी होती. जवळजवळ दीड महिनाभर, अनवाणी पायांनी, कुठल्याही साधन-सुविधेविना गांधीजी ह्या धगधगत्या हत्याकांडात वणवण करत हिंडत राहिले. पंजाबात आपल्या पंचावन्न हजार सैनिकांच्या मदतीनेही माऊंटबॅटन जी आग शमवू शकले नाहीत, ती गांधीजींनी बंगालमध्ये एकट्याने आटोक्यात आणून दाखवली. माऊंटबॅटनने म्हटल्याप्रमाणे खरोखरच, हिंदुस्थानच्या पूर्व सरहद्दीवर गांधी 'वन मॅन आर्मी' होते. ह्या 'वन मॅन आर्मी'ने जे साधले ते काम पंचावन्न हजारांच्या प्रशिक्षित सैनिकांना हर तऱ्हेच्या सुविधा हाताशी असून करता आले नाही. हत्याकांडाची आग शमवण्याचा प्रयत्न करताना त्या तमाम सैनिकांच्या मनात आधी स्वतःच्या सुरक्षिततेचा विचारच प्रामुख्याने होता. त्याउलट, गांधीजी आपल्या स्वतःच्या सुरक्षिततेचा बळी देऊनही दंगल शांतवू पाहत होते. त्या पंचावन्न हजारांना कुणी जिवावर उदार होऊन मरायला

शिकवले नव्हते; फक्त मारायलाच शिकवले होते. गांधीजींना जन्मभर मरायचेच माहीत होते; मारता कधीच आले नाही.

श्रीकृष्ण आणि गांधीजी यांनी मृत्यूविरुद्ध अंगी बाणलेल्या अ-भयाबद्दल आपण आत्तापर्यंत जरा तपशिलाने विचार केला. आणखीही बारकाईने, अधिक तपशिलात शिरता येईल. आपण आधी पाहिले तसे, माणसाला आयुष्यभर, पावलोपावली अनेक प्रकारचे भय घेरून टाकत असते. मृत्यूच्या भयाइतके महाभयंकर भय दुसरे नाही. दुसऱ्या कोणत्याही भीतीपासून माणूस थोड्याफार प्रमाणात तरी स्वतःची सुटका करून घेऊ शकतो; परंतु मरणाची अजिबात भीती वाटू न देणे हे मनुष्यस्वभावातच नाही. जो महामानव ह्या मरणभयापलीकडे जाऊ शकतो, त्याला इतर सगळी भये ओलांडणे सोपे नसले तरी अशक्यही नसते.

चाकोरी सोडून काहीही करताना प्रतिष्ठेचा बागुलबुवा नेहमीच आड येतो. बदनामी ओढवून घेणे, अप्रतिष्ठा होणे माणसाला मरणापेक्षाही भयंकर दुःखदायक वाटते. अस्पृश्यताप्रश्नी गांधीजींनी अशी बदनामी ओढवून घेतली. कस्तुरबांचाही गांधीजींच्या अस्पृश्यता विरोधाच्या धोरणाला विरोध होता. गांधीजी ज्यांना आपल्या आश्रमाचा प्राण समजत त्या मगनलाल गांधींच्या पत्नी संतोकबहेन ह्यांनी गांधीजींच्या त्या धोरणाला विरोध दर्शवण्यासाठी आश्रमात न राहण्याचा निर्णय घेतला होता. आश्रमावर सामाजिक बहिष्कार टाकला गेला, आर्थिक साहाय्य बंद झाले, आश्रमात राहणाऱ्या हरिजन कुटुंबांना हाकलून द्यावे म्हणून आत्यंतिक दडपणे आली. तरीही, समोरचा भविष्यकाळ अंधकारमय दिसत असूनही, गांधीजींचा निश्चय अढळ राहिला. भविष्यकाळाच्या भयाने ते डगमगले नाहीत.

अप्रतिष्ठेच्या भयाप्रमाणेच कौटुंबिक अनिश्चिततेचे भयही माणूस त्यजू शकत नाही. आपल्यासाठी, आपल्या कुटुंबासाठी, अचानक कोसळणाऱ्या संकटासाठी काहीतरी तरतूद करून ठेवण्यात शहाणपणा आहे, असे आपण समजतो. हा व्यावहारिक शहाणपणा असेलही! गांधीजींसारख्या विरळा विभूती मात्र त्याला ईश्वरावरचा अविश्वास मानतात. ईश्वराला जर ह्या देहाकडून काही कार्य करवून घ्यायचे असेल तर त्या देहाचे रक्षण ईश्वरच करेल, अशा श्रद्धेने मृत्यूच्या दारात आपणहून जाणाऱ्या माणसांना कुटुंबाच्या किंवा स्वतःच्या सुरक्षिततेचे हे शहाणपण येत नाही. गांधीजींची वकिली चालत नव्हती; ते अयशस्वी वकील होते,' असा निखालस चुकीचा प्रचार झाला आहे. प्रत्यक्षात, दक्षिण आफ्रिकेत असताना वकील म्हणून त्यांनी चांगले यश मिळवले होते. वकिलीची त्यांची स्वतःची अगदी वेगळी अशी पद्धत होती तो भाग निराळा! त्यांचे उत्पन्न भरपूर होते आणि इंग्रज साहेबाच्या तोडीचे भपकेबाज आयुष्य ते जगत होते... आणि तरीही ह्या सगळ्या सुखसुविधा त्यांनी दूर लोटल्या. आपल्यासकट सगळ्या कुटुंबाचेही भवितव्य त्यांनी अनिश्चिततेत अधांतरी

तरंगत ठेवले. आफ्रिका सोडताना त्यांना पुष्कळशा भेटी, उपहार मिळाले होते. कस्तुरबांची इच्छा नसतानाही त्यांनी त्या सगळ्या गोष्टी आफ्रिकेतल्याच हिंदी लोकांसाठी उपयोगात याव्यात म्हणून तिथेच परत करून टाकल्या. त्यासाठी त्यांनी एक ट्रस्ट स्थापन केला.

भयमुक्तीविना सत्य, धर्म अथवा अहिंसा, काहीच प्राप्त होऊ शकत नाही. श्रीकृष्ण आणि गांधी दोघांनीही अ-भय आत्मसात केले होते. असे असले तरी सत्य आणि धर्म ह्यांचा विचार केला तर,'त्यांनी आपापली जीवितध्येये सिद्ध केली असे म्हणता येईल का?' हा लाखमोलाचा सवाल आहे. ह्या प्रश्नाकडे वेगवेगळ्या दृष्टिकोनातून बघता येईल. लखख, स्पष्ट, खणखणीत उत्तर मिळणे मात्र कठीण आहे.

||२२||

आवाक्यापलीकडची गोष्ट-१

काळाबरोबर चालणाऱ्या माणसाला आपण लौकिक भाषेत व्यवहारी माणूस म्हणतो. थोडेसे नावाजण्यासाठी कधीकधी आपण त्याला शहाणा माणूसही म्हणतो. जो काळाच्या पुढे असतो, केवळ येऊ घातलेल्या 'उद्या'चाच नव्हे तर 'उद्याच्या पिढी'चाही जो विचार करतो त्याला 'मेधावी' म्हटले जाते. अशा मेधावी पुरुषांचे कित्येक निर्णय त्यांच्या काळाने स्वीकारले नाहीत, असे अनेक वेळा घडले आहे. कोणत्याही निर्णयातल्या सच्चेपणाच्या स्वीकारामागे काळाच्या रेट्याचा प्रभाव असतो. नाहीतरी, मेधावी पुरुषांचे सगळेच निर्णय सर्वसामान्य माणसाला कळतातच, असे नाही. ते कठीणच असते. श्रीकृष्णाच्या आणि गांधीजींच्या आयुष्यातही अनेकवार असे घडलेले आपण पाहतो. जे महापुरुष आपल्या जीवनसाध्यप्रत पोहोचू शकतात, त्यांच्या कर्मांची अगम्य भासणारी कोडी उलगडणे त्यामानाने सोपे असते. त्यांचा जीवनधर्म हीच त्याची गुरुकिल्ली असते.

महाभारत युद्धात जवळपास सर्वच कौरव-सेनानींच्या वधासाठी पांडवांनी योजलेले सगळे उपाय धर्मयुद्धाच्या नियमांविरुद्ध आहेत, हे स्पष्टच आहे. शिखंडीला पुढे करून भीष्मांचा वध केला; अश्वत्थामा नावाच्या हत्तीला मारून द्रोणांचा वध केला; लढायचे तात्पुरते थांबून कर्ण आपल्या रथाचे चाक नीट करत असताना त्याचा वध केला आणि शेवटी गदायुद्धाचे नियम धाब्यावर बसवून,मांडीवर प्रहार करून दुर्योधनाला मारले. ह्यांपैकी एकही वध धर्माला अनुरूप अथवा पांडवांच्या शौर्याला साजेसा नव्हता; तरी सुद्धा ह्या सगळ्यांना कृष्णाचा उघड पाठिंबा होता. ह्या अधर्माचरणातले एकही कृत्य पांडवांनी कृष्णाच्या संमतीविना केले नव्हते. पांडव धर्म जाणत होते; त्यामुळे जेव्हाजेव्हा अधर्माचरण करण्याची वेळ येऊन ठेपली तेव्हा तेव्हा प्रत्येक वेळी, केवळ विजय मिळावा म्हणून असला अधर्म करण्याला त्यांनी आढेवेढे घेतले आहेत. सनातन धर्माचा ज्ञाता आणि वैश्विक धर्माचा परमरक्षक म्हणवणाऱ्या कृष्णाने अशा प्रत्येक वेळी पांडवांना असे आचरण करायला भाग पाडले आहे, ह्यातला विरोधाभास अगदी उघडच आहे.

धर्माचे सदैव रक्षण करणे हे कृष्णाच्या जीवनाचे उद्दिष्ट होते, हे आपण पाहिलेच आहे. कृष्णाच्या लेखी, धर्म म्हणजे काय, ह्याबद्दलची तपशीलवार चर्चा केली आहे. कौरववीरांना मारण्यासाठी कृष्णाने पांडवांना जे जे करायला लावले ते केले नसते तर पांडवांचा विजय झालाच नसता. पांडव विजयी होण्याने हस्तिनापूरचे वा इंद्रप्रस्थचे राज्य कृष्णाला मिळणार नव्हतेच.राज्य होते एक तर युधिष्ठिराचे किंवा दुर्योधनाचे. म्हणजे एका अर्थी, कृष्ण अगदी तटस्थच होता. धर्म पुनर्स्थापित व्हावा आणि अधर्माचा पराजय व्हावा एवढीच कृष्णाची एकमात्र इच्छा होती. धर्म पराभूत झाला असता आणि सिंहासनावर अधर्म आरूढ झाला असता तर येणाऱ्या पिढ्यांनी धर्माबद्दल सकारात्मक श्रद्धा तरी कशी ठेवली असती? आयुष्यात अनेक तऱ्हेचे संघर्ष नेहमीच उद्‌भवत असतात. काही ठिकाणी काही चांगले घडत असते तर काही ठिकाणी काही वाईटही होत असते. ह्या जगात सगळी माणसे पावलोपावली, क्षणोक्षणी चांगलेच वागतील, अशी अपेक्षा ठेवता येत नाही. आदर्श म्हणून ते वांछनीय असले तरी ते फक्त एक स्वप्नच आहे. कसोटीच्या क्षणी माणसाने आपला वैयक्तिक स्वार्थ बाजूला ठेवून, निर्भेळ सत्याची आणि परमधर्माची उपासना करून त्याच्या प्रतिष्ठापनेसाठी आणि रक्षणासाठी शक्य तेवढे झटणे, हा खरा आदर्श आहे. महाभारताच्या या महासंग्रामात पांडव विजयी व्हावेत, 'अंतिम विजय नेहमी सत्याचा होतो,' ह्याचे ज्वलंत उदाहरण भावी पिढ्यांपुढे निर्माण व्हावे एवढ्यासाठी कृष्णाने अपरिहार्य परिस्थितीत सरळ अधर्माचा आश्रय घेतला आहे. धर्माचा, सत्याचा केवळ शब्दार्थ नव्हे तर त्यांचे मर्म जाणून घेऊन कृष्णाने त्या मर्माचे अनुसरण केले आहे, करवले आहे.

एवढे असूनही, ज्यांच्या औचित्याचा निर्णय फक्त काळाच्या कसोटीवरच लागतो, असे पुष्कळ प्रसंग मेधावी महापुरुषांच्या आयुष्यात येत असतात. ह्या काळाचा अवधी पन्नास वर्षांचा असेल वा पाचशे वर्षांचा किंवा अगदी पाच हजार वर्षांचा! काळाचे असे विभाजन आपण केले आहे. आपली मोजपट्टी खूपच तोकडी असते. काळ अनंत आहे. त्याला मोजण्या मापण्याचा, त्याचा वेध घेण्याचा आपला आवाका थिटा असतो. ह्या संदर्भात, आज तीन-चार हजार वर्षांनंतरही अगम्य वाटणारे श्रीकृष्णाच्या आयुष्यातील दोन-तीन प्रसंग पाहूया.

इंद्रप्रस्थ निर्माण केल्यानंतर खांडवदहनाचा प्रसंग म्हणजे कृष्णाच्या जीवनातले एक कोडेच आहे. इंद्रप्रस्थात युधिष्ठिराला राज्याभिषेक झाल्यानंतर कृष्ण आणि अर्जुन नगरीबाहेर खांडववनालगत वनविहाराला गेले होते. त्या वेळी अग्नीने त्यांच्यापाशी येऊन एक मागणे मागितले. तो म्हणाला, "सगळेच्या सगळे खांडववन मला जाळून भस्मसात करायचे आहे; पण ते मला करता येत नाही. एकदा एका राजाने सतत बारा वर्षे एक यज्ञ केला होता. त्या यज्ञात सतत एवढा दीर्घकाळ, तुपाचे

अखंड पान करावे लागल्याने मला आता अजीर्ण झाल्यासारखे झाले आहे. खांडववन जाळल्याने निर्माण होणाऱ्या ज्वाळा एवढाच काय तो आता त्यावर तोडगा आहे!'' अग्नीला तुपाचा वीट येण्याचा आणि खांडववन जाळण्याचा तर्कसंगत शास्त्रीय संबंध काय, ह्याच्या खोलात जाणे येथे अप्रस्तुत आहे. मुख्य मुद्दा हा अग्नीच्या निखळ स्वार्थासाठी खांडववनाचे भक्षण करण्याचा आहे. खांडववनात असंख्य पशुपक्षी, नाग, साप राहत होते. तक्षक नाग त्यातच होता. तक्षक इंद्राचा मित्र होता. अग्नीने खांडववन जाळण्याचा प्रयत्न केला, की इंद्र आपल्या मित्राला आणि त्याच्या सोबत्यांना वाचवण्यासाठी लगेच पाऊस पाडून तो अग्नी विझवून टाकत होता. म्हणून अग्नीने कृष्णार्जुनांना विनंती केली, ''मी खांडववन जाळायला घेतले आणि त्याच वेळी इंद्राने पाऊस पाडला तर हे अर्जुना, तू आपल्या धनुर्विद्येच्या बळाने इंद्रावर प्रहार करून पावसाचे ढग विखरून टाकावेस. असे झाल्यास मी समग्र खांडववनाचे यथेच्छ भक्षण करेन.''

अग्नीच्या या प्रस्तावात लोककल्याणाचा काहीच हेतू नव्हता. केवळ स्वतःचा एकट्याचा स्वार्थ साधण्यासाठी खांडववन जाळून, पिढ्यान्‌पिढ्या त्या वनात राहणारे शेकडो जीव अशा प्रकारे नष्ट करणे, हा हेतू धर्माच्या कोणत्याच चौकटीत बसणारा नाही. शेवटी खांडववन जळलेच. वनात वसती करून राहणारे कित्येक पशू, पक्षी, सर्प इत्यादी सर्व नष्ट झाले; त्यांच्या बायकामुलांच्या करुण आक्रोशाने वन भरून गेले. जीव वाचवण्यासाठी धावणाऱ्यांना बाहेर पडता येऊ नये म्हणून अर्जुनाने बाणांचा वर्षाव केला. आदिपर्वात ह्या सगळ्याचे अत्यंत करुण चित्रण आहे. ह्या महासंहाराच्या बदल्यात अग्नीने अर्जुनाला गांडीव नावाचे दिव्य धनुष्य, अक्षय्य भाता आणि ज्यावर हनुमान आहेत, अशा ध्वजासहित दिव्य रथ दिला. अग्नीने ह्याच वेळी कृष्णाला सुदर्शन चक्रही दिले आहे. सुदर्शन चक्र आणि गांडीव धनुष्य मिळवून अजेय झालेल्या कृष्णार्जुनांनी मिळून खांडववनात राहणाऱ्यांचा संहार केला, अग्नी तृप्त झाला, इंद्र पराजित झाला.

आपले राष्ट्रकवी झवेरचंद मेघाणी* ह्यांनी 'कलंकित घटना' असे म्हणून, हिंदवी मातेच्या माथी बसलेले एक पातक असा ह्या घटनेचा उल्लेख केला आहे. कृष्णार्जुनांच्या ह्या कृत्याचा बचाव करताना कधीतरी असे म्हटले जाते, की इंद्रप्रस्थनगर अगदी नव्यानेच वसलेले होते. खांडववनासारख्या दाट अरण्याचा त्याला वेढा होता. त्या वनात निर्वेधपणे राहून एखाद्या शत्रूला इंद्रप्रस्थवर आक्रमण करणे शक्य झाले असते. त्या अरण्यातच तक्षकादी नागांची वसती होती. नागप्रजा आणि आर्यप्रजा ह्यांच्यात शत्रुत्व होते. आर्य पांडवांना आपल्या उंबरठ्याशीच

---

* झवेरचंद मेघाणी : सुप्रसिद्ध गुजराती कवी

राहणाऱ्या नागलोकांचा संशय येणे आणि त्यामुळे असुरक्षित वाटणे स्वाभाविक होते. एखाद्या दूरदर्शी राजाने आपल्या राज्याच्या सीमा सुरक्षित राखण्यासाठी असे काही पाऊल उचलले तर त्याला दोष देता येणार नाही.

शत्रूशी युद्ध करणे वेगळे आणि सगळाच्या सगळा प्रदेशच पेटवून देऊन त्या अग्निज्वाळांमध्ये आबालवृद्ध, बायकामुले, सगळ्यांना जिवंत जाळणे वेगळे. कुठल्याही प्रकारचा प्रतिकार न करता, नि:शस्त्र अवस्थेत, जीव वाचवण्याचा प्रयत्न करणाऱ्यांनाही मारून टाकणे, हे कोणत्याही धर्माला धरून नाही. ह्या 'कार्या'चा मोबदला म्हणून अर्जुनाला गांडीव धनुष्य आणि कृष्णाला सुदर्शन चक्र मिळत असेल, तर नाहीच नाही.

असाच दुसरा प्रसंग महायुद्धाच्या अठराव्या दिवशीच्या रात्रीचा! युद्ध संपले. स्यमंतपंचक सरोवरात लपून बसलेल्या दुर्योधनाला बाहेर यायला लावून गदायुद्धात भीमाने त्याचा वध केला. धृतराष्ट्राला आणि गांधारीला पांडवांचा विजय झाल्याची तसेच समस्त कौरव नाश पावल्याची बातमी द्यायला श्रीकृष्ण हस्तिनापूरला गेला आहे. बातमी ऐकून दोघे वृद्ध अत्यंत व्यथित झाले. भवितव्याला कुणी रोखू शकले नाही, शेवटी व्हायचा तो महासंहार झालाच ह्याबद्दल सर्वांनी अश्रू ढाळले. अखेरीस, निरोप घेताना कृष्ण म्हणाला, "हे राजा, तुम्ही शोकमुक्त होऊन, मला आता कुरुक्षेत्रावर परत फिरायची आज्ञा द्या. आज अश्वत्थाम्याच्या मनात पापकर्माचा उदय झाला आहे. शिबिरात निजलेल्या पांडवांचा वध करण्याचे त्याने ठरवले आहे." हे ऐकून धृतराष्ट्र म्हणाला, "हे जनार्दना, असे असेल तर तू लगेच जा आणि पांडवांचे रक्षण कर." (शल्यपर्व अ. ६३)

त्याचा स्पष्ट अर्थ असा, की झोपलेल्या पांडवांची रात्री हत्या करण्याचे अश्वत्थाम्याने रचलेले कारस्थान कृष्णाला माहीत होते ...आणि तरीही अश्वत्थाम्याचा हेतू तडीस गेला. पांडवांच्या शिबिरात निजलेल्या सेनापती दृष्टद्युम्नाची आणि द्रौपदीच्या पाचही पुत्रांची अश्वत्थाम्याने हत्या केली. कृष्णाला हे कारस्थान माहीत होते तर मग कृष्णाने त्यांना वाचवण्यासाठी प्रतियोजना का केली नाही? ह्या हत्याकांडानंतर पळून जाणाऱ्या अश्वत्थाम्यामागे अर्जुन आणि कृष्ण धावून गेले. त्यांनी अश्वत्थाम्याला पकडले, त्याच्या मस्तकावरचा मणी हिसकावून घेतला आणि शाप देऊन त्याला सोडून दिले. एकापाठोपाठ एक घडणाऱ्या ह्या सगळ्या घटना पाहता असे वाटल्यावाचून राहत नाही, की विजयी पांडव-सेनापती धृष्टद्यूम्न आणि परमसखी द्रौपदीचे पाच पुत्र ह्यांना कृष्णाने कुठल्या तरी अगम्य कारणामुळे संरक्षण दिले नसावे. कृष्णाने असे का करावे, ह्याचे कारण महाभारताचे भलेभले मर्मज्ञही शोधू शकले नाहीत. ह्यात धर्माशी निगडित असा काही सिद्धान्त गुंतला असावा, असेही वाटत नाही. कवी उमाशंकर जोशींनी त्यांच्या 'प्राचीना' काव्यसंग्रहात एके

ठिकाणी अशी कल्पना केली आहे, की मुलांच्या हत्येने अत्यंत दुःखी झालेल्या द्रौपदीच्या मनाचा तोल त्या वेळी ढळतो आणि खुद्द कृष्णावर ती हेत्वारोप करते, की 'हे कृष्णा, माझ्या भावाचा आणि माझ्या मुलांचा वध घडवून तुला उत्तरेच्या पोटात असलेल्या आपल्या बहिणीच्या-सुभद्रेच्या-मुलाच्या गर्भाचा मार्ग निष्कंटक करायचा होता की काय?'' राजकारणाच्या आट्यापाट्या खेळणाऱ्यांना उमाशंकरांची ही कल्पना फारशी कठीण वाटणार नाही; पण कृष्ण काही फक्त राजनीतिज्ञ नव्हता. तो साक्षात धर्मपुरुष होता. म्हणजे शेवटी लाखमोलाचा प्रश्न अनुत्तरितच राहतो, की कृष्णाने असे का करावे?

महाभारताप्रमाणे भागवतातही कृष्णाच्या आयुष्यातला न उलगडलेल्या कोड्यासारखा एक प्रसंग आहे. कृष्णाचा मुलगा प्रद्युम्न हा युवराज आहे. कृष्णाच्या आवडत्या रुक्मिणीचा तो पुत्र आहे. प्रद्युम्नचा जन्म होताक्षणीच, प्रसूतिगृहातूनच दहा दिवसांच्या ह्या नवजात अर्भकाचे शंबरासुराने अपहरण केले. साक्षात द्वारकानगरीतून, कृष्णाच्या राहत्या जागेतून युवराज असणाऱ्या मुलाला कुणी असे पळवून न्यावे, हे फारच आश्चर्यकारक आहे. शंबरासुराच्या महालात मायावती नावाच्या दासीने त्याचे संगोपन केले. त्यानंतर लग्नाच्या वयाच्या प्रद्युम्नाशी मायावतीनेच लग्न केले. आईच्या वयाची पत्नी प्राप्त केल्यावर प्रद्युम्नाने शंबरासुराचा वध केला आणि तो द्वारकेला परतला. सांदिपनी गुरूंच्या मुलाला राक्षसाने पळवून नेले असता, त्याला शोधून आणण्यासाठी कृष्णाने आकाशपाताळ एक केले होते. तोच कृष्ण आता आपल्या स्वतःच्या मुलाला शोधण्याचे, परत आणण्याचे काहीच प्रयत्न करत नाही आणि हरवलेला हा मुलगा आपणहून आपल्या पत्नीसह द्वारकेला परत येतो, ही गोष्ट बुद्धीला पटत नाही. बुद्धीला न पटणाऱ्या अशा अनेक कृष्ण-कथा भागवतात आहेत. त्या प्रतीकात्मक मानाव्या लागतील. प्रद्युम्नाच्या कथेकडेही असेच पाहावे लागेल.

कृष्णाच्या आयुष्याचे उद्दिष्टच धर्म-स्थापना हे आहे, हे मूलभूत सत्य स्वीकारण्यात काही अडचण नाही; परंतु कृष्णाचे जीवन असे एकआयामी नाही. ते बहुआयामी आहे. तो गोपींची वस्त्रे पळवतो आणि तोच द्यूतसभेत द्रौपदीचे वस्त्रहरण होत असताना तिचे रक्षण करतो. गोकुळात तो चोरून लोणी खातो; पण स्यमंतक मणी चोरून पळून जाणाऱ्या प्रसेनजिताची ती चोरी कसेही करून शोधून काढतो. अठरा अक्षौहिणी सैन्य भले नष्ट होवो; पण निरपराध टिटवीच्या पिलाच्या केसालाही धक्का लागू देत नाही. वृन्दावनात तो रासलीला करतो; पण भौमासुराच्या अंत:पुरात कोंडून ठेवलेल्या स्त्रियांचा मात्र उद्धारच करतो. येशू, बुद्ध, महावीर ह्या सगळ्या लोकोत्तर पुरुषांचे दर्शन एकसुरी, एकांगी आहे. त्यांच्या वागण्या-बोलण्यावरून त्यांच्या अनुयायांनी रेखाटलेले त्यांचे चित्र एकसमान आहे. कृष्णाबद्दल असे म्हणता येणार

नाही. म्हणजेच, कृष्ण 'धर्म-पुरुष' आहे तसाच 'परम-रहस्य'ही आहे. विचारवंतांना, चिंतकांना, धर्ममार्तंडांना आणि कलाकारांना युगानुयुगे असे रहस्य, अशी कोडी उलगडण्यातच स्वारस्य असते.

कृष्ण हजारो वर्षांपूर्वी होऊन गेला. त्यामानाने गांधीजी म्हणजे काल-परवाची गोष्ट आहे. गांधीजींना ज्यांनी पाहिले आहे, जे त्यांच्यासोबत राहिले आहेत, अशी काही थोडी माणसे आजही आपल्यात आहेत. कृष्णाबद्दल आपल्याला कल्पना करावी लागते, तर्क लढवावे लागतात. गांधीजींचे काही निर्णय, त्यांची काही कृत्ये समजून घ्यायला कल्पनेची फारशी गरज नाही. पुरेसे पुरावे उपलब्ध होण्यासारखे आहेत. गांधीजींनी आपल्या आयुष्यात कितीतरी विवादास्पद निर्णय घेतले आहेत. ज्या निर्णयांचे केवळ त्या वेळेपुरते देशावर परिणाम झाले असे नाही, तर आज जवळजवळ तीन पिढ्यांनंतरही त्यांचे व्यापक परिणाम झालेले आहेत. गांधीजींचे जे निर्णय फक्त तेवढ्या काळापुरते वादग्रस्त ठरले होते किंवा जे सर्वसामान्यांना सहज कळले नव्हते त्या सगळ्यांना स्पर्श करण्याचा येथे उद्देश नाही. ज्या निर्णयांचा फार दूरवर, फार खोलवर परिणाम झाला, ज्यांचा आजवर उलगडा झालेला नाही, जे अजून प्रश्नचिन्हच बनून राहिले आहेत त्याबद्दल थोडेसे, ह्यानंतर!

॥२३॥

आवाक्यापलीकडची गोष्ट-२

'हिंदू-मुसलमानांमध्ये फूट पाडण्याचे काम इंग्रजांनी केले. 'फोडा आणि झोडा' नीती वापरून त्यांनी भरपूर फायदा पदरात पाडून घेतला होता...' स्वतःला 'सेक्युलर' अथवा बुद्धिजीवी म्हणवणारे वाचिवीर आपल्याला वेळोवेळी असे ऐकवत असतात. हिंदू-मुसलमानांमध्ये जर मैत्री आणि बंधुभाव असता तर इंग्रज शासन काहीच करू शकले नसते. खरे तर, ह्या देशात ह्या दोन्ही जमातींमध्ये सुरुवातीपासूनच थोड्याबहुत प्रमाणात मतभेद आणि परस्पर अविश्वास होताच. जातीय दंगलींबद्दल बोलायचे झाले तर थेट अठराव्या शतकात अशा दंगली प्रथम अहमदाबादला आणि काश्मीरमध्ये झाल्याच्या शासकीय नोंदी आहेत. ह्या आधीच्या दंगलींच्या कागदोपत्री नोंदी मिळत नाहीत. (दंगों का इतिहास, ले. एस. के. बंदोपाध्याय.) अर्थात, या दोन्ही समाजांमध्ये सगळ्या स्तरांवर सतत वैमनस्यच होते असेही नाही. सर्वसामान्य प्रजा गुण्यागोविंदाने नांदत होती हे खरे; पण परस्पर विश्वासाची आणि सद्‌भावाची कसोटी लागण्याची वेळ आली, की बहुतांशी एकमेकांच्या निषेधाचाच सूर निघत होता. प्रजेतल्या दोन मुख्य वर्गांमध्ये अशी भावना असल्याची ज्या विदेशी शासकाला कल्पना असते, तो चतुर आणि मुत्सद्दी असेल तर अशा परिस्थितीचा फायदा घेऊन आपल्या शासनाची पकड घट्ट करण्याचा प्रयत्न करणारच. इंग्रजांनी हेच केले. एकोणिसाव्या शतकाच्या उत्तरार्धातील काही दशके त्यांनी मुसलमानांविरुद्ध हिंदूना आपल्या बाजूला वळवण्याचा प्रयत्न केला होता. त्यानंतर मात्र ब्रिटिश शासनाच्या अंतापर्यंत सगळी वर्षे त्यांनी मुस्लिम-जातीयवादाचेच कुरवाळून लाड केले होते. त्या इतिहासाच्या तपशीलवार चर्चेला येथे वाव नसला तरी ती भूमिका थोडी लक्षात घेण्यासारखी आहे.

तुर्कस्थानच्या खलिफांना जगभरातील मुसलमान अत्यंत पवित्र मानत असत. पहिल्या महायुद्धानंतर विजेत्या ब्रिटिशांनी त्या खलिफांना पदच्युत केले. खुद्द तुर्कस्थानच्या प्रजेने 'खिलाफत' शब्दच हद्दपार केला होता. ह्या मुद्द्यावर हिंदुस्थानातील मुसलमानही साहजिकच संवेदनशील बनले होते. अद्यापपर्यंत, राजकारणात जागरूक आणि सक्रिय असणारे मुसलमान बहुतांशी इंग्रजधार्जिणे होते. त्यांनी मुसलमानांसाठी

अलग मताधिकाराची मागणी केली होती आणि ती पूर्णही झाली होती. आपल्या ब्रिटिशनिष्ठेच्या मोबदल्यात, लोकसंख्येच्या प्रमाणापेक्षा अधिक जागा किंवा अधिक हक्क मिळाले पाहिजेत, अशी त्यांची मागणी होती. ती सुद्धा पुरवली गेली होती. राजकीय सुधारणांसाठी आणि वसाहतीचा दर्जा मिळावा म्हणून चळवळ करणाऱ्या काँग्रेसविरुद्ध त्यांनी इंग्रज शासनाची बाजू घेतली. खिलाफत प्रश्नी मुसलमानांच्या धार्मिक भावनांच्या विरुद्ध जाऊन इंग्रजांनी जागतिक पातळीवर घेतलेली भूमिका जगातल्या इतर देशांतल्या मुसलमानांनी एक कटू सत्य म्हणून जड अंतःकरणाने मान्य करून घेतली. हिंदुस्थानातील मुसलमानांना मात्र ते जमले नाही. त्यांनी इंग्रज सरकारविरुद्ध आंदोलन उभारले आणि तुर्कस्थानच्या खलिफाच्या पुनर्स्थापनेच्या मुद्द्यावर इंग्रजांची साथ सोडून दिली.

ह्या 'खिलाफत चळवळी'चे नेतृत्व गांधीजींनी केले. हिंदू-मुसलमानांतील तेढ कायमची मिटवण्याची उत्तम संधी गांधीजींना ह्यात दिसली. इंग्रजांची साथ सोडून मुसलमानांनी काँग्रेसशी जवळीक केली तर इंग्रजांविरुद्धच्या आंदोलनाला विलक्षण बळकटी येईल, असे त्यांना वाटले. हिंदू-मुसलमान ऐक्याचे गांधीजी प्रखर समर्थक होते. मुसलमानांच्या मनात विश्वासाची भावना निर्माण करण्यासाठी प्रसंगी, हिंदूंना थोडाफार त्याग करावा लागला, थोडी किंमत मोजावी लागली तरी त्यांनी ती मोजावी, असे गांधीजींना मनापासून वाटत होते. 'खिलाफत' प्रश्नी गांधीजींनी मुसलमानांचे नेतृत्व स्वीकारले त्या वेळी 'खिलाफत' मुद्द्यावर जगात घडलेले बदल उचितच आहेत, असे मानणारे कितीतरी सुधारक मुसलमान देशात होते. महमद अली जीना त्यांत अग्रभागी होते. मोतीलाल नेहरूंपासून ते चित्तरंजन दासांपर्यंत, काँग्रेसमधील इतर सर्व नेत्यांनाही हिंदुस्थानातील मुसलमानांच्या ह्या बाबतीतल्या भावना वाजवी वाटत नव्हत्या. 'देशातले बहुतांश मुसलमान अशिक्षित आहेत; त्यांच्यात पुरेशी राजकीय जागृती नाही. खिलाफतीच्या मुद्द्याला महत्त्व दिले गेले तर कट्टरपंथी मौलवी मुसलमान प्रजेवर हुकूमत गाजवतील आणि सुधारकांच्या प्रगतीची चाके उलट्या दिशेने फिरू लागतील,' अशी सगळ्यांना भीती वाटत होती. ह्या सगळ्या पार्श्वभूमीबद्दल, नेत्यांच्या मनातील भीतीबद्दल गांधीजी अनभिज्ञ असणे शक्यच नव्हते आणि तरीही, 'खिलाफत प्रश्न सगळ्या देशाचा प्रश्न आहे,' असे म्हणून त्यांनी 'खिलाफत चळवळी'चे पुढारीपण स्वीकारले. गांधीजींच्या मागोमाग काँग्रेसही तीत सामील झाली. कट्टरपंथी धर्मांध मुसलमान मौलवी ह्या आंदोलनामुळे, मुसलमानांचे पुढारी बनले; एवढेच नव्हे तर गांधीजींचे सहकारी झाले. काँग्रेसच्या आघाडीच्या पंक्तीतही त्यांनी स्थान मिळवले. ह्या आंदोलनाला विरोध करणारे प्रगतिशील, सुधारक मुस्लिम नेते बाजूला पडले आणि अत्यंत कडवे असणारे मात्र मुस्लिम प्रजेचे आघाडीचे नेते म्हणून उदयाला आले.

'खिलाफत चळवळ' अपरिहार्यपणे आपली आपणच थंड झाली; कारण प्रश्न हिंदुस्थानपुरता मर्यादित नव्हता. हिंदुस्थान वगळता इतर देशांतल्या मुसलमानांनी ह्याआधीच समेट करून टाकला होता, त्यामुळे ही चळवळ फोफावली नाही; टिकली नाही.

आंदोलनाच्या ह्या चार-पाच वर्षांदरम्यान काँग्रेस आणि मुस्लिम-लीग बऱ्याच प्रमाणात, म्हणजे अगदी इंग्रजांच्या डोळ्यांत कुसळासारखे खुपावे इतके एकमेकांच्या निकट आले एवढे मात्र म्हणावेच लागेल. हिंदू-मुस्लिम बंधुभावाचा देखावा निर्माण झाला होता; पण चळवळ अयशस्वी होताच हा सद्भावही अदृश्य झाला. गांधीजींच्या डावी-उजवीकडे बसणाऱ्या मुल्ला-मौलवींनी त्यांची साथसंगत सोडून दिली. त्यांना आता गांधीजींची गरज नव्हती. इतकी वर्षे गांधीजींच्या बरोबरीने देशभर हिंडल्याने, मुसलमानच काय, इतर लोकही त्यांना नेता मानू लागले होते. सुधारणावादी मुसलमान बाजूला पडले होते आणि ह्या मुल्ला-मौलवींनी अशिक्षित, अल्पशिक्षित आणि राजकीयदृष्ट्या अजागृत अशा मुस्लिम समूहावर आपली पकड घट्ट केली होती.

गांधीजींनी स्वीकारलेले 'खिलाफत चळवळी'चे नेतृत्व इतक्या वर्षांनंतर आजही वादग्रस्तच ठरले आहे. बरोबरीचे स्थान दिल्याने मुल्ला-मौलवींना जे महत्त्व मिळाले, त्यामुळे पुढील काळातही हा वर्ग मुसलमान समाजावर शिरजोर होऊन बसला होता. खरे तर, खिलाफत हा मुसलमानांचा धर्मनिगडित प्रश्न होता. त्या प्रश्नाचे औचित्यही निर्विवाद नव्हते. जागतिक स्तरावर इतर कुठल्याच देशाने खिलाफत हा फार मोठा प्रश्न मानला नव्हता; पण गांधीजींनी त्यात 'न्याय' पाहिला. ह्या 'न्याय-भावने'खेरीज त्यांना त्यात हिंदू-मुसलमान समस्या कायमची सोडवण्याचा मार्ग दिसला असण्याचाही संभव आहे.

जे असेल ते असो! त्यानंतरच्या इतक्या दशकांचा इतिहासच सांगतो, की 'खिलाफत चळवळी'च्या निमित्तानेच मुसलमान समाजाचा फार मोठा वर्ग कायमचा, मुल्ला-मौलवींच्या धर्मांध आणि स्वार्थांध नेतृत्वाच्या तावडीत सापडला.

सत्य आणि न्याय ह्यासाठी प्राणपणाने लढणारे गांधीजी १९३८-१९३९ साली तत्कालीन काँग्रेस अध्यक्ष सुभाषचंद्र बोस ह्यांच्याशी ज्या पद्धतीने वागले ते सुद्धा कुणाही वस्तुनिष्ठ विवेचकाला पटण्यासारखे नाही. आज इतकी दशके उलटल्यानंतरही गांधीजींची सुभाषचंद्रांबद्दलची वृत्ती 'न्याय्य' ठरत नाही. इतिहासाच्या कालौघात दशके क्षणासारखी असतात हे मान्य केले तरी, त्या क्षणी जे घडले ते ह्या दुसऱ्या क्षणी न्यायोचित वाटत नाही. गांधीजींच्या मते, काँग्रेसचे अध्यक्ष म्हणून सुभाषचंद्रांची भूमिका संस्थेच्या वा देशाच्या हिताची नव्हती, असे घटकाभर समजून चालले तरी सुद्धा, काँग्रेस महासमितीत खुद्द गांधीजींचा विरोध असूनही सुभाषचंद्र

फार मोठ्या बहुमताने काँग्रेसाध्यक्ष म्हणून निवडून आले होते. त्या तेवढ्या वर्षापुरते समंजसपणे त्यांना अध्यक्षाचे सगळे अधिकार उपभोगू दिले असते, सगळ्यांनी एकाच वेळी राजीनामे देऊन सुभाषचंद्रांना एकटे पाडण्याऐवजी त्यांना सहकार्य केले असते तर कदाचित ते अधिक उचित ठरले असते. सुभाषचंद्रांशी असहकार पुकारून त्यांना अध्यक्षपदाचा राजीनामा द्यायला लावण्याचा त्या वेळी असा परिणाम झाला, की अगदी एकाकी झालेल्या सुभाषचंद्रांना इंग्रज सरकारने पकडले. त्यानंतरचा इतिहास सर्वांना माहीतच आहे. हा मुद्दा विवादास्पद असला, तरी जे काही घडले, त्या वेळी गांधीजींनी जी भूमिका घेतली त्यामुळे सुभाषचंद्रांवर अन्याय झालाच. त्यांच्या क्षमतेचा पूर्ण लाभ देशाला झाला नाही; एक रोमांचकारी शौर्यगाथा-आणि शोकांतिकाही-परदेशी भूमीवर घडून गेली हे आपल्याला मान्य करावेच लागेल. गांधीजींच्या व्यक्तिमत्त्वाचा अभ्यास करताना असे दिसून येते, की त्यांनी कित्येक विरोधकांना-ते दुर्बल असोत की सक्षम-अत्यंत 'चतुरपणे, सक्षमतेने तोंड दिले आहे. प्रसंगी आत्मसन्मानाचा बळी देऊनही महमद अली जीनांशी, सर्वसामान्यांना कोड्यात टाकणारी तडजोड करायला तयार होणाऱ्या गांधीजींनी सुभाषचंद्रांशी मात्र तडजोड केली नाही, हे तत्कालीन इतिहासाचे न उलगडलेले गूढ आहे.

गांधीजींशी सामना द्यायला सिद्ध होण्याजोगेच सुभाषचंद्रांचे व्यक्तिमत्त्व होते; परंतु सरदार पटेल तर त्याहून अगदी वेगळे होते. सरदार पटेलांनी गांधीजींनाच आपले सरदार मानले होते. एका अर्थी, महादेवभाई देसाईंप्रमाणेच सरदारांनीही आपले व्यक्तित्व गांधीजींच्या चरणी समर्पित करून टाकले होते. सरदारांच्या क्षमतेबद्दल त्यांच्या शत्रूंच्याही मनात शंकेला स्थान नव्हते. १९२९ साली रावीच्या तिरी, संपूर्ण स्वराज्याच्या प्रतिज्ञेचा ठराव संमत करण्याची वेळ आली तेव्हा दहा प्रांतांनी अध्यक्षपदासाठी गांधीजींचे नाव सुचवले होते. पाच प्रांतांनी सरदारांना प्रथम-पसंती दिली तर तीन प्रांतांनी जवाहरलालांवर ही कामगिरी सोपवावी, अशी सूचना केली. हे पद स्वीकारण्याची गांधीजींची स्वतःची इच्छा नव्हती. प्रदेश काँग्रेस समितीच्या दुसऱ्या क्रमांकाच्या पसंतीचे सरदार पटेलांचे नाव डावलून त्यांनी जवाहरलालांची निवड केली. लाहोर काँग्रेसच्या ह्या ऐतिहासिक निर्णयाचे श्रेय जवाहरलालांना मिळावे, अशी मोतीलालांची इच्छा होती. ह्या श्रेयासाठी सरदार अधिक पात्र होते. पत्रकारांनी ह्याबाबत विचारले असता सरदार म्हणाले, "जे पद ग्रहण करण्यासाठी माझ्या सरदारांनीच मला अयोग्य ठरवले ते पद मी कसे घेऊ?" अशा प्रकारे, एका ऐतिहासिक निर्णयाचे यश मिळवण्यास सर्वस्वी पात्र असूनही सरदार त्या यशापासून वंचित राहिले.

हा पदभार स्वीकारण्यास जवाहरलाल अपात्र होते असे कुणीच म्हणू शकणार नांही; परंतु १९२९ पर्यंतच्या कालखंडात सरदारांनी काँग्रेसमध्ये आणि देशाच्या

राजकारणात जे स्थान आणि जी सिद्धी मिळवली होती ती पाहता, जवाहरलालांना तेथपर्यंत पोहोचायला अजून अवधी होता. जवाहरलालांऐवजी स्वतः मोतीलालांनी ते पद ग्रहण केले असते आणि काँग्रेसच्या प्रदेश समित्यांनी तसेच सुचवले असते तर सरदारांच्या तुलनेत ते अधिक उचित म्हणता आले असते. सरदारांऐवजी जवाहरलालांची निवड निश्चितच विवादास्पद आहे.

देशाला स्वातंत्र्य मिळतेवेळी पुन्हा एकवार ह्याचीच पुनरावृत्ती झाली. हिंदुस्थानचा निरोप घेणाऱ्या इंग्रज सरकारकडून सत्ता हस्तगत करण्याची वेळ आली तेव्हा पंतप्रधानपद कुणी सांभाळावे, ह्याबद्दल देशभराच्या प्रदेश काँग्रेस समित्यांनी आपापली भूमिका गांधीजींपुढे मांडली होती. तत्कालीन पंधरा प्रांतिक समित्यांपैकी बारा समित्यांनी एकमताने, सरदारच देशाचे पहिले पंतप्रधान व्हावेत असा आग्रह धरला होता. बाकीच्या तीन समित्यांनी बहुमताने जवाहरलालांच्या नावाचा प्रस्ताव ठेवला होता.

काँग्रेस महासमितीचे मोठे बहुमत सुभाषचंद्रांच्या बाजूने असूनही १९३८मध्ये ज्याप्रमाणे गांधीजींनी ते मानले नव्हते त्याचप्रमाणे १९४६-४७ सालीही स्वातंत्र्याचा उदय होत असताना गांधीजींनी बहुमत मानले नाही. सरदारांचे नाव न स्वीकारण्यामागे गांधीजींचा स्वतःचा एक विशिष्ट दृष्टिकोन होता आणि एक विशिष्ट युक्तिवादही होता. त्यावरूनही त्या वेळी खूप वादविवाद उठले होते. सरदार पटेलच देशाचे पहिले पंतप्रधान होण्यास योग्य आहेत, असे जवळपास संपूर्ण देशाचे मत असताना गांधीजींनी १९२९ सालाप्रमाणेच पुन्हा एकदा जवाहरलालांची निवड केली. एखाद्या आज्ञाधारक सैनिकाप्रमाणे गांधीजींच्या ह्या निर्णयाविरुद्ध सरदारांनी साधे बोटही उचलले नाही. हा निर्णय त्यांनी मान्य केला. जवाहरलालांच्या हाताखाली काम करण्यात त्यांना कोणत्याही प्रकारचा न्यूनगंड वाटला नाही.

जवाहरलाल वयाने अधिक तरुण होते आणि त्यांची प्रकृती सरदारांपेक्षा कितीतरी पटीने जास्त चांगली होती हे खरेच! ज्या गोष्टीचा थोडासा अंदाज होता तसेच घडले. स्वातंत्र्योत्तर काळात पटेलांना जास्त वर्षे लाभली नाहीत. सरदार पंतप्रधान झाले असते तरी आपली नीती-धोरणे प्रत्यक्ष अमलात आणण्यासाठी त्यांना पुरेसा अवधी मिळाला नसता. तरीही, तीनएक वर्षांचा जो काही काळ त्यांच्या वाट्याला आला तेवढ्या काळात त्यांनी कायकाय केले असते, ते कायकाय करू शकले असते, ह्याची कल्पना करणे कठीण नाही. ते सर्व जर प्रत्यक्षात उतरले असते तर आजचा हिंदुस्थान एका वेगळ्याच भूमिकेत असता. जीवघेण्या बनून राहिलेल्या, काश्मीरसकटच्या सगळ्या समस्यांची आज नावनिशाणीही उरली नसती; किमानपक्षी त्या अगदी कमी त्रासदायक झाल्या असत्या. सरदारांचे कट्टर विरोधकही आज हे नाकारत नाहीत. १९४७-४८ सालांदरम्यान सरदारांचे विरोधक असणारे

जयप्रकाश नारायण ह्यांनीही 'सरदारांना समजून घेण्यात आपली चूक झाली होती, सरदारांवर अन्याय झाला आहे,' असे नंतर कबूल केले होते.

गांधीजींनी त्या वेळच्या आपल्या भूमिकेतून देशाच्या दीर्घकालीन हिताचा विचार करून जवाहरलालांची निवड केली असेल ह्यात शंका नाही. त्यात त्यांची वैयक्तिक आवडनिवड किंवा पक्षपात करण्याचा हेतू नसेलही. त्या वेळच्या परिस्थितीला अनुसरून गांधीजींनी काही विशिष्ट आडाखे बांधले असतील, काही हिशोब मांडले असतील आणि त्यांनुसार पंतप्रधानपदासाठी त्यांना सरदारांपेक्षा जवाहरलालच अधिक योग्य वाटले असतील तर तो वैयक्तिक निर्णयाचा न्याय म्हटला जाईल. अशा प्रकारच्या वैयक्तिक निर्णयामागे कुठलेच वैयक्तिक स्वार्थ नसतात. त्यामागे व्यापक हितालाच प्राधान्य दिलेले असते. त्याचबरोबर हेही खरे की अशा प्रकारचे आडाखे कधीकधी चुकीचेही ठरतात. काही हिशोब चुकतात; जे ठोकताळे गृहीत धरलेले असतात त्यांतच कुठेतरी त्रुटी निघतात. हे होतच असते; परंतु गांधीजींसारख्या अत्यंत विचक्षण आणि मेधावी नेत्याचे हिशोब जेव्हा चुकीचे ठरतात, तेव्हा काळ त्यांना जाब विचारल्यावाचून राहत नाही. आज आपल्यापुढे हाच प्रश्न निर्माण झाला आहे; त्या संदर्भात गांधी-जीवनाच्या कित्येक अभ्यासकांच्या मनातही गांधीजींच्या ह्या निर्णयाबद्दल संदेह निर्माण होतो.

देशाची फाळणी झाली ती गांधीजींच्या इच्छेविरुद्धच! फाळणी न करता, सगळाच्या सगळा अखंड हिंदुस्थान मुस्लिम लीगच्या आणि महमद अली जीनांच्या हाती सुपूर्द करायला गांधीजी तयार होते. देशाची फाळणी होण्यापेक्षा, इंग्रज निघून गेल्यानंतर महमद अली जीना अखंड हिंदुस्थानचे पंतप्रधान झालेले बरे असे त्यांना वाटत होते. जीना द्विराष्ट्रवाद मांडत होते. "हिंदू आणि मुसलमान ह्या दोन भिन्न प्रजा आहेत, दोन वेगळी राष्ट्रे आहेत, दोन वेगळ्या संस्कृती आहेत. गेल्या पाच हजार वर्षांच्या इतिहासात ते कधी एकत्र नांदू शकले नाहीत आणि यापुढेही एकत्र राहू शकणार नाहीत,' असा दावा करून फाळणीची मागणी करण्यात आली होती. भिन्न राष्ट्रीयता धर्माधिष्ठित असावी, ही गोष्ट गांधीजी मुळातच साफ नाकारत होते. 'माझा मुलगा हरिलाल धर्मांतर करून समजा अब्दुल्ला झाला तर त्यामुळे त्याची राष्ट्रीयता किंवा संस्कृती बदलली जात नाही,' असे त्यांचे म्हणणे होते. हिंदुस्थानातील मुसलमान मागच्या, तिसऱ्या, चौथ्या, पाचव्या पिढीत रामशंकर, जटाशंकर, वजेशंकर किंवा असेच कुणीतरी होते, हे परमसत्य कुणी कट्टर मुसलमानही नाकारू शकणार नाहीत. त्यामुळे गांधीजी असे मानत असत-आणि म्हणतही असत-की, 'हिंदू आणि मुसलमान म्हणजे माझा डावा उजवा डोळाच आहेत, देशाची धर्मावर आधारित फाळणी होण्याआधी माझा मृत्यू घडून यावा लागेल.'

...परंतु त्यानंतरच्या घटनांनी गांधीजींच्या सत्याकडे लक्ष दिले नाही. जीनांच्या

विचारांतला फुटीरतावाद प्रत्यक्ष वास्तव बनून मान्यता पावला. देशातल्या बहुसंख्य हिंदूंनी अनिच्छेने का होईना, पण फाळणी स्वीकारली आणि त्याच देशातल्या बहुसंख्य मुसलमानांनी हर्षभराने, फाळणी म्हणजे आपला विजय असे मानले. एवढे होऊनही नव्याने आखलेल्या पाकिस्तानात जवळजवळ तीन कोटी हिंदू उरत होते आणि दुसऱ्या बाजूला जवळजवळ साडेतीन कोटी मुसलमान हिंदुस्थानात शिल्लक राहत होते.

द्विराष्ट्रवादाचा सिद्धान्त मान्य झाला होता. फाळणी होणारच हे कटू सत्य होते. दोन्ही जमातींच्या मनात टोकाचा अविश्वास होता. बंधुभाव, सद्भावना कुठेही आढळत नव्हती. तत्त्वतः गांधीजींच्या म्हणण्यात तथ्य असले तरी त्या वेळी तेवढ्यापुरता तरी त्यांचा पराजयच झाला होता. विभाजन झालेल्या भागात परस्पर अविश्वासाचे साम्राज्य पसरल्याने दोन्ही समाज संहाराच्या वाटेकडे वळले होते. दोन्ही धर्मांचे लोक सुरक्षेच्या शोधात धावाधाव करत होते. अशा परिस्थितीत एकमेकांच्या प्रदेशात उरलेल्या हिंदूचे आणि मुसलमानांचे सरकारच्या मदतीने सामंजस्याने स्थलांतर व्हावे, असा एक प्रस्ताव मांडला गेला. गांधीजींनी तो नाकारला एवढेच नव्हे तर त्याला तीव्र विरोध केला. एका कुटुंबातले दोन भाऊ वेगळे व्हावे तसे हे दोन वेगळे देश निर्माण झाले आहेत तर आता दोन्ही जमाती आपापल्या प्रदेशात बंधुभावाने राहतील, असा त्यांना विश्वास वाटत होता. ह्या विश्वासाला दुजोरा मिळेल, अशी परिस्थिती मात्र त्या वेळी अजिबात नव्हती.

हिंदू-मुसलमान गुण्यागोविंदाने एकत्र नांदू शकत नसतील, एकत्र राहत नसतील तर फाळणी म्हणजे एकत्र कुटुंबातून दोन भावांनी वेगळे होण्यासारखेच होते. गांधींसकट सगळे नेते हे मान्य करत होते. मुद्दा तो नव्हता. दोघा भावांपैकी एकाचे घर म्हणजे संपूर्ण सवतासुभा आणि दुसऱ्याच्या घरात मात्र दोघांची भागी असे होणार असेल तर खरी अडचण होती. आजही कोट्यवधी भारतीयांच्या मनातली संदेहावस्था तेव्हासारखीच जशीच्या तशी कायम आहे. फाळणी मुळातच जर धर्माच्या मुद्द्यावर, धर्माच्या पायावर झाली होती तर मग आता, धर्माच्या आधारावर एकदा पाकिस्तान निर्माण झाल्यानंतरही 'हिंदू-मुसलमान ऐक्य' आणि 'विभाजित हिंदुस्थान सुद्धा सर्वांचाच समान,' हा सिद्धान्त कितपत तर्कशुद्ध म्हणता येईल? हा अत्यंत वादग्रस्त मुद्दा आहे; आजच्या परिस्थितीत स्फोटकही आहे; पण तरीही, नुसती आरडाओरड, दंगेधोपे करून आणि उद्रेक होऊ देऊन ह्या प्रश्नाचे उत्तर सापडेल, असे नाही. त्याने काही साध्य होईल असे नाही; तो वादही त्यामुळे मिटण्याची शक्यता नाही. 'हिंदू आणि मुसलमान ही एकच प्रजा आहे, तो एकच एकसंध समाज आहे,' हा गांधीजींचा जीवनमंत्र पराभूत झाला होता. खिलाडूपणे हा पराभव मान्य करून ज्या पद्धतीने नवी धोरणे आखायला हवी होती, ती तशी आखण्याऐवजी

नव्या रचनेतही जुन्याच वृत्तींना, जुन्याच धोरणांना चिकटून राहण्याच्या आग्रहाच्या औचित्याबद्दल शंकेला जागा आहे. कुणी सांगावे, असेही होण्याचा संभव आहे, की असल्या शंका-कुशंका व्यर्थ ठरून भविष्यकाळात इतिहासाच्या एका विशिष्ट टप्प्यावर, गांधीजींचे म्हणणे खरे ठरेलही! पण आज मात्र ही वस्तुस्थिती एक मोठे तापदायक प्रश्नचिन्ह बनून राहिली आहे, एवढे खरे!

प्रश्न केवळ जातीयतेचा नाही; केवळ परस्पर विद्वेषाचा नाही. आजकालच्या युगात कोणत्याही देशाला विभिन्न धर्म, भाषा, वंश इत्यादींना एकत्रितपणे, बरोबर घेऊन चालणेच भाग आहे. एकदा हे मान्य केले, की जास्तीत जास्त सौहार्दपूर्ण, शांततामय सहजीवन कशाने शक्य होईल, ह्याचा योग्य तो आणि पूर्वग्रहविरहित विचार व्हायला हवा. कित्येक पाश्चिमात्य देशांची अशी उदाहरणे आपल्यापुढे आहेत.

कृष्ण असो की गांधी, त्या त्या काळात, त्या त्या परिस्थितीत त्यांच्या समकालीनांना त्यांच्याबद्दल संदेह उत्पन्न व्हावा, ही महाकाळाची थट्टाच म्हटली पाहिजे. त्याबद्दल आपण यथामती, यथाशक्ती विचार अवश्य करावा; त्यावर आपला तात्पुरता अभिप्रायही अवश्य द्यावा; पण तोच अभिप्राय, आपले ते मत अंतिम मानू नये, अखेरचेच सत्य समजू नये. त्याबद्दलचा निर्णय महाकाळालाच करू द्यावा.

आपली धाव फार तर हिमालयाचे शिखर गाठण्यापर्यंत. आकाशाला कवेत घेणे, ही आपल्या आवाक्यापलीकडची गोष्ट आहे.

॥२४॥

परीसस्पर्श

'ही पृथ्वी अत्यंत सुंदर आहे आणि ह्या सौंदर्यासमवेत जगणे, हा अद्‌भुत अनुभव आहे.' गुरुदेव टागोरांनी आपल्या आयुष्याच्या पूर्वार्धात, पृथ्वीचे आणि पृथ्वीतलावरच्या जीवनाचे असे गुणगान करणारी अनेक काव्ये लिहिली आहेत. ह्या पृथ्वीतलावर पुनःपुन्हा जन्म लाभावा, अशी अभिलाषाही त्यांनी वेळोवेळी व्यक्त केली आहे. गुरुदेवांच्या उत्तरायुष्यात, त्यांच्या ऐंशीव्या वाढदिवशी गांधीजींनी त्यांना तार पाठवली होती. तीत म्हटले होते,'ऐंशीचे झालात, शंभरी पूर्ण होवो.' उत्तरादाखल गुरुदेवांनी तार केली, 'ऐंशीच फार झाली. शंभर तर असह्यच होतील.'

आपल्या उत्तरायुष्यात एकूणच जगण्याबद्दल असा निराशावादी सूर फक्त गुरुदेवांनीच काढला आहे, असे नाही. स्वामी आनंद हे गुजराती भाषासाहित्यातील एक मोठे नाव आहे. स्वामीजी कर्मयोगी होते. जन्मभर गांधीजींचे अंतेवासी बनून राहिले होते. देश, समाज आणि विश्वपातळीवरही स्वतःला शक्य होईल ते ते सगळे अत्यंत निरपेक्ष वृत्तीने केल्यानंतर अगदी ऐंशीव्या वर्षी त्यांनी लिहिले, अनेक वर्षे वाट पाहिली. असंख्य स्वजनांना, मित्रांना, जिवलगांना निरोप दिला. जगणे अवघड झाले. जगाचा उद्धार करण्याचे आवेग, हर्षोल्लास सगळे ओसरले. चंबूगबाळे आवरून, तिकीट काढून कधीपासून फलाटावर येऊन बसलो आहे; पण माझी गाडीच काय ती अजून येत नाही. मित्रमंडळी कंटाळली आहेत. त्यांना वाट पाहायला लागते आहे, ह्या गोष्टीचे मला फार वाईट वाटते आहे.'

गुरुदेव आणि स्वामी, दोघेही अगदी काल-परवाचे. आपल्या नजरेसमोरचे! एच. डब्ल्यू.शुमान नावाच्या एका जर्मन लेखकाने बौद्ध धर्मग्रंथाच्या आधारे, भगवान तथागत बुद्धाच्या आयुष्याच्या अंतिम दशकाचे केलेले वर्णन अतिशय हृदयस्पर्शी आहे. ऐंशीच्या घरात गेल्यावर कुणाही माणसाचे मन आणि शरीर दोन्ही शिथिल होणार, असहकार पुकारणारच! बुद्धाच्या आयुष्याच्या ह्या शेवटच्या दशकात, अनेक वर्षे त्यांचे डावे-उजवे हात बनून राहिलेले दोन शिष्य-सारिपुत्त आणि मोगल्लना-मरण पावले. बुद्ध एकटे पडले. देवदत्ताने संघात बंड पुकारले. संघातल्या कित्येक

साधूंनी त्याला साथ दिली. काही श्रमणांनी रचलेल्या षड्यंत्राचा एक भाग म्हणून सुंदरी नावाच्या एका स्त्रीने तथागत बुद्धाचे मूल आपल्या उदरी वाढत असल्याचा आरोपही त्यांच्यावर केला. तथागतांनी आपल्या बालपणाचा आणि यौवनाच्या आरंभीचा काळ जेथे कंठला ती कपिलवस्तूनगरी शत्रूंनी आक्रमण करून पूर्णपणे जाळून टाकली. बौद्ध धर्माचा प्रसार करण्यात साहाय्यरूप ठरणाऱ्या राजा बिंबिसाराची त्याच्या सख्ख्या पुत्राने-अजातशत्रूने-हत्या केली. ह्या सगळ्या अडचणींच्या, त्रासांच्या भोवऱ्यात सापडलेले बुद्ध आयुष्याच्या अखेरीस अत्यंत हताश झाले होते.

विसाव्या शतकात बोरीस पास्तरनाक नावाच्या रशियन लेखकाने डॉ. झिवॅगो नामक एक कादंबरी लिहिली. तिला जगद्विख्यात नोबेल पारितोषिकही मिळाले. त्या कादंबरीतल्या डॉ. झिवॅगो ह्या प्रमुख पात्राच्या तोंडी लेखकाने एक अत्यंत करुण परंतु शाश्वत सत्य घातले आहे - "आयुष्याचा शेवट होईपर्यंत जगत राहणे म्हणजे पोरखेळ नव्हे!"

श्रीकृष्ण परमपुरुष होता. विश्वसाहित्यातच नव्हे तर विश्वाच्या इतिहासातही त्याच्या तोडीचा म्हणता येण्याजोगा एकही पुरुष असल्याची नोंद नाही. पूर्वग्रहाचा चष्मा उतरवून ठेवून, खोलात अभ्यास करणाऱ्या कुणाही तटस्थ संशोधकाला हे सत्य स्वीकारावे लागेल. कृष्ण नक्की किती वेळ जगला ते आपल्याला माहीत नाही. विद्वान लोकांनी कृष्णाच्या आयुष्याची जी कालगणना केली आहे, त्याआधारे असा अंदाज केला जातो, की कृष्णाचा देहधर्म आटोपला तेव्हा त्याचे वय सुमारे एकशेपंचवीस वर्षांचे असले पाहिजे. म्हणजे, महाभारत युद्धाच्या वेळी अर्जुनाला गीतेचा परमसंदेश देतेवेळी तो जवळजवळ नव्वद वर्षांचा होता. युद्धाच्या अखेरीस कृष्णाला गांधारीने शाप दिल्याची कथा महाभारतात आहे. युद्धानंतर छत्तीस वर्षांनी यादवकुळ नाश पावले असा स्पष्ट उल्लेख महाभारतात आणि भागवतात आहे. नव्वदाव्या वर्षी जो युगपुरुष आरोग्यसंपन्न होता, सातशे श्लोकांत अखिल विश्वाचे ज्ञान करून देण्याइतका ज्वलंत प्रज्ञावान होता,ज्याच्याविना पांडवांचा पराजय निश्चित होता, असे त्याचे कुशाग्र नेतृत्व होते आणि उत्तरेच्या मृतगर्भाला जिवंत करू शकण्याइतकी ज्याची तपश्चर्या होती, अशा ह्या परमपुरुषाच्या आयुष्याची शेवटची छत्तीस वर्षे कुणाही कृष्ण-भक्ताच्या डोळ्यांत आसवे आणतील अशीच आहेत.

पूर्णतया समर्थ असूनही कृष्णाला कुरुक्षेत्रावरचा संहार रोखणे शक्य झाले नाही. अर्ध्या राज्याऐवजी फक्त पाच गावे घेऊन युद्ध टाळायच्या प्रयत्नात कृष्णासारख्या कृष्णालाही यश आले नाही. शेवटची छत्तीस वर्षे कृष्ण द्वारकेतच राहिला. ह्या काळात तो द्वारका सोडून आर्यावर्तात कुठेही गेल्याचा उल्लेख नाही. ज्या यादवांच्या सुरक्षिततेसाठी कृष्णाने द्वारका वसवली, ज्या यादवांच्या समृद्धीसाठी जन्मभर रक्त आटवले तेच यादव कृष्णाच्या डोळ्यांदेखत उच्छृंखल, बेशिस्त झाले. कृष्णाबद्दलची

कोणतीही भीड, कसलाही संकोच त्यांच्या निरंकुश मद्यपानाच्या आड आला नाही. त्याच्या स्वतःच्या मुला-नातवंडांनासुद्धा मद्याच्या नशेचा उन्माद चढला. अशा मद्यपी, उन्मादक अवस्थेत त्यांनी द्वारकेच्या वेशीलगतच नारद-कश्यपादी ऋषींची अभद्र थट्टा केली. परिणामी, समग्र यादवकूळ त्या ऋषींच्या शापाला बळी पडले. सांबासारखा कृष्णपुत्र स्त्रीवेश धारण करून, पोटाला तसराळे बांधून घेतो आणि 'ही यादव स्त्री गर्भवती आहे, तिला मुलगा होईल की मुलगी,' असे विचारून इतर सर्व यादव ह्या ऋषींची थट्टा करतात. ह्यापेक्षा दुसरी कोणती विटंबना असू शकेल काय? ह्या सगळ्यांचे वय त्या विनाशकारी क्षणी साठ-सत्तर वर्षांपेक्षा कमी नसणार. कृष्णाने सदैव ऋषिमुनींचे, तपस्व्यांचे चरणस्पर्श केले, पाद्यपूजा केल्या, त्यांचा आदरसत्कार केला. हे सर्व त्याच्या मुला-नातवंडांनी किंबहुना सगळ्याच यादवकुळाने जन्मभर पाहिलेच असेल ...आणि तरी सुद्धा ही घटना घडलीच.

कृष्णाला हे कळताच त्याने द्वारकेत मद्यपानाला बंदी घातली; परंतु कायद्याचा नीट अंमल होण्यासाठी तेथील नागरिकांना शिस्त असावी लागते. जेथे नागरिकच बेशिस्त असतील तेथे कोणताही कायदा केला तरी तो निरर्थक ठरतो. मद्यपानबंदीचा हा कायदाही तसाच व्यर्थ ठरला. स्वतः बलरामानेही हा कायदा पाळला नाही. कृष्ण अगदी असहाय झाला. त्याच्या डोळ्यांसमोर द्वारकेत उत्पात घडू लागले. महाभारतात अशी नोंद आहे, की द्वारकेत असंख्य उंदरांनी उच्छाद मांडला. वादळवाऱ्यांना, झंझावातांना मर्यादा उरली नाही. पशुपक्षी रात्रंदिवस भेसूर आवाज काढू लागले. कहर म्हणजे सगळे यादव उघडउघड, निर्लज्जपणे पापाचरण करू लागले. पाप म्हणजे लाजिरवाणी गोष्ट आहे हा विचारच कुणाच्या मनात येईनासा झाला. अधर्माने वागणारे यादव आपल्या वर्तनाची लाज बाळगण्याऐवजी सर्रास, आपल्या दुष्कृत्यांचेच निर्लज्जपणे कौतुक करू लागले.

ह्या विनाशकारी काळात कृष्ण अगदी एकटा पडला. यात्रेचे निमित्त करून तो यादवांना सोमनाथकडे घेऊन निघाला; पण यादवांच्या मते, ती यात्रा नव्हतीच. त्यांच्या लेखी, द्वारकेत असणाऱ्या बंधनांतून मुक्त होऊन मद्यपानाचा निरंकुश आनंद उपभोगण्याची ती एक सुवर्णसंधी होती. ज्या गोष्टींची कल्पनाही करणे शक्य नाही, अशा गोष्टी कृष्णाच्या डोळ्यांदेखत प्रत्यक्ष घडत होत्या. कृष्ण कुणालाही रोखू शकला नाही. मद्याच्या नशेत चूर होऊन कृष्णाच्या हा बांधवांनी, मुलांनी, नातवंडांनी आपल्या मनाच्या तळाशी दडपून ठेवलेल्या अधमाधम वृत्तींना निरंकुशपणे स्वैर सोडले ... आणि कृष्ण केवळ पाहत राहिला! समग्र यादव परिवार, सगळेच्या सगळे यादवकूळ कुत्र्या-मांजरांसारखे एकमेकांत लढून-भांडून नष्ट झाले.

झाले तेवढे जणू कमीच होते! कृष्णाच्या अगदी जन्माच्या क्षणापासून त्याच्या देहावर झडप घालायचा मृत्यूने वारंवार प्रयत्न करूनही कृष्णाच्या केसालाही धक्का

लागला नव्हता. त्याच कृष्णावर, काळोखाचा फायदा घेऊन मृत्यूने केलेला शेवटचा प्रहार म्हणजे महाकाल अत्यंत निर्मम असल्याचीच जणू साक्ष आहे. आपले संपूर्ण कूळ गमावून बसलेला कृष्ण अश्वत्थ वृक्षाच्या छायेत, एका आदिवासी शिकाऱ्याच्या बाणाचे लक्ष्य झाला. हा जीवघेणा लक्ष्यवेध कुणा प्रकांड धर्मगुरूच्या किंवा प्रचंड योद्ध्याच्या हातून झाला नव्हता. कुण्या प्राण्याच्या मांसाच्या आशेने शिकारीला निघालेल्या एका सामान्य वनवासी भिल्लाने रात्रीच्या काळोखात, झाडाखाली बसलेला पशू समजून कृष्णाची 'शिकार' केली. चिरस्मरणीय, अविस्मरणीय कर्मांचा कर्ता-करविता अशा तऱ्हेने विलयाला गेला.

गांधीजींचे उत्तरायुष्य ही अशीच शोकांतिका आहे. १९४२च्या ऑगस्ट महिन्यात गांधीजींनी 'चले जाव'चे रणशिंग फुंकले. त्यानंतर त्यांना तुरुंगात टाकण्यात आले. ह्या वेळेपर्यंत गांधीजी एखाद्या अतिशय कणखर योद्ध्यासारखे होते; परंतु १९४४ साली तुरुंगातून सुटले तेव्हा मात्र परिस्थिती पार बदलून गेली होती. पंचवीस वर्षे त्यांचा उजवा हात बनून काम करणारे महादेवभाई आणि आयुष्याची पासष्ट वर्षे त्यांची सावली बनून राहिलेल्या कस्तुरबा, दोघेही त्यांना सोडून गेले होते. कैदेतच त्यांचा शेवट झाला होता. गांधीजी तुरुंगात गेले तेव्हा दोघेही त्यांची शक्ती बनून त्यांच्या सोबत होते. तुरुंगातून सुटल्यावर मात्र गांधीजींकडे ती शक्ती उरली नव्हती; ते 'शक्तिहीन' झाले होते.

महादेवभाई आणि कस्तुरबा दोघांचाही मृत्यू गांधीजींनी, 'स्वाभाविकपणे घडणारी अटळ गोष्ट' मानून मनोमन त्याचा स्वीकारही केला. त्यानंतरच्या तीन वर्षांत, तुरुंगाबाहेर घडणाऱ्या घटना मात्र त्यांना असह्य वाटण्यासारख्या होत्या. जे सिद्धान्त, जी तत्त्वे, जे आदर्श जपण्यासाठी गांधीजींनी जन्मभर आपल्या प्राणांची बाजी लावली होती, त्या सगळ्या सिद्धान्तांना, त्या तत्त्वांना, त्या सगळ्या आदर्शांना त्यांचेच साथीसोबती, त्यांचेच देशवासी त्यांच्या डोळ्यांसमोर चूड लावत होते. 'आकाशच फाटले तर ठिगळ कुठवर लावणार?' अशा अत्यंत विपरीत परिस्थितीत ते चारी बाजूंनी सापडले होते. जातीयवादाने सगळ्या सीमा ओलांडल्या होत्या. मद्याच्या नशेत धुंद झालेल्या त्या यादवांसारखे एकजात सगळे देशबांधव एकमेकांच्या संहाराच्या खाईत खोलखोल जात होते. "गांधीजी विनाकारण मुसलमानांची बाजू घेत आहेत, त्यांच्या असल्या पक्षपाती धोरणामुळेच पाकिस्तानची मागणी जोर धरत आहे आणि महमद अली जीना दिवसेंदिवस जास्तच डोक्यावर बसत आहेत,' अशी हिंदूंची समजूत झाली होती. परिणामी, हिंदूंमधील एक फार मोठा वर्ग गांधीजींच्या विरोधात गेला होता. ह्याउलट मुसलमानांना खात्रीपूर्वक वाटत होते, की एक गांधीच काय ते पाकिस्तान होण्याआड येत आहेत, मुळात फळणीला गांधीजींचा सक्त विरोध होता. काय वाटेल ते झाले तरी देश अखंडच राहिला पाहिजे, असे त्यांचे

पक्के मत होते. त्यांच्या ह्या आग्रहामुळेच ते मुसलमानांत अप्रिय झाले होते. ह्या काळात त्यांना रोज येणाऱ्या शेकडो पत्रांतील पंच्याण्णव टक्के पत्रे त्यांना विरोध करणारी, त्यांना दूषणे देणारी, त्यांच्यावर टीका करणारी असत.

फाळणी होऊन का होईना, पण स्वातंत्र्य मिळवायला सगळा देश आतुर झाला होता. गांधींचे डावे-उजवे हात समजले जाणारे सरदार पटेल आणि जवाहरलालही, गांधींच्या इच्छेविरुद्ध - आणि काही अंशी गांधींना कळू न देता–फाळणीला तयार झाले होते. शेवटी गांधीजींना हे सर्व कळले असेल तेव्हा त्यांच्या जिवाला काय यातना झाल्या असतील, त्याची कल्पना करणे कठीण नाही. व्हाइसरॉय माऊंटबॅटन ह्यांनी गांधीजींना म्हटले होते, की फाळणीच्या मुद्द्यावर आता तुमच्या सहकाऱ्यांनी तुमची पाठ सोडली आहे. त्यावर गांधीजींनी उत्तर दिले होते, "असे असले तरी माझा देश माझ्यासोबत आहे."

गांधीजींचा हिशोब येथेही चुकला. थोड्याच दिवसांत त्यांना कळून चुकले, की आता देशही त्यांच्यासोबत नव्हता; त्यांच्या देशबांधवांनीही त्यांची साथ सोडली होती. 'हिंदू आणि मुसलमान कधीच एकत्र राहू शकणार नाहीत,' हा जीनांचा सिद्धान्त विजयी ठरला होता. मुसलमानांना आपली स्वतःची स्वतंत्र मायभूमी हवी होती आणि थकून गेलेल्या हिंदूंना मुसलमानांपासून सुटका करून घेऊन कायमची शांतता आणि स्वस्थता हवी होती. गांधी अगदी एकटे पडले. फाळणीच्या विरोधात सरहद गांधी बादशाहखान तेवढे त्यांच्याबरोबर होते. बादशाहखानांना काँग्रेस कार्यकारिणीच्या सभेत रडू कोसळले. ज्यांच्या सात पिढ्यांत कुणी आसवे ढाळली नव्हती, वेळप्रसंगी शत्रूचे मस्तक उडवायचे एवढीच ज्यांना शिकवण होती, ते बादशाहखान अश्रू गाळत बसले ...आणि गांधीजी ते बघत राहिले.

...आणि गांधीजी बघतच राहिले. अवघा देश पिसाटल्यासारखा झाला होता. नौखाली, बिहार, पंजाब आणि दिल्ली... कालपरवापर्यंत शेजारी असणारे आज दुष्मन बनले होते. त्यांच्यात एकमेकांबद्दल भयंकर अविश्वासाची आणि अपार तिरस्काराची दरी निर्माण झाली होती. त्या अविश्वासाच्या खाईत लहान-मोठे, स्त्री-पुरुष, साऱ्यांच्या मृतदेहांचे ढीग साचत होते. यादवकुळाने एकमेकांचा नाश केला आणि कृष्ण बघत राहिला, अगदी तसेच, गांधी बघत राहिले आणि लाखो देशबांधवांनी एकमेकांच्या नरडीचे घोट घेतले. गांधीजीचे 'सत्य' विद्रूप झाले आणि त्यांची 'अहिंसा' मृत्युपंथाला लागली.

ह्या काळादरम्यान गांधीजींची मनोभूमिका समजून घेण्याच्या दृष्टीने 'पूर्णाहुति' भाग ३ (ले. प्यारेलाल) मधील काही प्रसंग अतिशय सूचक आहेत. आपली अहिंसेची संकल्पना आपल्या देशवासीयांनी न स्वीकारल्याची अपार वेदना त्यांनी 'हरिजन'च्या २७ जुलै १९४७च्या अंकात व्यक्त केली आहे. ते म्हणतात-आता

माझ्या लक्षात आले आहे, की हा लढा मुळात शूरांच्या अहिंसेच्या पायावर उभारलेला नव्हताच. ही गोष्ट तेव्हाच माझ्या ध्यानी आली असती तर मी हा लढा सुरूच केला नसता.' ह्याच अंकात त्यांनी पुढे म्हटले आहे–'आज माझ्या अंतःकरणात जेवढी घोर निराशा दाटली आहे, तेवढी मी ह्यापूर्वी कधीही अनुभवली नव्हती.'

गांधीजींचा फाळणीला विरोध होता आणि काँग्रेसमधील त्यांचे बहुतांश सहकारी फाळणीच्या बाजूने उभे होते. ह्याआधी आपले विचार,आपले उद्देश मान्य करवून घेण्यासाठी गांधीजी अधूनमधून उपोषणाचे शस्त्र उगारत. फाळणीला विरोध करण्यासाठी त्यांनी उपोषणाचा आश्रय कसा काय घेतला नाही, ह्या प्रश्नाचे उत्तर देताना त्यांनी म्हटले आहे– 'आता कुणाविरुद्ध लढायचे आणि कशासाठी?' त्यांच्या ह्या शब्दांतूनच त्यांचे असहाय एकाकीपण दिसून येते. अर्जुनाचा विषाद तो जणू हाच!

ह्या काळातच, अशोक मेहता आणि अरुणा असफअलींसारख्या समाजवादी तरुणांशी झालेल्या चर्चेत गांधीजींनी आपली निराशा, आपला हताशपणा व्यक्त केला आहे-'ना आता तुम्ही माझ्यासोबत आहात ना काँग्रेस! ह्यापुढे मला माझ्या एकट्या हातीच माझे कार्य पुढे नेणे आहे.'

आणखी एका सहकाऱ्यापुढे त्यांनी आपले मन मोकळे केले आहे. त्यांनी पत्रात म्हटले आहे–'आज माझे ऐकतो कोण?'. 'न च कश्चित् श्रृणोति मे' ह्या महाभारतकर्त्या व्यासांच्या मनोव्यथेचेच पडसाद जणू ह्यात उमटलेले दिसतात.

स्वातंत्र्यानंतर लगेचच गांधीजींच्या अहिंसेची पुनश्च एकवार कसोटी लागली. पाकिस्तानने काश्मीरवर हल्ला केला. काश्मीरचे रक्षण करण्यासाठी हिंदी सैन्यालाही शस्त्रच उचलावे लागले. काश्मीर आघाडीवर लढण्यासाठी जाणाऱ्या सेनापतीला स्वतः गांधीजींनीच आशीर्वाद दिले. दुसऱ्या महायुद्धाच्या वेळी ॲबिसीनिया, चेकोस्लोव्हाकिया इत्यादी देशांना 'नाझींना आणि फॅसिस्टांना अहिंसेच्या मार्गाने तोंड द्या,' असा सल्ला देणाऱ्या गांधींनी काश्मीरमध्ये हिंदी सैन्याला मात्र शस्त्रांच्या मदतीनेच विजय मिळवण्याचा आशीर्वाद दिला. अर्थात, आशीर्वाद देतेवेळी त्यांनी हिंदी सैन्याचे सरसेनापती जनरल करीअप्पा ह्यांना म्हटले होते, "सैन्यदलात अहिंसेची भावना निर्माण होईल, असे काहीतरी तुम्ही केले पाहिजे." करीअप्पांनी विचारले, "हे कसे शक्य आहे?" गांधीजींनी उत्तर दिले, "मी आत्ता काही सांगू शकत नाही, कारण मला ह्या क्षणी ते माहीत नाही; परंतु त्याचे उत्तर मी शोधत आहे."

कृष्णासारखेच, आपल्या लढ्याच्या ऐन कसोटीच्या अनेक क्षणी कितीतरी जीवघेण्या हल्ल्यांतून वाचलेले गांधी, त्यांच्या स्वजनांपैकीच एकाच्या पिस्तुलाच्या गोळीची 'शिकार' झाले. एव्हाना पर्यंत, त्यांचे कुटुंब, त्यांची चार मुले आणि त्या चार मुलांची मुले एवढ्यांपुरतेच मर्यादित उरले नव्हते. गांधी आता जवळजवळ

विश्वपुरुष बनले होते. संपूर्ण हिंदुस्थान आणि अविश्वासाच्या पायावर उभे राहिलेले पाकिस्तानसुद्दा, त्यांच्या कुटुंबाचाच भाग होते. ह्या कुटुंबातल्याच एकाने त्यांच्या जीवनयात्रेचा अंत घडवून आणला होता.

धर्माची स्थापना हे कृष्णाचे जीवितध्येय होते तर सत्याची प्राप्ती हे गांधीजीचे! ह्या दोघा असामान्य व्यक्तींच्या जीवनाचे अवलोकन करून झाल्यावर, त्यांच्या कर्मांची मीमांसा केल्यानंतर, 'ह्या दोघांचे उद्देश साध्य झाले,' असे आपण म्हणू शकू का? ह्या प्रश्नाचे छातीठोकपणे होकारार्थी उत्तर देणे अवघड आहे. 'पांडवांचा विजय' एवढ्यापुरताच धर्माच्या स्थापनेचा अर्थ लावला तर कृष्ण यशस्वी झाला असे म्हणता येईल; परंतु तो विजय क्षणिक होता. विजय मिळवल्यानंतरही युधिष्ठिराला रडू आले आहे. राज्यप्राप्ती हे तर अगदी ढोबळ यश म्हटले पाहिजे. एकूण मानवजातीच्या स्तरावर धर्म जसा प्रस्थापित व्हायला हवा होता तो मुळी झालाच नव्हता. कृष्ण जर अपेक्षित धर्मस्थापना यशस्वीपणे करू शकला असता, तर स्वतः व्यासांना कळवळून म्हणावेच लागले नसते - 'ऊर्ध्वबाहुर्विरोम्येष न च कश्चिच्छृणोति मे!' 'धर्माचरण केल्यानेच अर्थ, काम आणि मोक्ष प्राप्त होत असतो आणि तरीही लोक धर्माचे अनुसरण का करत नाहीत? माझे कुणीच ऐकत नाही.' परीक्षिताच्या मृत्यूनंतर जनमेजयाने आरंभलेले सर्पसत्र हे अशाच अघोर अधर्माचे आचरण होते. आज कृष्णाचे कोट्यवधी अनुयायी जगभर, विशेषतः आपल्या देशभर पसरले आहेत हे खरे. हे सगळे रोज सकाळी नित्यनेमाने आणि वेळोवेळी एकमेकांना 'जय श्रीकृष्ण' म्हणतात खरे; परंतु श्रीकृष्णाने ज्या धर्माची शिकवण दिली, त्या धर्माचा एक अंशही आपल्या आचरणात आणल्याविना श्रीकृष्णाचा जय कसा काय होईल, असा प्रश्न स्वतःला कधीच विचारत नाहीत. ह्या कोट्यवधी लोकांपैकी काही हजारांना जरी कृष्णाचे जीवन वा त्याची गीता कळली असती तर आज ह्या देशाची आणि ह्या जगाची अवस्था अशी ना होती! कृष्ण म्हणजे एक विशिष्ट मूर्ती नव्हे; 'कृष्णत्व' ही तमाम मानवजातीच्या अंतरातली एक तीव्र उत्कट आस आहे. माणसाने सदैव कसली तरी इच्छा मनी धरली आहे, मूर्तीची उपासना केली आहे; परंतु 'कृष्णत्वा'पासून मात्र तो अधिकाधिक दूरच जातो आहे.

गांधींचेही तेच झाले आहे. स्वतःला गांधीवादी, गांधी-अभ्यासक किंवा गांधींचे अनुयायी म्हणवणाऱ्यांची संख्या आज थोडीथोडकी नाही. ह्या सगळ्यांच्या दृष्टीने गांधी म्हणजे सहज हाताशी असलेले एक साधन बनलेले आहेत. साधन हे काहीतरी मिळवण्यासाठी असते. मारूनमुटकून, गांधींच्या कोणत्या तरी शब्दांतून पाहिजे तो अर्थ काढून सगळेजण हे साधन आपल्या फायद्यासाठी सोयीस्करपणे वापरत असतात. गांधीजीनी कधी केले नसेल, कधी म्हटले नसेल असे काय वाटेल ते त्यांच्या नावावर खपवून, जिथून कुठून जे काही ओरबाडून घेता येईल, ते घेण्यात

ह्या अनुयायांमध्ये स्पर्धा लागली आहे. गांधींचे सत्य आणि गांधींचे स्वराज हे आज केवळ शब्दमात्रच उरले आहेत.

मनुष्यजातीचे दुर्भाग्य म्हणा, की दुःख म्हणा, एक गोष्ट खरी, की ज्या ज्या वेळी अशी असामान्य व्यक्तिमत्त्वे जगात अवतरली आहेत, त्या त्या वेळी त्यांच्या अगदी कौटुंबिक पातळीपासून थेटपर्यंत एकूण एक स्तरांवर त्यांना सतत सहनच करत राहावे लागले आहे. कृष्ण असो वा गांधी, त्यांनी जे केले, जे सांगितले ते तत्कालीन समाजाने प्रत्यक्षात उतरवले नाही. हजारो वर्षांनंतरही आज कृष्ण केवळ 'जयजयकारा'पुरताच उरला आहे. तुलनेने गांधी अजून अलीकडच्या इतिहासाचा भाग आहेत. ते अजूनपर्यंत त्यांच्या देशवासियांच्या हातांतले एक उपयुक्त साधनमात्र बनून राहिले आहेत. काळाहून अधिक श्रेष्ठ नियंता दुसरा कुणी नसेल!

...आणि तरीही, कृष्णाविना आणि गांधीविना आपल्या देशाचेच काय, सगळ्या जगाचेही किंबहुना समग्र मानवजातीचेही चालले नाही; चालणारही नाही. कृष्ण आणि गांधी ही अशी दोन प्रतीके आहेत, ज्यांच्या स्पर्शाविना मानवजातीचा उद्धार होणे शक्य नाही. काळ पुढे जात राहिला आणि दरम्यान मधूनमधून तरी अशी प्रतीके मानवजातीला लाभत राहिली, हे मानवजातीचे भाग्य आहे. ज्या क्षणी मानवजात अशी प्रतीके निर्माण करण्याची क्षमताच हरवून बसेल, तो क्षण इतिहासाचा अंतिम क्षण असेल.

ह्या सगळ्या चर्चेची सुरुवात आपण एका छोट्याशा कथेने केली होती. आता तिची सांगताही छोट्या कथेनेच करू या.

हिमालयातल्या दगडगोट्यांमध्ये कुठेतरी एक परीस पडला होता, असे एका महात्म्याने म्हटलेले ऐकून कुण्या भक्ताने विचारले, "महाराज, हा परीस ओळखायचा कसा?" "अगदी सोपे आहे रे वत्सा!" ते महात्मा म्हणाले, "ह्या पर्वतशिखरांच्या दगडगोट्यांतून लोखंडाचा तुकडा हातात घेऊन हिंडत राहा. तो लोखंडाचा तुकडा एकेका दगडाला लावून बघ. ज्याच्या स्पर्शाने त्या लोखंडाचे सोने होईल, तो दगड म्हणजेच परीस!" भक्ताला वाटले, किती सोपे! हाती लोखंडाचा तुकडा घेऊन तो परिसाच्या शोधात निघाला. रात्रंदिवस पर्वतराजींतून हिंडत राहिला. महिने उलटले, वर्षं गेली. एकेक दगड हातात घेऊन तो शोधत राहिला... शोधत राहिला. लोखंडाचे सोने काही होत नव्हते; पण त्या संतमहात्म्याच्या शब्दांवर दृढ निष्ठा असल्याने तो अथक प्रयत्न करतच राहिला, तारुण्य गेले, प्रौढावस्थाही टळली; म्हातारपणही उलटायला आले. तो एकेक दगड हातात घेई, त्याला लोखंडाचा तुकडा लावून बघे, दगड फेकून देई. दुसरा घेई, टाकून देई, पुन्हा टाकून देई, टाकून देई!

आयुष्याची अंतिम घटका जवळ आली तसे त्याला वाटले, "अरेरे! त्या संताने मला खोटेच सांगितले की काय!" तेवढ्यात अचानक त्याची दृष्टी हातांतल्या

लोखंडाच्या तुकड्याकडे गेली. तो तुकडा आता पिवळ्याधमक रंगात झळाळत होता. सोन्याचा तुकडा आता त्याच्या हातांत होता. शेवटचा श्वास घेताघेता त्याने पाहिले, परीस केव्हातरी त्याच्या हाती लागला होता; पण लोखंडाचा तुकडा सोन्याचा झाला आहे, की नाही हे न बघताच तो यांत्रिकपणे एकामागून एक दगड टाकून देत होता. त्यातच त्याने केव्हातरी परीसही टाकून दिला होता.

आपण सगळे युगानुयुगे हेच करत आलो आहोत. आपल्या हाती केव्हातरी परीस लागलेला असतो; पण आपण त्याला न ओळखताच फेकून देतो. ज्या वेळी हे सत्य उमजते, त्या वेळी फार उशीर झालेला असतो.

■

प्रकाशाची सावली

दिनकर जोषी

अनुवाद
स्मिता भागवत

'माझ्या पित्यानं माझा सर्वार्थानं त्याग केला आहे म्हणून त्यांचा पुत्र म्हणून मला जगता येत नाही. पिता-पुत्राचा संबंध पुसण्याशिवाय माझ्यासमोर गत्यंतरच उरलं नाहीय. आमचे मतभेद आजकालचे नाहीत. गांधीबापू राष्ट्रपिता या कक्षेला पोहोचले नव्हते त्यावेळेपासून-आफ्रिकेत त्यांचं वास्तव्य होतं तेव्हापासून आमच्यात मतभेद आहेत. तेव्हापासून माझ्या पित्यानं माझं जीवन असह्य बनविण्याचा जसा विडा उचलला आहे. त्यांच्याशी मतभेद कुणाला परवडणारे नसल्यानं कुणी मला दाराशी उभं करत नाही. माझं जीवन केवळ अपमान आणि वेदना बनत असताना मी व्यसनशरण झालो तर यात दोष कुणाचा? जसा मी पित्याचा त्याग केला नाही मला करावा लागला, तसा मी हिंदुत्व त्यागणार नाही; पण हिंदूंनी मला लूत भरलेल्या कुत्र्यासारखी वागणूक दिली, सतत माझ्या पेकाटात लाथा पडल्या तर मी काय करावं?'

....गांधीपुत्र हरिलालच्या व्यथा-वेदनांचा एका संवेदनक्षम मनाने घेतलेला मागोवा.